संन्यासी ज्याने आपली संपत्ती विकली

तुमची स्वप्नपूर्ती करणारी आणि
भाग्योदयाकडे नेणारी प्रभावी दंतकथा

The Monk Who Sold His Ferrari

द मॉक हु सोल्ड हीज फेरारीला मिळालेले काही स्तुतीपर शेरे

''द माँक हु सोल्ड हीज फेरारी ही एक संपत्ती आहे. यशस्वी जीवनासाठी आणि आनंदासाठी एक उत्कृष्ट अभिरुची असलेले प्रभावी सूत्र. रॉबीन एस्. शर्मांनी प्राचीन ज्ञानाचे भांडार एकत्रित करून आजकालच्या प्रक्षुब्ध वेळेत उपयोगी पडण्याकरिता ह्यात बंदिस्त केले आहे. मी पुस्तक पूर्ण होईपर्यंत खाली ठेवूच शकलो नाही.''

ज्यो टाय, नेव्हर फियर, नेव्हर क्वीट चे लेखक

''एक अतिशय उत्कृष्ट पुस्तक ! रॉबीन एस्. शर्मा हे दुसरे मॅन्डीनो.''

डॉटी वॉल्टर्स, स्पीक ॲन्ड ग्रो रिच चे लेखक

''स्वत:च्या उपयोगी पडेल असा नवा मार्ग आणि व्यवहारात आणण्यायोग्य सल्ला.''

द लिबरल

''एक उत्तम कथा आणि जीवन समृद्ध करतील असे धडे.''

केन वेगोटस्की, द अलटीमेट पावर चे लेखक

''आपली स्वप्नपूर्ती करण्यासाठी अंतरंगाच्या यथार्थ ज्ञानांनी भरलेले एक उत्तम पुस्तक. वाचनीय.''

जस्टीन आणि मायकल टॉम्स्, न्यु डायमेन्शन्स् रेडीयोचे सहसंस्थापक
आणि ट्रु वर्क : द सॅक्रेड डायमेन्शन्स् ऑफ अर्निंग ए लिव्हींग चे सहलेखक

''रॉबीन शर्मांनी उत्तम साधने एका मनोरंजक कथेत घालून जीवनाच्या सोप्या तत्त्वज्ञानात रूपांतरित केले आहेत. एक आनंदमयी पुस्तक तुमचे जीवन बदलून टाकेल.''

एलायन सेंट जेम्स्, सिम्प्लीफाय युवर लाइफ
ॲन्ड इन्नर सिम्प्लीसीटीचे लेखक

''वैयक्तिक सुधारणा, वैयक्तिक आनंद, परिणामकारकता हे सर्व मौज, आकर्षकता, साहस ह्या रूपात दिले आहेत. प्रत्येकाचे आयुष्य सुधारेल आणि परिपूर्ण होईल असे ज्ञानाचे भांडार ह्या पुस्तकात आहे.''

'ब्रायन ट्रेसी, मॅक्झीमम अचीव्हमेंटचे लेखक

''रॉबीन शर्मांनी एक महत्त्वाचा संदेश आपल्या सर्वांना दिला आहे. ज्याने आपले आयुष्य बदलणार आहे. आजकालच्या धकाधकीच्या जीवनात परिपूर्णता आणण्यासाठी त्यांनी हे एकमेवाद्वितीय पुस्तक लिहिले आहे.''

स्कॉट डीगार्मो, सक्सेस मॅगझीनचे भूतपूर्व प्रकाशक

''एक मनाची पकड घेणारी कथा जी आपल्याला शिकवते व आनंदही देते.''

पॉलो कोयलो, द अल्केमीस्टचे लेखक

'मेगा लिव्हींग' ला मिळालेले काही स्तुतीपर शेरे

''मेगा लिव्हींग हे तुम्हांला तुमचे आयुष्य ३० दिवसात कसे उत्कृष्ट दर्जाचे बनवायचे हे शिकवते.''

मार्क व्हिक्टर हॅन्सन, चिकन सूप फॉर द सोलचे सहलेखक

''ज्याला कोणाला स्वत:चा व्यक्तिमत्त्व विकास करायचा असेल आणि यशस्वी जीवन जगायचे असेल त्याला मी आवर्जून हे पुस्तक सुचवतो.''

पीटर हॅन्सन, एम.डी., द जॉय ऑफ स्ट्रेसचे लेखक

''मेगा लिव्हींग ! परिपूर्ण जीवनासाठी तीस दिवस, वैयक्तिक विकासासाठी सर्वोत्तम पुस्तक.''

नॉर्थवेस्ट अर्कन्सस टाईम्स्

''एक अतिशय सुंदर पुस्तक ! वैयक्तिक विकास आणि आध्यात्मिक यश मिळवण्यासाठी ह्या पुस्तकात दिलेल्या ज्ञानाचा स्वत:साठी उपयोग करा. तुमचे आयुष्य बदलेल.''

कैन वेगोटस्की, द अल्टीमेट पावरचे लेखक

''रॉबीन एस्. शर्मानी जीवनातल्या उत्तमोत्तम पद्धती, डावपेच, गूढार्थ आणि त्याचप्रमाणे बुद्धिमान माणसे ह्यात एकत्रित केली आहेत.''

फॅमिली सर्कल

''एका दशकापासून रॉबीन शर्मांनी समाधानी आयुष्य जगणाऱ्या माणसांचे यशस्वी डावपेच अभ्यासले आहेत त्यांचे दैनंदिन जीवन आणि त्यांच्या कथा वेचून त्यांनी एका ३० दिवसाच्या साचेबद्ध कार्यक्रमात घातल्या आहेत, ज्या माणसाला जीवनामध्ये हमखास यश देतात.''

रिव्ह्युवर्स बुक वॉच

''पूर्व आणि पश्चिमेचे एक अचूक मिश्रण.''

द किंगस्टन व्हीग स्टॅन्डर्ड

''३० दिवसात तुमचे जीवन बदला.''

ईस्टर्न आय

''मेगा लिव्हींग हे एक रत्न आहे, ज्यांना स्वत्व शोधायचे आहे त्यांच्यासाठी हे एक उपयुक्त पुस्तक आहे.''

इन्व्हेस्टमेंट एक्झिक्युटिव्ह

संन्यासी ज्याने आपली संपत्ती विकली

तुमची स्वप्नपूर्ती करणारी आणि
भाग्योदयाकडे नेणारी प्रभावी दंतकथा

The Monk Who Sold His Ferrari

NOW IN
MARATHI

रॉबिन शर्मा

जयको पब्लिशिंग हाऊस

अहमदाबाद बँगलोर चेन्नई
दिल्ली हैदराबाद कोलकाता मुंबई

Published by Jaico Publishing House
A-2 Jash Chambers, 7-A Sir Phirozshah Mehta Road
Fort, Mumbai - 400 001
jaicopub@jaicobooks.com
www.jaicobooks.com

Published in arrangement with
HarperCollins Publishers Ltd
Toronto, Canada

THE MONK WHO SOLD HIS FERRARI
संन्यासी ज्याने आपली संपत्ती विकली
ISBN 81-7992-527-7

Translator: Malti Pramod Joshi

First Jaico Impression: 2005
51st Jaico Impression: 2026

Printed by
Trinity Academy For Corporate Training Limited, Mumbai

माझा मुलगा कॉलबीला
ज्याला पाहुन मला जगातल्या
सगळ्या चांगल्या वस्तुंची आठवण होते.
तुला आशीर्वाद

स्वीकृती

'द मॉंक हू सोल्ड हिज फेरारी ही एक अतिशय विशेष परियोजना आहे जी काही विशीष्ट लोकांच्या प्रयत्नांनी पूर्णत्वास आली आहे. आमच्या प्रोडक्शन टिमच्या आणि बाकी सर्व ज्यांच्या अथक उत्साहाने माझी ही पुस्तकाची कल्पना सत्यात आली आहे त्यांचा मी अत्यंत आभारी आहे, विशेषत: शर्मा लिडरशीप इंटरनॅशनलच्या माझ्या परीवारासाठी-तुमची वचनबद्धता आणि जिवीत कार्याची भावना माझ्या मनात घर करून बसली आहे.

मी अत्यंत आभारी आहे -

- माझे पहिले पुस्तक 'मेगा लिव्हींग' च्या हजारो वाचकांचे ज्यांनी वेळात वेळ काढून मला लिहून कळविले की ह्या पुस्तकामुळे त्यांची जीवन शैली बदलली, ज्यांनी उत्तर अमेरिकेच्या बाहेर माझ्या पब्लिक सेमिनारमध्ये भाग घेतला, त्याचबरोबर शर्मा लिडरशिप इंटरनॅशनलच्या अनेक समर्थक आणि प्रायोजकांचा मी आभारी आहे ज्यांनी आपल्या कर्मचाऱ्यांसाठी माझे भाषणाचे कार्यक्रम आयोजित केले त्या प्रायोजकांचा मी आभारी आहे.

- संपादक, जॉन लॉन्डन, ज्यांनी माझ्या पुस्तकावर जो विश्वास दाखविला, मरजरी बुचनान, करेन लेवायन, हारपर सेन फ्रान्सीसको यांच्या उत्तम टीम ने ह्या कल्पने साठी जो प्रयत्न केला त्या बद्दल माझे आभार.

- ब्रायन ट्रेसी, मार्क व्हिक्टर हॅन्सन आणि माझे दुसरे सहकारी ह्यांच्या नेतृत्वासाठी आणि सहृदयतेसाठी.

- कॅथी डनच्या आकर्षक मुखपृष्ठासाठी. मला वाटले होते की ''टाईमलेस विसडम फॉर सेल्फ मास्टरी'' या पुस्तकाच्या मुखपृष्ठापेक्षा आकर्षक कुठलेच मुखपृष्ठ नाही पण माझा हा समज चुकीचा होता.

- सत्य पॉल, कृष्णन आणि संदीप शर्मांच्या सततच्या उत्तेजनासाठी.

- सर्वाधिक आभार माझ्या पालकांना, शिव आणि शशी शर्मांना ज्यांनी पहिल्या दिवसापासून मला मार्गदर्शन व मदत केली आणि माझे बुद्धीमान बंधू संजय शर्मा (एम.डी.) आणि त्यांच्या पत्नी सुसान, त्यांची मुलगी बियांका ह्यांच्या उपस्थितीसाठी आणि माझा मुलगा कॉलबी ह्याचा उत्साह, माझी पत्नी आणि माझी जीवलग मैत्रीण अलका- तुम्ही सर्वांनी दाखवलेल्या प्रकाश स्तंभासाठी जो मला मार्ग दाखवतो.

अनुक्रमणिका

जीवन माझ्यासाठी केवळ एक मेणबत्ती नाही, तर हा एक वैभशाली टॉर्च आहे जो मी काही काळासाठी माझ्याकडे ठेवला आहे आणि नवीन पीढीकडे त्याला सुपुर्द करण्यापूर्वी त्याचा प्रकाश जास्तीत जास्त चहूकडे पसरवू इच्छीतो.

-जॉर्ज बर्नाड शॉ

प्रकरण पहिले

जागृती

तुडुंब भरलेल्या कोर्टरूमच्या मध्यभागी तो एकदम कोसळला. तो होता एक नामांकित कायदे पंडित, शहरातल्या महान वकिलांपैकी एक. तो जसा त्याच्या तीन हजार इटालियन डॉलर्सच्या सुटांसाठी प्रसिध्द होता तसा वकिली पेशातल्या त्याच्या अनेक यशांसाठीही प्रसिध्द होता. मी समोर जे दृश्य पाहत होतो तिथे तसाच अविश्वासाने जमिनीला खिळून उभा राहिलो. इतका मोठा वकील, ज्युलियन मँन्टल एखाद्या निष्क्रिय लहान बालकासारखा जमिनीवर थरथरत आणि पक्षाघात झाल्यासारखा तडफडत होता आणि त्याचे सर्वांग घामाने डबडबले होते.

सगळे चित्र संथ गतीने पुढे सरकल्यासारखे वाटले. ''अरे देवा!! ज्युलियन संकटात आहे'' सर्वांचे लक्ष वेधावे म्हणून विरोधी पक्षाची वकील जोरात किंचाळली. न्यायाधीशाचा चेहरा भीतीने पांढराफटक पडला आणि तिने तिच्या जवळच्या इर्मजन्सी फोनमध्ये काहीतरी सूचना दिल्या. मी तर ह्या आकस्मिक संकटाने भांबावून तिथेच उभा राहिलो. मी मनातल्या मनात प्रार्थना करत होतो. ''ज्युलियन, माझ्या मित्रा, मरू नकोस. तुझे ह्या जगातले अशारीतीने जाणे फार लवकर होते आहे.''

कोर्टातला बेलीफ, जो इतका वेळ शिक्षा केल्यासारखा उभा होता तो चटकन वाकला आणि त्याने ज्युलियनला कृत्रिम श्वासोच्छ्वास द्यायला सुरुवात केली. विरोधी पक्षाची वकील त्याच्या चेहऱ्यावर वाकली तेव्हा तिच्या सोनेरी कुरळ्या केसांच्या बटा त्याच्या लालबुंद चेहऱ्यावर विसावल्या. ती काहीतरी त्याला सांगत होती. पण ज्युलियन काहीही ऐकण्याच्या पलीकडे गेला होता.

ज्युलियनला मी गेल्या सतरा वर्षापासून ओळखत होतो. तरुणपणी मला जेव्हा ज्युलियनच्या पार्टनरनी समर ट्रेनी म्हणून कामावर घेतले तेव्हा आम्ही प्रथम भेटलो होतो. ज्युलियन अतिशय हुशार, तडफदार, रुबाबदार आणि धाडसी होता. तो त्यांच्या फर्मचा उगवता तारा होता. तो फार मोठमोठी स्वप्न उराशी बाळगून होता. मला तो दिवस अजूनही आठवतो,

जेव्हा काही कामानिमित्त मी रात्री उशिरापर्यंत थांबलो होतो आणि पहिल्यांदाच त्याच्या केबिनमध्ये गेलो होतो. रिगल ऑफिसच्या कोपऱ्यात त्याची केबिन होती. त्याच्या भव्य टेबलावर विन्स्टन चर्चीलची काही अर्थपूर्ण वाक्ये एका फ्रेममध्ये लिहिलेली होती.

''मला खात्री आहे की माझे भवितव्य घडविण्यात मी यशस्वी होईन. जे माझे कार्य, मी हाती घेतले आहे ते पूर्ण करण्यास मी समर्थ आहे. त्यासाठी घ्यावा लागणारा त्रास किंवा कळा सोसण्याची सहनशक्ती माझ्यात आहे. जोपर्यंत माझा स्वतःवर विश्वास आहे आणि जिंकण्याची दुर्दम्य इच्छाशक्ती आहे तोवर यशश्री मला नाकारू शकत नाही.''

ज्युलियन अगदी ह्याप्रमाणेच वागत होता. दिवसाचे अठरा अठरा तास तो यश मिळवण्यासाठी अतिशय कष्ट करायचा. मी असे ऐकले होते की त्याचे आजोबा एक प्रसिध्द सिनेटर होते. वडील फेडरल कोर्टात न्यायाधीश होते. ह्या पार्श्वभूमीवर ज्युलियन लहानपणापासून अगदी श्रीमंतीत वाढला. साहजिकच सर्वांच्या त्याच्याबद्दलच्या अपेक्षाही उंचावल्या होत्या. एक मात्र होते की तो अतिशय जिद्दीचा होता. प्रत्येक गोष्ट आपल्या मनासारखी करत होता आणि करवून घेतही होता.

ज्युलियनचे कोर्टरूममधील नाट्यपूर्ण संभाषण आणि त्याच्या डावपेचांनी रोजच्या वर्तमानपत्रांचे रकानेच्या रकाने भरत असत. त्याच्या भोवती कायम बड्या लोकांचा घोळका असे. श्रीमंत आणि प्रसिध्द लोकांना जेव्हा काही अडचणी येत तेव्हा ते हमखास त्याच्याचकडे धाव घेत. कोर्टाबाहेरील जीवनातही तो बराच शौकीन होता. पुष्कळदा रात्री उशिरापर्यंत शहरातल्या एखाद्या पंचतारांकित हॉटेलमध्ये तो एखाद्या सुंदर फॅशनेबल मॉडेल बरोबर मद्य पित बसलेला दिसे.

ज्युलियनने त्याच्या एका अतिशय महत्त्वपूर्ण खुनाच्या केसमध्ये माझी 'मदतनीस' म्हणून निवड त्या वर्षी कशी काय केली कोण जाणे. कारण मी जरी ''हॉवर्ड लॉ स्कूल'' मधून कायद्याची पदवी घेतली असली तरी मी काही त्यांच्या फर्मचा खूप हुशार आणि स्मार्ट मदतनीस नव्हतो. माझी आणि त्याची कुठेच बरोबरी नव्हती. माझे घराणे त्याच्यासारखे उच्च वर्गातले नव्हते. समुद्रावर काही वर्ष नोकरी केल्यावर माझे वडील एका खासगी बँकेत साधे सुरक्षा रक्षक म्हणून काम करत होते आणि माझी आई

झोपडपट्टीत गुंड लोकांच्या वस्तीत लहानाची मोठी झाली.

ज्युलियनसारखा मी हुशारही नव्हतो आणि श्रीमंतही नव्हतो. माझे दुसरे सहकारी त्याच्या हाताखाली काम करण्यास उत्सुक असतानाही त्याने माझी निवड केली. ती केस होती एका बिझनेस एक्झिक्युटिव्हची. त्याच्यावर आपल्या बायकोचा निर्घृणपणे खून केल्याचा आरोप होता. अर्थातच ती केस आम्ही जिंकली.

त्या केसमध्ये मी बरेच काही शिकलो. काहीही घडलेले नसताना बऱ्यापैकी संशय कसा निर्माण करायचा इत्यादी बारकावे मी त्याच्याकडून शिकलो. हा कायदेपंडित ही केस कशी चालवतो हे त्याच्या हाताखाली काम करून जवळून पाहायला मिळणे ही दुर्मीळ संधी मला मिळाली होती आणि त्या संधीचे मी पुरेपूर सोने केले.

ज्युलियनच्या आग्रहावरून मी त्या फर्ममध्ये कायम राहिलो आणि आमची मैत्री तिथेच वाढली. ज्युलियनच्या हाताखाली काम करणे ही साधी बाब नव्हती. कधी कधी मी खूप वैतागायचो. पुष्कळदा रात्री उशिरापर्यंत थांबायला लावून तो माझी खूप खरडपट्टी काढायचा. अर्थात त्याच्या कामाची ती पध्दतच होती. तो अतिशय शिस्तप्रिय होता. पण ह्या कडक कवचामागे एक मृदू मनही होते. तो त्याच्या माणसांची खूप काळजी घ्यायचा.

कितीही कामात असला तरीही माझ्या बायकोची जेनीची चौकशी करायचा. घरच्यांचीही चौकशी करायचा. जेव्हा त्याला कळले की मी पैशांअभावी कॉलेजची फी भरू शकत नाही, तेव्हा त्याने माझ्यासाठी शब्द टाकून स्कॉलरशिपही मिळवून दिली. मित्रांकडे त्याने कधीही दुर्लक्ष केले नाही. तो अगदी झपाटल्यासारखा काम करायचा त्याचा त्रास त्याच्या हाताखालच्या लोकांना होत असे.

त्याच्या कामाचा झपाटाच खूप होता. पहिल्या पहिल्यांदा फर्मच्या भल्यासाठी, फर्मचे नाव मोठं करण्यासाठी तो परिश्रम करतच राहिला. दरवर्षी हेच घोकत राहिला की ही केस झाली की एक महिन्याची सुट्टी घ्यायची, आराम करायचा, पण सुट्टी घेणे त्याला कधी जमलेच नाही. अशीच वर्षामागून वर्षे गेली. त्याची प्रसिध्दी वाढली. अनुभव वाढला. कामाचा पसारा वाढला. अधिकाधिक केसेस यायला लागल्या, अगदी मोठ्या आणि

आव्हानात्मक आणि मग ज्युलियन काम करतच राहिला. अधिक श्रम, अजून जास्त पैसा, जास्त प्रसिध्दी, नाव, कीर्ती आणि यश ह्या सर्वांबद्दलची त्याची भूक वाढतच गेली.

अगदी अल्पकाळातच त्याच्याकडे सर्व काही आले. एक अतिशय यशस्वी आणि महत्त्वाकांक्षी व्यवसाय, सात आकडी उत्पन्न, चांगल्या पॉश आणि बड्या लोकांच्या वस्तीत एक अवाढव्य सुंदर बंगला, स्वतःचे एक खासगी जेट, एका सुंदर बेटावर निवांत वेळ घालवण्यासाठी दुसरा एक बंगला आणि त्याची आवडती लालचुटूक रंगाची चकाकती फेरारी गाडी जी त्याच्या बंगल्याच्या पोर्चमध्ये दिमाखात उभी असायची.

जरी यश मिळत गेले तरी नियती काहीतरी वेगळेच सुचवत होती. मी त्याच्याबरोबर कायम असल्यामुळे काहीतरी विपरीत घडणार असल्याचे संकेत मला मिळत होते. कामाचा पसारा वाढतच होता. एक मोठ्या केसचा निकाल लागला की दुसरी त्याहून मोठी तयारच असायची. प्रत्येक केसची कितीही पूर्वतयारी केली तरी ज्युलियनचे समाधान होत नव्हते. न्यायाधीशांनी हा प्रश्न उपस्थित केला तर? आपली तयारी कमी पडली तर? एखादी नवीन घडलेली घटना जर आपल्याला माहीत नसली तर सर्वासमोर आपल्यावर आश्चर्यचकित व्हायची वेळ येईल. मग आम्ही अजून कसून तयारी करायचो. आम्ही दोघे जसे काही घड्याळाचे गुलाम असल्यासारखे ऑफिसच्या त्या चौसष्टाव्या मजल्यावर काम करीत बसायचो आणि त्यावेळेला सगळे जग आपल्या कुटुंबासमवेत आपापल्या घरी असायचे.

ज्युलियन बरोबर मी जसाजसा जास्त वेळ घालवला तसे तसे माझ्या लक्षात आले की तो कामाच्या गर्तेत किती खोल रुतत चालला आहे. तो कायम असमाधानी असायचा. इतके काम करायचा की ह्या कामातच आपण एक दिवस संपून जावे असे त्याला वाटत होते. परिणामी त्याचे कौटुंबिक स्वास्थ्यही त्याने बिघडले. वडिलांशी त्याने बोलणे बंद केले. त्याचे लग्नही अयशस्वी ठरले. जरी त्याच्याकडे सर्व ऐहिक सुखं होती तरीही तो ज्या सुखाच्या शोधात होता ते सुख त्याला मिळालेच नाही.

त्रेपन्न वर्षाचा ज्युलियन अगदी सत्तरीतल्या म्हाताऱ्यासारखा दिसायचा. चेहऱ्यावर सगळीकडे सुरकुत्या, अतिशय तणावपूर्ण दैनंदिन आयुष्य ह्यामुळे तो फारच म्हातारा दिसायला लागला. उंची सिगार, उंची

मद्याचे पेल्यावर पेले रिचवल्यामुळे आणि रात्री उशिरा महागड्या फ्रेंच रेस्टॉरंटमध्ये जेवणे ह्या त्याच्या जीवनपध्दतीमुळे तो फारच स्थूल झाला होता. सारखा आजारी असायचा, थकून जायचा. त्याच्या आयुष्यातला सगळा आनंद आणि हास्यच नाहीसे झाले होते. एकेकाळचे त्याचे खळाळत्या उत्साहाचे रूपांतर एका भयाण उदासीनतेत झाले. त्याची जगण्याची उमेदच संपली होती.

जी कोर्टरूम तो एकेकाळी त्याच्या अतिशय नाट्यपूर्ण संभाषणांनी आणि वादविवादाने गाजवायचा त्याच कोर्टरूममध्ये आता तो अगदी क्षुल्लक केसेस लढवत होता. विरोधी पक्षाने घेतलेल्या हरकतीवर तो पूर्वी आकर्षकरीत्या तासन् तास वादविवाद घालायचा, आता मात्र त्याच्या बोलण्यात उपरोधिक कडवटपणा आला होता. खरोखरच ज्युलियनमधला उत्साहाचा झराच आटला होता.

ह्याला कारण फक्त त्याचे धावपळीचे जीवनच नव्हते तर आणखीही काही खास होते. रोजच्या रटाळ जीवनाला तो कंटाळला होता. रोज तो मला सांगायचा की तो जे काम करतोय त्यात त्याला अजिबात रस वाटत नाही. त्याच्यात एक पोकळी निर्माण झाली आहे. ज्युलियन सांगत होता की, घरच्यांनी जरी त्याला जबरदस्ती कायदेविषयक अभ्यासासाठी पाठवले तरी नंतर त्यात त्याला रस वाटायला लागला. खूप अभ्यास करून त्यात तो तरबेज झाला होता. कायद्यातल्या वाटा पळवाटा त्याच्या तल्लख बुध्दीमत्तेला आव्हान देत असत. तो नुसताच एक श्रीमंताघरचा मुलगा नव्हता तर त्याचे स्वतःचे असे एक अस्तित्व होते. ध्येय होते. दुसऱ्यांना अडचणीत मदत करायची हे ध्येय त्याला आयुष्याची पुढची वाटचाल करायला कारणीभूत झाले.

त्याच्या आयुष्यात ही पोकळी निर्माण होण्यास अजून एक कारण होते. मी त्या फर्ममध्ये रुजू होण्याअगोदर त्याच्या आयुष्यात काहीतरी दुर्घटना घडली होती असे जुने लोक सांगत, पण काय घडले होते ते मात्र कोणीच सांगत नव्हते. हार्डी नावाचा आमचा एक पार्टनर होता तो खूप बोलका होता. कोर्टापेक्षा जास्त वेळ तो बारमध्ये गप्पा मारण्यात घालवायचा. त्यालाही मी विचारले पण त्याने काहीही सांगण्यास नकार दिला. त्याला गुप्ततेची शपथ दिली होती. पण ही जी दुर्घटना ज्युलियनच्या आयुष्यात

घडली होती तीच त्याच्या आयुष्याच्या घसरगुंडीला जबाबदार होती. मला त्याला मदत करायची होती. कारण तो माझा नुसता सल्लागारच नव्हता तर चांगला मित्रही होता.

आणि हे सर्व घडले. सोमवारी सकाळी भरलेल्या कोर्टरूममध्ये जिथे तो एकेकाळी खुनाच्या केसेस लढवत होता, तिथेच त्याला तीव्र हृदयविकाराचा झटका आला आणि तो एकाएकी कोसळला.

प्रकरण दुसरे

रहस्यमय पाहुणा

आमच्या फर्मची दुसऱ्या दिवशी तातडीची बोर्ड मिटींग बोलावली गेली. आम्ही दाटीवाटीने बोर्डरूममध्ये बसल्याबसल्याच मला जाणवले की काहीतरी गंभीर गोष्ट घडलेली आहे. वयोवृध्द मॅनेजिंग पार्टनर हार्डींनी पहिल्यांदा जमलेल्या लोकांना सांगायला सुरुवात केली.

"मला तुम्हांला सांगायला अतिशय दुःख होते आहे की, काल श्री. ज्युलियन मॅन्टल, जेव्हा एअर ॲटलांटिकची केस चालवत होते तेव्हा त्यांना हृदयविकाराचा तीव्र झटका आला. सध्या ते आय. सी. सी. यु. मध्ये आहेत. त्यांची प्रकृती सुधारत आहे असे त्यांच्या डॉक्टरांनी मला सांगितले. परंतु ज्युलियनने एक अतिशय महत्त्वाचा निर्णय घेतला आहे जो मला वाटते की मी तुम्हा सर्वांना कळवायला पाहिजे. ज्युलियनने आपली फर्म सोडून जायचे ठरवले आहे. त्यांनी वकिलीही न करण्याचा निर्णय घेतला आहे. आता ते आपल्या फर्ममध्ये कधीच परत येणार नाहीत."

मला फार धक्का बसला. मला माहीत होते की तो खूप अडचणींना तोंड देत होता पण तो फर्म सोडेल असे कधीच वाटले नाही. आमची एवढी जवळची मैत्री होती की खरंतर त्याने मला हे स्वतः येऊन सांगायला पाहिजे होते. त्याने मला हॉस्पिटलमध्ये सुध्दा भेटू दिले नाही. जेव्हा जेव्हा मी हॉस्पिटलमध्ये गेलो तेव्हा त्याने तिथल्या नर्सेसना सांगून ठेवले होते की 'ते झोपले आहेत त्यांना आता भेटता येणार नाही.' असा निरोप मला सांगा. माझा फोन घ्यायचाही त्याने टाळला कदाचित त्याला त्याचे पूर्वायुष्य विसरायचे असेल आणि कुणी सांगितले कदाचित त्याला मला बघितल्यावर त्याचीच आठवण येत असेल. पण मला मात्र अतिशय वाईट वाटले.

या सगळ्या घटनांना तीन वर्षे उलटून गेली. मी शेवटचे त्याच्याबद्दल ऐकले की तो काही विशिष्ट हेतू मनात धरून भारतात गेला आहे. त्यांनी आमच्या पार्टनरला एव्हढेच सांगितले की त्याला अतिशय साधे आयुष्य जगायचे आहे. त्याला काही प्रश्नांची उत्तरे हवी आहेत आणि कदाचित ती उत्तरे त्याला भारतासारख्या गूढ देशात मिळतील, म्हणून तो भारतात

गेला आहे. त्याने त्याचा बंगला विकला. जेट विकले, त्याचे ते बेटावरचे घर विकले आणि त्याची फेरारीसुध्दा विकली. माझ्या मनात विचार आला की ज्युलियन मॅन्टल आता ''भारतीय योगी'' होणार. कायदा गूढ मार्गाने जातो हेच खरे.

ह्या तीन वर्षात मी जो जास्त काम करणारा तरुण वकील होतो तो हालचाल मंदावलेला मध्यमवयीन गृहस्थ झालो. जेनीशी माझे लग्न झाले, मुले झाली. कदाचित मुलांमुळे असेल पण मी थोडासा बदलत होतो. माझी जगाकडे बघण्याची दृष्टी बदलत चालली होती. माझे वडील नेहमी म्हणायचे ''जॉन तू जेव्हा मृत्युशय्येवर असशील तेव्हा तुला खचितच ऑफिसमध्ये नसावेसे वाटणार'' आणि मी घराकडे थोडेसे लक्ष द्यायला लागलो. मी आता नोकरीत आणि कौटुंबिक जीवनात चांगलाच स्थिरावलो होतो. रोटरी क्लबचा मेंबर झालो होतो. शनिवारी माझ्या अशिलांबरोबर गोल्फ खेळत होतो. पण मी जेव्हा जेव्हा एकटा विचार करत बसायचो त्यावेळी मला हमखास ज्युलियनची आठवण यायची. काय झाले असेल त्याचे? आम्ही अनपेक्षितरीत्या दुरावल्यानंतर तो मला कधी भेटलाच नाही.

कदाचित तो भारतात स्थिरावला असेल. भारत हा एक विविधतापूर्ण देश आहे. तिथे तरी त्याच्या अस्वस्थतेला शांतता मिळाली असेल का? तिथे तरी त्याने घर केले असेल का? कदाचित नेपाळच्या डोंगरदऱ्यांत भटकत असेल. एकमात्र होते की तो परत वकिली करायला लागला नव्हता. कोणालाही त्याचे साधे पोस्टकार्डसुध्दा आलेले नव्हते. त्याने स्वेच्छेने हा अज्ञातवास स्वीकारला होता.

त्यानंतर दोनच महिन्यांनी माझ्या काही प्रश्नांची उत्तरे मला मिळाली. माझ्या केबिनमध्ये मी माझ्या शेवटच्या अशिलाचे काम संपवून विसावलो होतो. अतिशय धावपळीच्या दिवसातले किचकट काम संपवून मी नुकताच विचार करत बसलो होतो. तेवढ्यात माझी कायदेविषयक अभ्यासातली अत्यंत हुशार मदतनीस जिनीव्ही माझ्या केबिनमध्ये डोकावली.

''जॉन तुम्हांला भेटायला एक गृहस्थ आले आहेत. ते म्हणताहेत की त्यांचे महत्त्वाचे काम आहे. ते तुम्हांला भेटल्याशिवाय जाणार नाहीत.''

''मी आता बाहेर चाललोय. मी काहीतरी खाईन आणि नंतर मला हॅमिल्टनची केस संपवायची आहे त्यावर मी आज काम करणार आहे. आज

मला कोणालाही भेटायला वेळ नाही. त्यांना सांग की मी आज भेटू शकणार नाही. बाकीच्या लोकांसारखी तारीख, वेळ ठरवून घ्या आणि मग या. ते जर ऐकत नसतील तर खुशाल सिक्युरिटीला बोलाव.''

''पण ते ऐकतच नाहीयेत. त्यांना 'नाही' हे उत्तर ऐकायचे नाही.''

क्षणभर मला वाटले की आपणच सिक्युरिटीला बोलवावे पण मग विचार केला खरंच कुणी गरजू असला तर म्हणून मी माघार घेतली.

''ठीक आहे पाठव त्यांना आत. कदाचित माझा काहीतरी धंदा होईल.''

माझ्या ऑफीसचा दरवाजा हळूहळू उघडायला लागला आणि जेव्हा पूर्णपणे उघडला तेव्हा दारात एक पस्तिशीचा हसतमुख तरुण उभा होता. तो उंच आणि हडकुळा होता. त्याच्यात शक्ती आणि अमर्याद उत्साह दिसत होता. त्याला पाहून मला माझ्या कायद्याच्या शाळेतल्या मुलांची आठवण आली. ही मुले अगदी चांगल्या कुटुंबातली, चांगल्या घरातली, उत्कृष्ट गाड्या असलेली आणि उत्तम मऊसूत त्वचा असलेली अशी होती. समोरच्या माणसात तारुण्य आणि उत्साह ओतप्रोत भरलेला होता आणि त्याही पेक्षा त्याच्या चेहऱ्यावर शांतता व दैवी शक्तीचा वास असल्यासारखा वाटत होता. त्याची भेदक नजर माझ्या अंतःकरणाचा ठाव घेत होती.

माझ्या मनात विचारचक्र सुरू झाले की हा एखादा सुप्रसिध्द वकील माझी जागा पटकावायला आलाय की काय? अरेच्या हा तिथेच का थांबलाय? का मागच्या आठवड्यात मी जी घटस्फोटाची एका बाईची केस जिंकली तिचा नवरा असेल बहुधा, आपण सिक्युरिटीला बोलवायला सांगितले ही काही फार मूर्खपणाची कल्पना नव्हती तर.

तो तरुण तिथे दारात तसाच माझ्याकडे पाहत हसत उभा राहिला. एखादा नामवंत गुरु आपल्या आवडत्या शिष्याकडे जसे पाहतो तसे बघत. जरा वेळाने त्या अस्वस्थ शांततेचा भंग करीत तो आपल्या कमावलेल्या अधिकारवाणीने म्हणाला,

''तुझ्याकडे भेटायला आलेल्या लोकांना तू असेच वागवतोस का जॉन? आणि ज्यांनी तुला कोर्टातले सगळे यशस्वी डावपेच शिकविले त्यांच्याशी असा वागतोस? मी माझ्या व्यवसायाचे गुपित तुला सांगायलाच नको होते.'' तो हसत म्हणाला.

माझ्या मेंदूत एक विचित्र संवेदना झाली, मी ताबडतोब तो मधाळ आवाज ओळखला. माझे हृदय जोरात धडधडायला लागले.

"ज्युलियन ! अरेच्या माझा विश्वास बसत नाहीये! खरंच तूच आहेस का?"

तो मोठ्याने दिलखुलास हसला आणि माझी खात्री पटली. माझ्या समोरचा माणूस दुसरा तिसरा कुणी नसून ज्युलियन मॅन्टलच होता. "एक भारतीय योगी" त्याच्यात झालेल्या रूपांतराबद्दल मी फारच आश्चर्यचकित झालो होतो. भुतासारखा दिसणारा सुरकुतलेला चेहरा, ते सारखं खोकणं, ते निस्तेज डोळे सर्व काही गायब झाले होते. वयस्कर दिसणारी रोगट शरीरयष्टी, आणि शिथिल हालचाली सर्व काही गेले होते. माझ्यासमोर जो माणूस उभा होता तो आरोग्याच्या सर्वोच्च बिंदूवर होता. तुकतुकीत तेजस्वी चेहरा, चकाकणारे भेदक डोळे, तारूण्यपूर्ण आणि उत्साहवर्धक शरीरयष्टी. या सर्वांपेक्षाही मला त्याच्या उपस्थितीने सर्व वातावरण एखाद्या दैवी शक्तीने भारल्यासारखे वाटत होते. तिथे बसल्या बसल्या त्याच्याकडे टक लावून पाहताना मला शांत, निवांत वाटत होते. माझ्यासमोर बसलेला माणूस आता एखाद्या ए-क्लास वकिली फर्मचा वरिष्ठ भागीदार नव्हता, तर माझ्यासमोर उभा होता एक ऊर्जा, उत्साह आणि तारूण्यांनी ओतप्रोत भरलेला एक हसरा, आदर्श अंर्तःबाह्य बदललेला माणूस.

प्रकरण तिसरे

ज्युलियन मॅन्टलचे अद्‌भुत रूपांतर

मी ज्युलियनमध्ये झालेल्या ह्या अचानक बदलामुळे फार आश्चर्यचकित झालो होतो.

माझ्या मनात हेच विचार होते की एखादा माणूस जो काही वर्षांपूर्वी एकदम थकलेला, मरगळलेला, वयस्कर दिसायचा तो माणूस कसा काय एकदम तरतरीत आणि चैतन्यपूर्ण दिसतोय? मी मूक अविश्वास दर्शवत होतो. त्याने तारुण्याच्या कारंज्यातून आलेले एखादे जादूई औषध तर प्यायले नाही? काय कारण असेल ह्या असामान्य बदलाचे?

ज्युलियनने सांगायला सुरुवात केली की ह्या स्पर्धात्मक जगामध्ये आणि त्याच्या वकिलीच्या व्यवसायात इतके चढउतार आले, इतक्या तणावपूर्ण केसेस आल्या की तो मानसिकरित्या आणि शारीरिकरित्या कोलमडला होता. हे धावपळीचे आयुष्य आणि कामाची कधीही न संपणारी मागणी ह्याने तो पुरता पोखरला होता. कामातला सगळा रस संपून गेला होता. तो फक्त यांत्रिकरित्या काम करायचा. त्याचा हृदयविकाराचा झटका हे एक वरवर दिसणारे लक्षण होते. कामाचा सतत दबाव आणि रोजची धकाधकीची जीवनशैली ह्याने तो पार मोडून गेला होता. जेव्हा डॉक्टरांनी सांगितले की वकिली करण्याचे सोडून द्या किंवा जगण्याची आशा सोडा तेव्हा तो मनाशी म्हणाला की आपल्या शरीरातल्या चैतन्याच्या ठिणगीला प्रज्वलित करण्याची सुवर्णसंधी हाती आली आहे. ही ठिणगी कधीचीच विझली होती. ह्या सुवर्णसंधीचा फायदा करून घ्यायचा कारण वकिली करण्यात आता काही आनंद उरला नव्हता.

ज्युलियन अगदी उत्साहात सांगत होता की तो ही सगळी ऐहिक सुखं सोडून भारतात गेला, ज्या भारतात जुन्या परंपरा आणि काहीतरी गूढ आणि दैवी वातावरण होते. तो तिथे खूप भटकला, एका छोट्या खेडेगावातून दुसऱ्या, कधी पायी, कधी बस, तर कधी रेल्वेने. तेथे तो नव्या चालीरीती शिकला. अमाप निसर्ग सौंदर्य अनुभवले. भारतीयांचे आदरातिथ्य अनुभवले. प्रेमळपणा अनुभवला. खरोखर ज्यांच्याकडे स्वतःचे असे फार थोडे होते

त्यांनी देखील खुल्या दिलाने ह्या परदेशी पाहुण्याचे स्वागत केले. जसजसा थोडा काळ मध्ये गेला तशी ज्युलियनची प्रकृती सुधारायला लागली. खुल्या वातावरणात, निसर्गाच्या सान्निध्यात त्याच्या शरीरात असे चैतन्य खेळायला लागले जे अगदी लहान असताना त्याने अनुभवले होते, त्याला हळूहळू शांत आणि आनंदी वाटायला लागले. त्याची नैसर्गिक उत्कंठा, कल्पकता आणि उत्साह हळूहळू परतायला लागला होता. जीवनातले हास्य परतत होते.

ज्युलियन जरी ह्या अनोख्या देशातला प्रत्येक क्षण आनंदात जगत होता पण अति श्रमाने थकलेल्या शरीर आणि मनाला विश्रांती हा एवढा ह्या प्रदीर्घ भारताच्या प्रवासाचा एकच हेतू नव्हता तर त्याने मला विश्वासात घेऊन सांगितले की त्याला स्वत्व शोधायचे होते. परिपूर्ण आणि अर्थपूर्ण आयुष्य जगायचे होते. त्याचे प्राधान्य त्याने जुन्या भारतीय चालीरीती आणि प्राचीन भारतातले चिरंतन सुख आणि परिपूर्ण आयुष्याचे तंत्र आत्मसात करण्यासाठी दिले होते.

''जॉन मी काही अतिशयोक्ती करत नाही पण तिथे गेल्यावर माझे अंतर्मन सांगायला लागले की मी एका दैवी आणि गूढत्वाच्या प्रवासाला चाललोय. माझ्यातले जे चैतन्य नाहीसे झाले होते ते मला प्राप्त होणार आहे. माझ्या दृष्टीने हा काळ मुक्त स्वातंत्र्याचा होता.''

जसजसा तो जास्त भटकला तसतसे त्याला कळले की काही भारतीय योगी शंभर वर्षापेक्षाही जास्त जगलेले आहेत. त्यांच्या वयापेक्षाही त्यांनी स्वतःचे आयुष्य अतिशय उत्साहात आणि तारुण्यात घालविले आहे. ज्युलियननी ह्या योग्यांबद्दल जेव्हा जास्त माहिती मिळवली तेव्हा त्याला समजले की त्यांनी स्वतःच्या मनावर कसा ताबा मिळवला होता. त्यांच्यात एक प्रकारची दैवी शक्ती एकवटली होती. मग ज्युलियननी ह्या योग्यांना भेटून हे तंत्र शिकून घ्यायचा ध्यासच घेतला. हे तंत्र आत्मसात करून आपल्या रोजच्या जीवनात ह्याचा उपयोग करायचे त्याने ठरविले.

त्याच्या सुरुवातीच्या प्रवासात तो अनेक योगी आणि महान गुरूंकडे राहिला. त्या लोकांनी सुध्दा ज्युलियनचे स्वागत मनमोकळेपणाने केले. त्यांच्याजवळचे अनमोल ज्ञानाचे भांडार ह्याच्यासाठी खुले केले. भारतातल्या प्राचीन मंदिराचे वैभव तिथली पवित्रता ह्या सर्वांचे वर्णन

ज्युलियनने करायचा प्रयत्न केला. ह्या मंदिरांच्या इमारती ज्ञानाच्या भांडाराजवळ एखाद्या इमानी व्दारपालासारख्या उभ्या होत्या. सभोवतालचा तो पवित्र परिसर पाहून ज्युलियनचे मन भरून आले.

मी पूर्वेकडच्या प्रवासाला जाण्याचे धाडस केले. तो काळ माझ्या दृष्टीने अगदी सुवर्णकाळच होता. मी हा असा थकलेला वयस्कर वकील, स्वतःचे सर्वस्व विकलेला, अगदी रेसच्या घोड्यापासून ते रोलेक्स घड्याळापर्यंत. जे काय थोडेफार मी बरोबर नेले होते ते सतत माझ्याजवळ एका पिशवीत होते.

''पण काय रे सगळे असे सोडून जाणे फार अवघड होते का?'' माझी उत्सुकता मी फार काळ ताणू शकलो नाही.

''उलट अतिशय सोपे होते ते. माझे सर्वस्व विकून, जगातली सर्व ऐहिक सुखं सोडून जाण्याचा माझा निर्णय साहजिकच होता. अॅल्बर्ट कॅमस एकदा म्हणाला होता. 'सर्व सुखांचा त्याग करण्यातच खरे दातृत्व आहे.' आणि मी हेच केले. माझ्या अंतर्मनाचेच मी ऐकले. मी जेव्हा माझ्या पूर्वायुष्याचे गाठोडे मागे सोडले त्याक्षणी आयुष्य अगदी साधे, सरळ आणि सोपे झाले. ज्याक्षणी मी मोठ्या सुखाच्या आणि आनंदाच्या मागे धावणे सोडले त्या क्षणी मी आयुष्यातली छोटी छोटी सुखं अनुभवायला लागलो. अगदी चांदण्या रात्रीत तासनूतास चांदण्यांकडे बघत बसण्यापासून ते उन्हाळ्याच्या दिवसात सकाळी सूर्यकिरणांमध्ये न्हाऊन निघण्यापर्यंत सर्व काही. भारतात ज्ञानाचे एव्हढे भांडार आहे की मागची आठवण मला फार क्वचित आली.

इतके सर्व काही शिकायला मिळाले तरी ज्युलियनची ज्ञान संपादन करण्याची भूक मात्र भागली नव्हती. त्याला हवे होते ते प्राचीन काळचे परिपूर्ण आयुष्याचे तंत्र आणि मंत्र काही त्याला सापडले नव्हते. भारतात येऊन त्याला सात महिने झाले तेव्हा त्याला वाटले की खऱ्या अर्थाने पहिल्यांदाच आपले ध्येय पूर्ण करायला दिशा मिळाली आहे.

हिमालयाच्या पायथ्याशी वसलेल्या काश्मीरच्या खोऱ्यात तो जेव्हा पोहोचला तेव्हा त्याला योगी कृष्णन नावाचे एक गुरू भेटले. योगी कृष्णन आपल्या केशरहित तुळतुळीत डोक्यावरून हात फिरवीत त्याला हसत सांगत की आपल्या पूर्वजन्मात आपणही वकील होतो. नवी दिल्लीसारख्या

गजबजलेल्या शहरात अतिशय धावपळीचे जीवन जगल्यावर त्यांनी सुध्दा एके दिवशी सर्व विकून ह्या मंदिराची व्यवस्था सांभाळायचे काम घेतले आणि ते तिथेच राहिले आणि एवढेच नाही तर योगी कृष्णन असेही म्हणाले की त्यांना त्यांच्या जीवनाचा हेतू सापडला आहे. स्वत्व सापडले आहे.

''माझ्या रोजच्या जीवनातल्या त्याच त्याचपणाला मी कंटाळून गेलो होतो. माझ्या आयुष्याचे ध्येय दुसऱ्याला मदत करायची, दुसऱ्यांना काहीतरी देण्यासाठी जगायचे हे मला समजले. जे प्रार्थनेला येतात त्यांना मी जमेल तितके शिकवतो आणि त्यांना शक्य होईल तितकी मदत करतो. ह्या प्रकारचे जीवन खडतर आहे पण परिपूर्ण आहे. मी काही फार मोठा धर्मगुरू नाही पण मी एक असा माणूस आहे की ज्याला जीवनाचा अर्थ सापडलाय.''

ज्युलियननी सुध्दा स्वतःची संपूर्ण हकिकत त्यांना सांगितली. एकेकाळी त्याला पैशाची कशी भूक होती, कामाचा ध्यास होता. त्याच्या अंतःकरणाची व्दिधा मनःस्थिती, ती संकटे, तो हृदयविकाराचा झटका, त्याची अनियमित आणि असंतुलित जीवनशैली वगैरे सर्व काही सविस्तर सांगितले.

''मी अगदी ह्याच मार्गावरून गेलो आहे. मलाही असेच अनुभव आले.'' योगी कृष्णन म्हणाले ''प्रत्येक गोष्ट जी घडत असते ती काही कारणास्तव घडत असते. प्रत्येक अपयश, मग ते वैयक्तिक असू दे, व्यावसायिक असू दे, किंवा आध्यात्मिक असू दे, आपल्याला धडा शिकवत असते, म्हणून अपयशांनी खचून न जाता त्यातून आपण काय शिकलो हे बघायचे असते, त्याने आपली वैयक्तिक सुधारणा होते. भूतकाळाबद्दल कधीही खंत करू नकोस. अपयश हा एक चांगला शिक्षक आहे असे समजून त्याला सामोरा जा.''

हे ऐकल्यावर ज्युलियन अतिशय हर्षभरित झाला. इतके वर्ष तो ज्यांच्या शोधात होता ते योगी कृष्णन हेच त्याचे गुरू असावेत, मार्गदर्शक असावेत असे त्याला वाटले. ह्या पूर्वाश्रमीच्या वकिलाने उत्तम रितीने जगण्याचा आध्यात्मिक मार्ग शोधला होता, जो त्याला संतुलित, आनंदी आणि प्रकाशमय जीवनाचे रहस्य शिकवेल.

''मला तुमची मदत पाहिजे कृष्णन, मला स्वतःला एक अर्थपूर्ण,

परिपूर्ण जीवन जगायचे आहे. ते कसे जगता येईल? काय करता येईल?''

''मी तुला मदत करू शकलो असतो तर मी स्वतःला धन्य समजलो असतो.'' कृष्णन म्हणाले. ''पण मी तुला एक सुचवतो.''

''चालेल सांगा.''

''मी इथे काही वर्षांपासून ह्या मंदिरात राहत आहे. इथे जे लोक येतात त्यांच्याकडून मी असे ऐकले आहे की हिमालयाच्या अगदी वरच्या टोकाकडे काही योगी राहतात. त्यांनी आपल्या आयुष्याची शिदोरी फक्त शारीरिकरित्याच नाहीतर मानसिकरित्या सुध्दा वाढवण्यासाठी काही तंत्रं आत्मसात केली आहेत. त्यांची काही अमूल्य अशी तत्त्वे आहेत. ती ते रोज आचरणात आणतात. ह्या योग्यांचा शरीरावर, मनावर, आणि मेंदूवरही ताबा असतो.''

ज्युलियन एकदम सतर्क झाला. त्याला जे हवे होते ते हेच तर होते. ''हे योगी नक्की कुठे राहतात?''

''हे कोणालाच माहीत नाही. त्यांचा शोध घेण्याइतकी ताकद आता माझ्यात नाही. मी खूप म्हातारा आहे. पण मी तुला एक सांगतो पुष्कळजणांनी त्यांचा शोध घ्यायचा प्रयत्न केला पण ते सगळे अयशस्वी झाले. हिमालयाच्या वरच्या भागात चढून जाणे अतिशय अवघड आहे आणि अतिशय धोक्याचे आहे. अगदी गिर्यारोहकांनी आणि अनुभवी माणसांनीसुध्दा निसर्गाच्या ह्या रौद्र रूपासमोर हात टेकलेत, पण तू जा. त्यांना तू शोधून काढू शकलास तर तुझ्या हातात दीर्घायुष्याची आणि परिपूर्णतेची गुरुकिल्ली किंवा सुवर्णकिल्ली आली म्हणन समज. ह्या गोष्टी मी तुला शिकवायला असमर्थ आहे. त्यांच्याकडे ह्या ज्ञानाचे फार मोठे भांडार आहे.''

ज्युलियन सहजासहजी हार मानणारा नव्हता. योगी कृष्णनना त्यांनी परत विचारले, ''पण तुम्हांला ते नक्की कोणत्या जागी राहतात ते खरेच माहीत नाही?''

''मी फक्त एवढेच सांगू शकतो की ह्या गावातले लोक त्यांना 'शिवानाचे महान योगी' म्हणतात. पौराणिक काळी 'शिवाना' ह्याचा अर्थ 'आनंदाचे भांडार' असा होता. ह्या योग्यांकडे दैवी शक्ती आहे. मला यापेक्षा जास्त माहिती नाही. असती तर मी तुला नक्कीच सांगितली असती. मला

खरंच काही माहिती नाही.''

दुसऱ्या दिवशी पृथ्वीवरच्या सूर्यकिरणांच्या पहिल्या प्रवेशाबरोबर शिवाना ह्या जागेच्या शोधात ज्युलियन हिमालय चढायला लागला. पहिले त्याने विचार केला की ह्या डोंगरावर चढायला एखाद्या शेरपा गाइडला बरोबर घ्यावे. पण त्याने तो विचार सोडून दिला. त्याच्या अंतर्मनाने त्याला सांगितले की हा प्रवास तुझा एकट्याचा आहे, तू एकट्यानेच करायचा आहेस आणि आयुष्यात पहिल्यांदा त्याने चिकित्सा न करता आपल्या अंतर्मनावर विश्वास ठेवला. त्याला सारखे वाटत होते आपण ह्या हाती घेतलेल्या कामात यशस्वी होणार आणि मग तो उत्साहाने चढायला लागला.

पहिले काही दिवस ती चढण अतिशय सोपी होती. कधी कधी तो तिथल्या रहिवाशांबरोबर चढायचा. हे रहिवासी एखादे शिल्प करण्यासाठी योग्य लाकडाच्या तुकड्याच्या शोधात येत असत. कधीकधी तो एकटाच आपण कुठे होतो, काय होतो, आणि काय करायला चाललो आहोत याचा विचार करत चढायचा.

खूप वरती चढल्यावर खालचे छोटे गाव अगदी ठिपक्यासारखे दिसायला लागले. उंच हिमालयाची शुभ्र शिखरे पाहून त्याच्या हृदयातली धडधड वाढली. श्वास रोखून तो ते दृश्य पाहत होता. त्याला एकदम हिमालयाशी खूप जवळीक असल्यासारखे वाटू लागले. अगदी जसा काही आपला जुना मित्रच आपल्याला भेटायला आला आहे. वरती गेल्यावर तिथल्या शुध्द हवेमुळे त्याला एकदम ताजेतवाने वाटायला लागले. पूर्ण जगाचा प्रवास त्याने खूपदा केला होता. त्याला वाटले की त्याने जगातले सर्व काही पाहिले आहे, पण इतके सुंदर नैसर्गिक दृश्य त्याने कुठेच पाहिले नव्हते. त्याला त्या क्षणी एकदम आनंदी, उत्साही आणि मुक्त वाटायला लागले. मानवी वस्तीच्या इतक्या वरती आल्यावर ज्युलियनला सामान्य कोशातून बाहेर पडून असामान्यांच्या प्रांतात आल्यासारखे वाटले.

''मला एकदम माझ्या मनात चाललेल्या विचारांची खळबळ जाणवली.'' ज्युलियन म्हणाला. ''शेवटी आयुष्य म्हणजे तरी काय, आपण घेतलेल्या निर्णयावरून नियती आपला एकएक पत्ता उघडत असते. मला खात्री होती की मी अगदी योग्य निर्णय घेतला आहे. माझे आयुष्य परत तसेच राहणार नाही. अगदी वेगळं काहीतरी, काहीतरी खास अनाकलनीय,

सुंदर असे माझ्या बाबतीत घडणार आहे. एक आश्चर्यचकित करणारी जागृतावस्था होती ती.''

ज्युलियन जसजसा त्या भव्य हिमालयाची छोटी छोटी शिखरे पालथी घालायला लागला तसतसा तो शिवानातल्या योग्यांना भेटण्यास जास्त उत्सुक झाला. ''ती उत्सुकता, एखादी आव्हानात्मक केस दुसऱ्या दिवशी चालणार म्हटल्यावर प्रसिध्दी माध्यमाचे लोक कोर्टरूमपर्यंत माझा पाठलाग करतात तेव्हा जशी असते तशी होती. मी जरी कुठलाही गाइड किंवा नकाशा घेतला नसला तरी असे वाटत होते की माझा मार्ग मला अतिशय स्पष्ट दिसतोय. माझ्या अंतिम टप्प्यावर जाण्यासाठी माझे अंतर्मन मला सारखे मार्गदर्शन करीत आहे असे वाटत होते. मला थांबावेसे वाटले तरी मी थांबत नव्हतो'' ज्युलियन अगदी उत्साहात सांगत होता.

ज्युलियन दोन दिवस त्या शिवाना नावाच्या छोट्या गावाच्या शोधात भटकत होता आणि ते ठिकाण मिळावे म्हणून प्रार्थना करत होता. त्या काळात त्याचे विचारचक्र ही धावत होते. ज्युलियनला आता पूर्वीसारखी थकावट आणि तणाव जाणवत नव्हता तरी आपण ह्या जागी आपले उर्वरित आयुष्य घालवू शकू किंवा नाही ह्याची खात्री नव्हती. तिथे होते अमाप सृष्टिसौंदर्य पण पूर्वीसारखे बुध्दीला चालना देणारे त्याच्या वकिली पेशासारखे काहीच काम नव्हते. पण लगेचच त्याला आठवायचे त्याचे जुने ऑफीस, त्याचा तो सुंदर बंगला, ते बेटावरचे दुसरे घर जे त्याने अगदी नगण्य किमतीत विकले. त्याच्या जुन्या मित्रांना घेऊन तो चांगल्या रेस्टॉरंट मध्ये जायचा. एक बटण हळुवारपणे दाबायचा अवकाश की त्याची फेरारी गाडी एक मोठा धमाका करीत जिवंत व्हायची.

जेव्हा तो डोंगराच्या आणखीन वरच्या भागात पोहोचला तेव्हा त्याच्या मनातल्या भूतकाळातल्या विचारांना खंड पडला कारण समोरची दृश्येच इतकी मनोरम होती. निसर्गाच्या ह्या किमयेचे व देणगीचे कौतुक करत असतानाच त्याला आश्चर्यचकित करणारे काहीतरी जाणवले.

डोळ्याच्या कोपऱ्यातून त्याला दूरवर एक आकृती त्याच्यापुढे झपाझप चालताना दिसली. त्या व्यक्तीने विचित्र प्रकारचा एक तांबड्या रंगाचा पायघोळ झगा घातला होता. त्याचे डोके आणि मान एका निळ्या रंगाच्या टोपीमुळे झाकली होती. ज्युलियनला आश्चर्य वाटले, इतक्या

एकांतात काही मनुष्यवस्ती असेल असे त्याला वाटले नव्हते. त्या जागी पोहोचायला त्याला सात दिवस कठोर परिश्रम करावे लागले आणि त्याचे अंतिम टप्प्यातले 'शिवाना' हे गाव कुठे आहे हे ही त्याला माहिती नव्हते. ज्युलियनने त्याला हाक मारली.

एकदा, दोनदा मोठ्याने. पण मागे वळूनही न पाहता तो आणखी जोराने चालायला लागला. थोड्या वेळाने तो चक्क पळायला लागला. त्याचा तांबडा झगा हवेत फडफडत होता.

"मित्रा, कृपया शिवाना नावाची जागा शोधायला मला मदत कर" ज्युलियन जोरात म्हणाला, "मी गेले सात दिवस इथे भटकतोय. अतिशय थोड्या अन्नपाण्यावर जगतोय. मला वाटते आहे की मी आता मरून जाईन."

ती व्यक्ती ताबडतोब थांबली. ज्युलियन लांब लांब टांगा टाकीत त्याच्यापाशी पोहोचला. तोपर्यंत ती व्यक्ती शांतपणे उभी होती. ज्युलियनला त्याच्या विचित्र टोपीमुळे त्याचा चेहरा दिसत नव्हता. पण त्याच्या हातातल्या त्या वस्तूकडे बघून ज्युलियन आश्चर्यचकित झाला. त्या व्यक्तीच्या हातात एक फुलांची परडी होती. त्या लहानशा परडीमध्ये ज्युलियननी कधीही पाहिली नसतील अशी सुंदर, नाजूक आणि सुवासिक फुले होती. ज्युलियनचे लक्ष फुलांकडे जाताच त्या व्यक्तीने ती परडी हातात गच्च धरून जवळ घेतली. त्याच्या चेहऱ्यावर त्या फुलांबद्दल प्रेम आणि ह्या परदेशी पाहुण्यावरचा अविश्वास स्पष्ट दिसत होता.

ज्युलियनने त्या व्यक्तीकडे उत्सुकतेने निरखून पाहिले. एकदम सूर्यकिरणांची तिरीप आली आणि त्याचा चेहरा आणखीनच स्पष्ट दिसायला लागला. ज्युलियनने असा माणूस कधीच पाहिला नव्हता. तो साधारण ज्युलियनच्याच वयाचा होता. परंतु त्याचा चेहरा रेखीव होता. ज्युलियन एकदम मोहित आणि आकर्षित झाल्यासारखा त्याच्याकडे बघतच राहिला. सगळ्यात जास्त त्याचे डोळे लक्ष वेधून घेत होते. त्याचे डोळे अतिशय भेदक होते.ज्युलियनला असे वाटले की ह्याची नजर आपल्याला भेदून आरपार जाते आहे. ज्युलियन जास्त वेळ त्याच्या नजरेला नजर देऊ शकला नाही. त्याची त्वचासुध्दा मऊसूत, चमकदार होती, पण शरीरयष्टी भक्कम होती. त्याच्या हाताकडे बघून मात्र ज्युलियनला खात्री पटली की हा काही

फार तरुण नाही. पण तरी ही त्याचे व्यक्तिमत्त्व इतके उठावदार होते की ज्युलियन संमोहित झाल्यासारखा त्याच्याकडे पाहतच राहिला एखाद्या लहान मुलांनी जादूगाराकडे त्याचा पहिला कार्यक्रम झाल्यावर पाहत राहावे तसे.

ज्युलियनने मनात विचार केला की हा कदाचित शिवानातल्या त्या महान योग्यांपैकीच एक असावा आणि ज्युलियन मनातल्या मनात स्वतःच्या शोधावर आनंदून गेला.

‘‘माझे नाव ज्युलियन मॅन्टल आहे. मी शिवानाच्या योगी महाराजांकडून काही शिकण्यास आलो आहे. तुम्ही सांगू शकाल का मला ते कुठे भेटतील ते?’’ ज्युलियनने विचारले.

तो माणूस विचारपूर्वक ह्या पाहुण्याकडे बघत राहिला. त्याच्या चेहऱ्यावरची निर्भयता आणि शांतता पाहून ज्युलियनला एखाद्या देवदूताचीच आठवण येत होती.

त्या माणसाने मृदूस्वरात उत्तर दिले ‘‘त्या योगींना तुम्हांला कशासाठी भेटायचे आहे? त्यांच्याकडून काय शिकायचे आहे?’’

ज्युलियनची आता खात्री पटत चालली होती की हाच शिवानातला योगी असला पाहिजे. त्याने त्या व्यक्तीला सर्व काही सांगितले. ह्या प्रवासाचे प्रयोजन सुध्दा सांगितले. अगदी पहिल्यापासून त्याने वकिलीत कसे यश मिळविले, कीर्ती, पैसा सर्व काही मिळवले. मग तो कसा आतून पोखरत गेला. आजारी पडला, सर्वस्व विकून इकडे आला. त्याची जीवनशैली कशी धकाधकीची ‘तणावपूर्ण आयुष्य जगा आणि तरुणपणी मरा’ अशी होती. योगी कृष्णन जे पूर्वी नवी दिल्लीला वकील होते त्यांच्याबद्दलही सांगितले आणि तो स्वत्वाचा शोध घेण्यासाठी, अर्थपूर्ण आयुष्य जगण्यासाठी, परिपूर्णतेसाठी आणि चिरंतन सुखासाठी इथे आला आहे हेही सांगितले.

ती व्यक्ती शांत चित्ताने हे सर्व ऐकत होती. इतके सांगितल्यावर आनंदात मग्न असण्याचे आणि मनावर ताबा मिळवण्याचे प्राचीन तंत्र शिकण्यासाठी तो इथे आला आहे ही त्याची मनाची इच्छा बोलून दाखवल्यावर तो ज्युलियनच्या खांद्यावर हात ठेवून म्हणाला ‘‘जर तुला खरोखरच मनापासून हे तंत्र आणि मंत्र शिकायचे असतील तर ते तुला शिकवणे हे माझे कर्तव्य आहे. मी खरोखरीच शिवानामधल्या त्या योग्यांपैकी एक आहे, ज्यांच्या शोधात तू इथपर्यंत आला आहेस. कित्येक वर्षानंतर

कित्येक अयशस्वी लोकांपैकी तू पहिला आहेस ज्यांनी आम्हांला शोधून काढले आहे. मला खरोखरीच तुझ्या जिद्दीचे आणि चिकाटीचे कौतुक वाटते. तू खरोखर एक चांगला वकील असला पाहिजेस'' त्याने सांगितले.

थोड्या वेळ थांबून तो म्हणाला, ''तुझी इच्छा असल्यास तू माझ्याबरोबर ये आणि माझ्या मंदिरात, जे इथून बरेच लांब आहे, तिथे माझा पाहुणा म्हणून राहा. अजून काही तास तुला चालावे लागेल. तिथे माझे बंधू आणि बहिणी आहेत. ते सर्वजण तुझे स्वागतच करतील. आम्ही सर्व मिळून आम्हांला जी तंत्र माहीत आहेत ती तुला शिकवू. आम्हांला हे ज्ञान आमच्या पूर्वजांकडून मिळाले आहे.''

''पण आमच्या एकांतवासाच्या जगात मी तुला नेण्यापूर्वी आणि आम्ही आमची सारी गुपिते आणि ज्ञानाचे भांडार उघडण्यापूर्वी मला तुझ्याकडून एक वचन हवे आहे. जेव्हा तू हे सर्व शिकशील तेव्हा तू तुझ्या देशात जा आणि तिथे तुमच्या लोकांना हे शिकव. आम्ही जरी एकांतवासात इथे असलो तरीही तिथे काय चालले आहे हे आम्हांला माहिती आहे. तुम्ही लोक तिथे कसे जगत आहात, किती तणावपूर्ण वातावरणात आणि व्दिधा मनःस्थितीत जगत आहात हे आम्हांला माहिती आहे. तू तिथे जाऊन त्यांना हा आशेचा किरण दाखव. हे तत्त्वज्ञान त्यांना आचरणात कसे आणायचे ते सांग. एव्हढेच माझे मागणे आहे.''

ज्युलियनने त्वरित वचन दिले की हे ज्ञान तो पश्चिमेकडील लोकांना द्यायला तयार आहे. जेव्हा ते दोघे पुढच्या प्रवासाला लागले तेव्हा सूर्यास्त होत होता. असे वाटत होते की एखादा आगीचा गोळाच दिवसभराच्या कामाने थकून झोपी गेलेला आहे. ज्युलियनने मला सांगितले की तो क्षण तो कधीही विसरणार नाही. ह्या भारतीय योग्याबरोबर चालताना त्याला असे वाटत होते की आपला एक भाऊच आपल्याबरोबर चालला आहे जो आपल्याला आपण जे इच्छिले ते सर्व काही शिकवणार आहे.

''तो खचितच माझ्या आयुष्यातला सर्वात महत्त्वाचा क्षण होता. ज्युलियनने मला परत तेच सांगितले. आयुष्यात जे काही थोडेसे महत्त्वाचे क्षण येतात त्यातील हा एक होता आणि हा क्षण त्याचे आयुष्य बदलणारा होता.''

प्रकरण चौथे

शिवानातल्या योग्यांशी भेट

डोंगरातून खूप वळणे पार केल्यावर, झाडाझुडपातून वाट काढल्यानंतर, कित्येक तास चालल्यानंतर ते दोन प्रवासी एका सुंदर हिरव्यागार दरीपाशी येऊन पोहोचले. दरीच्या एका बाजूला उंच आकाशाला भिडलेले बर्फाच्छादित डोंगर एखाद्या कुशल योद्ध्याप्रमाणे पहारा देत उभे होते आणि दुसऱ्या बाजूला सूचीपर्ण झाडांचे घनदाट जंगल होते. ती दरी एखाद्या निसर्गरम्य काल्पनिक चित्रासारखी दिसत होती.

''शिवानाच्या निर्वाणात तुझे स्वागत असो'' योगी हसत म्हणाले.

ते दोघेजण दरी उतरू लागले. सुचीपर्णांचा आणि चंदनाचा संमिश्र वास त्या थंड वातावरणात मिसळला होता. पाय दुखतात म्हणून ज्युलियनने त्याचे बूट काढून ठेवले होते. त्याच्या अनवाणी तळव्यांना थंडगार शेवाळ्याचा ओलसर स्पर्श होत होता. सगळीकडे भडक रंगाची ऑर्कीडची फुले झाडांवर डोलत होती. त्या वातावरणात अगदी स्वर्गात आल्यासारखा भास होत होता.

ज्युलियनला दुरून हळुवार मृदू स्वरातले लोकांच्या बोलण्याचे आवाज येत होते तो त्या व्यक्तीच्या मागोमाग न बोलता चालत होता. पंधरावीस मिनिटे चालल्यावर ते दोघे एका मोकळ्या मैदानावर आले. ज्युलियनसारख्या जग फिरलेल्या माणसालाही तिथले ते वातावरण मोहून टाकत होते. ते एक छोटेसे गाव होते. सगळीकडे गुलाबाचीच झाडे होती. मध्यभागी एक छोटेसे मंदिर होते. मंदिराची धाटणी साधारणतः नेपाळ किंवा थायलंडमधल्या मंदिरासारखी होती. मंदिर निरनिराळ्या रंगाच्या फुलांनी सजविले होते. फुलांना काड्यांनी आणि दोऱ्यांनी बांधले होते. मंदिराच्या अवतीभवती छोट्या छोट्या झोपड्या होत्या. त्या बहुतेक सर्व योग्यांच्या होत्या. त्या झोपड्यासध्दा गुलाबाच्या फुलांनी सजवल्या होत्या. ते दृश्य पाहून ज्युलियन अंतर्मुख झाला.

तिथल्या लोकांच्या बोलण्यातून ज्युलियनला कळले की आपल्या बरोबर आलेल्या योग्याचे नाव ''योगी रामन'' आहे. ते सर्वात मोठे योगी

असून शिवानाच्या योग्यांचे प्रमुख आहेत. ह्या गावातले सर्व रहिवासी आश्चर्यजनकरित्या तरुण दिसत होते. त्या जागेचा आदर राखावा म्हणून की काय ते सर्वजण शांतपणे न बोलता आपापली कामे करत होते.

दहा, बारा जणांनी योगी रामनसारखेच तांबड्या रंगाचे झगे घातले होते. त्या सर्वांनी ज्युलियनकडे पाहून स्मितहास्य केले. प्रत्येकजण अगदी शांत आणि समाधानी वाटत होता. जसे काही ताणतणाव वगैरे गोष्टींचे त्या गावात स्वागतच होत नव्हते, म्हणूनच की काय जिथे त्यांचे स्वागत होते त्या आधुनिक जगात त्या गेलेल्या होत्या. खरंतर त्या गावात वर्षानुवर्षांत एकही नवीन चेहरा त्यांच्या पाहण्यात आला नव्हता पण तरीही ते सर्वजण ज्युलियन इतक्या लांबून त्यांना भेटायला आला म्हणून अगदी संयतपणे झुकून त्याचे स्वागत करत होते.

त्या गावातल्या स्त्रियासुध्दा अतिशय मोहक होत्या. गुलाबी रेशमी साडी नेसून आपल्या काळ्याभोर केसांमध्ये कमळाची फुले खोवून त्या गावात अगदी उत्साहात फिरायच्या. सर्वजणी कामात कायम गुंतलेल्या असायच्या. मंदिरात सणावारासाठी तयारी करणे, गालिच्यांवर, चादरींवर कशिदा काढणे किंवा नक्षीकाम या सारख्या कामात त्या गुंतलेल्या असायच्या. त्यांच्यातली प्रत्येकजण अगदी आनंदी दिसत होती.

तिथले लोक जरी वयाने मोठे व वयस्कर असले तरी प्रत्येक जण खूप बालिश दिसायचा. प्रत्येकाची नजरसुध्दा खूप चमकदार दिसायची. कोणाच्याही चेहऱ्यावर सुरकुत्या नव्हत्या. केस पांढरे नव्हते आणि कुणीही म्हातारे दिसत नव्हते.

ज्युलियन जे अनुभवत होता त्याच्यावर त्याचा विश्वास बसत नव्हता. ज्युलियनला गेल्याबरोबर काही ताज्या फळभाज्या आणि ताज्या फळांची मेजवानी दिली गेली. ह्या प्रकारच्या खाण्याविषयी त्याने नंतर ऐकले की या योगींच्या उत्तम प्रकृतीचे रहस्य ताजी फळे आणि कच्च्या भाज्या खाणे हे ही एक होते. जेवण झाल्यावर योगी रामनने ज्युलियनला त्याच्या झोपडीत सोडले. ती झोपडीसुध्दा अशीच फुलांनी सजवलेली होती. त्यामध्ये एक पलंग आणि एक वही ठेवली होती. काही दिवसांसाठी तरी ज्युलियनचे हेच घर होते.

ज्युलियनने कधीही हे शिवाना गाव पाहिले नव्हते तरीही थोड्याच

वेळात त्याला असे वाटू लागले की आपण आपल्या घरीच आहोत. जसे काही आपण पूर्वी इथेच राहत होतो फक्त वकिलीची प्रॅक्टिस करायला दुसऱ्या देशात गेलो होतो आणि आता परत आपल्या घरी आलो आहोत. ह्या जागी त्याने स्वतःमधले चैतन्य जागृत करायचे ठरवले, जे तो वकिली करत असताना त्याच्यापासून दुरावले होते. ही एक अशी पवित्र जागा होती की त्याच्यातली ही उणीव हळूहळू भरून यायला लागली होती. ज्युलियनचे शिवानातले आयुष्य सुरू झाले. अगदी साधे, सोपे, निर्भय आणि शांत जीवन. उत्तमातले उत्तम तर अजून यायचे होते!

प्रकरण पाचवे

योग्यांचा आध्यात्मिक शिष्य

"मोठी स्वप्न बघणाऱ्यांचे स्वप्न कधीच नुसते साकार होत नाही, तर ते स्वप्नांच्या पलीकडे जाते."

- अल्फ्रेड लॉर्ड व्हाईटहेड

आता आठ वाजून गेले होते. मला दुसऱ्या दिवशीच्या माझ्या केसची तयारी करायची होती. पण ज्युलियनमध्ये हे चमत्कारिक रूपांतर कसे झाले, त्या योगींनी त्याचे आयुष्य कसे काय बदलवले हा रोमांचक अनुभव ऐकायला मी फार उत्सुक झालो होतो. खरोखरच अद्भुत होते हे ार्व. मला प्रश्न पडला होता की ज्युलियन जे हिमालयात जाऊन शिवाना ह्या गावी शिकला ते माझेही आयुष्य बदलू शकेल का? जसजसे मी ज्युलियनचे बोलणे ऐकत होतो तसतसे मला अधिक जाणवत होते की माझे स्वतःचे आयुष्यसुध्दा असेच गंजून गेले आहे. मी जेव्हा तरुण होतो तेव्हा प्रत्येक गोष्ट मी अगदी प्रेमाने आणि उत्साहाने करायचो. कुठे गेला तो माझा त्यावेळचा उत्साह? त्यावेळी छोट्या छोट्या गोष्टी करताना सुध्दा फार आनंद व्हायचा. कदाचित हीच वेळ असेल मी स्वतःला बदलायची.

ज्युलियनच्या ह्या प्रदीर्घ प्रवासाबद्दलची माझी उत्कंठा जाणवून, माझी उत्सुकता जास्त न ताणता ज्युलियनने सुरुवात केली. त्याने सांगितले की त्याची ज्ञान मिळविण्याची इच्छा आणि कोर्टातले डावपेच लढवताना मिळवलेली तल्लख बुध्दीमत्ता यामुळे तो शिवानात थोड्याच काळात सर्वांचा लाडका झाला. तो शिवानातला एक सन्माननीय व्यक्ती म्हणून ओळखला जाऊ लागला. शिवानातले लोक त्याला आपल्यातील एक महत्त्वाची व्यक्ती समजू लागले. ज्युलियन स्वतःच आपल्या शरीरावर, मनावर ताबा कसा मिळवायचा हे सर्व शिकायला अतिशय उत्सुक असल्यामुळे त्याने क्षणन् क्षण योगी रामनच्या संगतीत घालवला. योगी रामनचे वय ज्युलियनपेक्षा थोडेसेच जास्ती होते तरी गुरूपेक्षाही वडीलकीच्या नात्याने ते वागत होते. योगी रामन यांच्यामध्ये त्यांच्या अनेक जन्मांचे ज्ञान एकत्रित झाले आहे

असे वाटत होते आणि हे ज्ञान ते स्वखुशीने ज्युलियनला द्यायला तयार झाले होते.

अगदी पहाटे पहाटे योगीरामन स्वतः आपल्या ह्या उत्साही विद्यार्थ्याबरोबर बसून त्याला जीवन म्हणजे काय, ते अर्थपूर्ण करण्यासाठी काय करायचे ह्याबद्दल शिकवीत. त्यांनी ज्युलियनला दीर्घायुषी कसे व्हायचे, तारुण्य कसे टिकवायचे, आणि आनंदी कसे राहायचे हे शिकवले. आपल्या मनावर ताबा कसा मिळवायचा आणि आपले जीवनातले ध्येय कसे गाठायचे हे ज्युलियन हळूहळू शिकत होता. हळूहळू दिवस जात होते, दिवसांचे आठवडे होत होते व आठवड्यांचे महिने आणि ज्युलियनला हे कळू लागले की आपल्या मनाची जी अमर्याद क्षमता आहे ती आपण जागृत केली तर काही तरी निर्मिती क्षमता आपल्यात उत्पन्न होईल. कधी गुरू आणि शिष्य दोघेही उगवत्या आणि तळपत्या सूर्याकडे एकटक बघत बसत, तर कधी दोघेही एका ठिकाणी ध्यान लावून शांतपणे बसत किंवा सूचीपर्णांच्या जंगलात लांबवर फिरायला जात आणि फिरत फिरत जीवनातल्या तत्त्वज्ञानावर चर्चा करीत आणि एकमेकांच्या सहवासाचा लाभ घेत.

ज्युलियन सांगत होता की तिथे गेल्यानंतर पहिल्या तीन आठवड्यात त्याला स्वतःमध्ये झालेल्या बदलाची जाणीव व्हायला लागली. छोट्या छोट्या गोष्टीतले सौंदर्य त्याला दिसायला लागले. मग ते चांदण्या रात्रीतले सौंदर्य असो किंवा पाऊस पडून गेल्यावर कोळ्याचे जाळे असो ते किती सुंदर दिसते ते ही जाणवले. त्याने हे ही सांगितले की ही नवीन जीवनशैली आणि नव्या सवयी आत्मसात केल्यामुळे त्याच्या अंतर्मनावर त्याचा परिणाम जाणवला. एक महिना भर ही नवी जीवनशैली आत्मसात केल्यावर त्याला मनःशांती मिळू लागली जी त्याच्या देशात त्याच्यापासून दुरावली होती. प्रत्येक दिवसागणिक तो जास्त उत्साही, आनंदी आणि सृजनशील होत होता.

ह्या शारीरिक बदलामुळे आणि आध्यात्मिक सामर्थ्यामुळे त्याच्या वृत्तीतही फरक पडू लागला. त्याची एकेकाळची स्थूल आणि आजारी शरीरयष्टी जाऊन तो थोडासा बारीक आणि निरोगी दिसायला लागला. त्याला असे वाटायला लागले की तो काहीही करू शकतो. कोणासारखेही होऊ शकतो. आपल्या मनाची अमर्याद क्षमता अजमावून पाहू शकतो. प्रत्येक गोष्टीत तो रस घेऊ लागला. खरोखरीच ह्या प्राचीन तंत्र आणि

मंत्रामुळे ज्युलियनमध्ये चमत्कारीकरित्या बदल घडायला लागले.

थोड्यावेळ थांबून ज्युलियन म्हणाला, ''जॉन तुला माहिती आहे? मला एक महत्त्वाची गोष्ट कळली आहे. आपले बाहेरचे जग आणि स्वतःचे आतले जग ही दोन्ही अतिशय वेगळी आहेत. जोपर्यंत तुमच्या आतल्या जगात तुम्ही यश मिळवत नाही, तोपर्यंत तुमच्या बाहेरच्या जगातील यशाचे त्याला काहीच वाटत नाही. सुखात लोळणे आणि सुखात असणे ह्यात खूप फरक आहे. जेव्हा मी वकिली करत होतो तेव्हा काही लोकांचे हे आतले जग आणि बाहेरचे जग मला फार हास्यास्पद वाटायचे पण आता मी आपल्या शरीराची, मनाची, आत्मशक्तीची काळजी घेणे किती गरजेचे आहे हे शिकलो. तुम्ही जर स्वतःची काळजी घेतली नाहीत तर तुम्ही दुसऱ्यांची काळजी कशी घ्याल? जर तुम्हांला स्वतःला बरे वाटत नसेल तर तुम्ही दुसऱ्यांना कसे बरे करू शकाल? जर मी स्वतःवर प्रेम करू शकलो तरच मी दुसऱ्यावर प्रेम करू शकेन ना?''

ज्युलियन एकदम सतर्क आणि अस्वस्थ झाला. ''मी माझे मन दुसऱ्याजवळ कधीच मोकळे केले नव्हते त्याबद्दल मला माफ कर. पण माझ्या भावना तुला सांगाव्यात म्हणून मी इथे आलो. मी तिथे डोंगरदऱ्यांत जे अनुभवले, जागृतावस्थेचे सामर्थ्य मला कळले व ते दुसऱ्यांनाही कळावे म्हणून मी तुला सांगितले. त्याबद्दल मी तुझी क्षमा मागतो'' ज्युलियन म्हणाला.

आता उशीर झाला आहे ह्याची जाणीव झाल्यामुळे ज्युलियनने मला सांगितले की त्याला आता निघायला पाहिजे.

''ज्युलियन मी तुला असा जाऊ देणार नाही. तू जे ज्ञान हिमालयात जाऊन मिळवले आहेस ते ऐकण्यासाठी मी फारच उत्सुक झालो आहे आणि तू सुध्दा तुझ्या गुरूंना वचन दिले आहेस की हे तंत्र तू पश्चिमेस आपल्या देशात पसरवशील म्हणून! मला असा अंधारात ठेवून जाऊ नकोस, तुला माहीत आहे मित्रा की मी किती उतावळा आहे ते ?''

''मी परत येईन माझ्या मित्रा. तुला तर माहीत आहे, की मी एखादी गोष्ट सांगायला सुरुवात केली की थांबू शकत नाही. पण तुलाही तुझी कामे करायची आहेत आणि मलाही काही कामे संपवायची आहेत.''

''पण मला एक सांग की ह्या जीवनपध्दती तू शिकला आहेस

त्या माझ्याही उपयोगी पडतील का ?''

''जेव्हा विद्यार्थी ज्ञानार्जनासाठी तयार असतो तेव्हा गुरू प्रकट होतो'' ज्युलियनने त्वरित उत्तर दिले. ''तू आणि आपले सर्व सहकारी यांनी हे ज्ञान, हे तंत्र शिकलेच पाहिजे. आपल्यातल्या प्रत्येकाने हे शिकले पाहिजे. प्रत्येकाला त्याचा फायदा होईल. मी हे ज्ञान तुला देईन, धीर धर! उद्या रात्री मी तुला पुन्हा भेटीन, पण तुझ्या घरी. त्यावेळी तुला जे हवे ते सर्व काही सांगेन. चालेल?''

''ठीक आहे. हे ज्ञान न मिळवता मी जर इतकी वर्षे काढू शकलो, तर आणखीन चोवीस तासात काहीही होणार नाही.'' मी निराशेने म्हणालो.

आणि ह्या बरोबर तो महान वकील आणि ज्ञानी निघून गेला. माझ्या मनात मात्र असंख्य प्रश्न अनुत्तरित राहिले.

मी जेव्हा माझ्या ऑफीसमध्ये शांतपणे विचार करत बसलो तेव्हा माझ्या मनात आले की हे जग किती छोटे आहे. जे ज्ञान मी अजून मिळवलेच नाही त्याबद्दल विचार करत राहिलो. जो उत्साह, जी शक्ती मी तरुण असताना माझ्यात होती ती माझ्यात परत येईल का? मला आवडेल सर्व काही शिकायला. कदाचित मी सुध्दा वकिली सोडून देईन. कदाचित माझ्यातही अशी जागृतावस्था येईल. ह्या विचारातच मी ऑफीसचे दिवे, पंखे बंद केले आणि उन्हाळ्यातल्या त्या रात्री बाहेर पडलो.

प्रकरण सहावे

वैयक्तिक बदलाचे चातुर्य

''जगण्याची कला मी जाणतो. माझ्या कामाची कला हेच माझे जगणे आहे.''

- सुझुकी

शब्द दिल्याप्रमाणे दुसऱ्या दिवशी संध्याकाळी ज्युलियन आला. बरोब्बर सव्वासात वाजता दारावर चार वेळेला त्याने अधीरतेने टकटक केलेली मी ऐकली. ज्युलियन आत आला. तो कालच्यापेक्षा आज एकदम वेगळा दिसत होता. कालच्या सारखाच तेजस्वी, निरोगी आणि शांत दिसत होता फक्त त्याने जो पेहराव केला होता त्याने मी एकदम बेचैन झालो.

त्याच्या उंच आकृतीवर त्याने लाल रंगाचा झगा घातला होता आणि जरी ती जुलै महिन्याची रात्र होती आणि हवामान उष्ण आणि दमट होते तरीही डोक्यावरती त्याने निळ्या रंगाची नक्षीकाम केलेली टोपी घातली होती.

''शुभेच्छा'' त्याने मला अभिवादन केले.

''इतक्या आश्चर्याने माझ्याकडे पाहू नकोस जॉन, तुला काय वाटले मी 'आरमानी सूट' घालून येईन?''

आम्ही दोघेही खूप हसलो. अगदी पोट दुखेपर्यंत हसलो. खरोखरच ज्युलियनचा तिरकस विनोदी स्वभाव आहे तसाच आहे.

मग आम्ही दोघेही आमच्या अस्ताव्यस्त बैठकीच्या खोलीत आरामशीर बसलो. बसल्यावर माझे लक्ष ज्युलियनच्या गळ्यात लटकणाऱ्या जपाच्या माळेकडे गेले.

''कुठली माळ आहे ती ? अतिशय सुंदर आहे.''

''माळेबद्दल नंतर!'' माळेतल्या मण्यांना तर्जनीने सरकवत ज्युलियन म्हणाला ''आपल्याला खूप बोलायचे आहे.''

''खरंच आपण आता सुरुवात करू या. आज माझे काही काम झालेच नाही. मला आपल्या आजच्या भेटीबद्दल फार उत्कंठा लागली

होती.''

ज्युलियनने सांगायला सुरुवात केली. त्याच्यात कसा बदल होत गेला आणि किती सोप्या तऱ्हेने होत गेला. मनावर ताबा कसा मिळवायचा, काळजी जी आपले सर्वस्व भक्षण करते ती मनातून कशी पुसून टाकायची, हे तंत्र तो शिकला, त्याबद्दल त्याने सांगितले. योगीरामन बद्दल आणि दुसऱ्या योग्यांबद्दल, त्यांच्या ज्ञानाबद्दल, उद्दिष्टपूर्ण आयुष्याबद्दल त्याने सर्व काही सांगितले. प्रत्येकाने आवर्जून आचरणात आणावी अशी ही सगळी तंत्रं मालिका पध्दतीत गोवली आहेत.

ज्युलियन जरी मनापासून स्पष्ट शब्दात सांगत असला तरी माझ्या मनात एक शंका आली. मी एखाद्यावेळेस ह्याच्या मस्करीला तर बळी पडत नाही. कारण हा हॉवर्डमध्ये शिकलेला वकील एकेकाळी सगळ्यांची टर उडवण्यात आणि मस्करी करण्यात खूप प्रसिध्द होता. त्याचा स्वतःचा अनुभवही एखाद्या परीकथेसारखा होता. विचार करा की एक सुप्रसिध्द वकील आपले सर्वस्व विकून हिमालयाच्या प्रदीर्घ प्रवासाला जातो काय आणि एक ज्ञानी योगी म्हणून परत येतो काय, हे काही खरे नसेल.

''ज्युलियन, माझी मस्करी करणे सोड. मला तुझी ही सगळी हकिकत एखाद्या कपोलकल्पित कहाणी सारखी वाटते आहे आणि मी पैजेवर सांगतो हा झगासुध्दा तू माझ्या कार्यालयाच्या समोरच्या दुकानातून भाड्याने घेतला आहेस'' मी घाबरत घाबरत मनातले बोलून गेलो.

माझा यावर विश्वास बसणार नाही हे त्याला अपेक्षितच होते. तो त्वरित म्हणाला, ''तू तुझी बाजू कोर्टात कशी सिध्द करतोस?''

''मी अगदी सज्जड पुरावाच दाखवतो.''

''बरोबर. मी तुला दाखविलेला हा पुरावा बघ. माझ्या नितळ आणि सुरकुत्यारहीत चेहऱ्याकडे बघ. माझ्या शरीरयष्टीकडे बघ. माझ्यातली अमर्याद शक्ती आणि उत्साह तुला दिसत नाहीये का? माझ्या चेहऱ्यावरचे शांत भाव तुला दिसत नाहीत? मी बदललोय हे तर तू बघतोच आहेस.''

त्याच्या ह्या बोलण्यात मात्र तथ्य होते. हाच माणूस तीन वर्षांपूर्वी सत्तरीचा दिसायचा.

''तू प्लॅस्टिक सर्जनकडे तर गेला नव्हतास?''

''नाही'' त्याने हसतच उत्तर दिले. ''अरे ते फक्त माझे बाह्य

रूप बदलतील. मला आतून बदलायची गरज होती. माझी जी पूर्वीची जीवनशैली होती तीच ह्या सर्वाला कारणीभूत होती. त्या हृदयविकाराच्या झटक्यापेक्षाही कितीतरी जास्त मी भोगलेय. मी आतूनच कोलमडून गेलो होतो.''

''पण तुझी ही हकिकत मला एखाद्या गूढ कपोलकल्पित कहाणीसारखी वाटते.''

ज्युलियन शांत राहिला. त्याने माझ्या कपात चहा ओतायला सुरुवात केली. कप भरेपर्यंत तो चहा ओतत राहिला. पण कप भरून चहा बशीत सांडायला लागला, तरीही तो ओततच होता. नंतर तर बशीसुध्दा भरून वाहायला लागली. माझ्या बायकोने आणलेल्या पर्शियन गालिच्यावर चहा सांडायला लागला तरीही तो ओततच राहिला. मी पाहतच राहिलो. मग मात्र मला राहवले नाही.

मी एकदम जोरात रागाने त्याला म्हणालो. ''तू काय करतोस ज्युलियन. माझा कप भरून वाहतोय. आता तू कितीही प्रयत्न केलास तरी एक थेंबही त्या कपात मावणार नाही.''

ज्युलियनने माझ्याकडे शांतपणे बघितले. ''माझे हे वागणे चुकीच्या अर्थाने घेऊ नकोस जॉन. तुझ्या भावनांचा मी आदर करतो. पण ह्या कपासारखाच तू पण तुझ्या कल्पना आणि समजुती यांनी भरून वाहत आहेस आणि तू तुझा कप रिकामा केल्याशिवाय नवीन विचार, नवीन कल्पना तुझ्या डोक्यात जातीलच कशा?''

मला त्याच्या बोलण्यातले सत्य पटले. माझ्या इतक्या वर्षांच्या कायद्याच्या अभ्यासात मी हेच तर करत होतो. तेच लोक, तेच विचार, तीच पध्दत वगैरेंनी माझा कप काठोकाठ भरला होता. माझी बायको जेनीसुध्दा हेच म्हणायची, ''जॉन आपण नवीन लोकांशी मैत्री केली पाहिजे. नवीन काहीतरी केले पाहिजे. जॉन तू जास्त धाडसी असायला पाहिजे होते.''

कायदेविषयक पुस्तक सोडून मी कित्येक वर्षात नवीन काही वाचल्याचे मला आठवत नव्हते. माझे जीवन म्हणजे माझी वकिलीच झाले होते. ह्या जगात माझी कल्पकता नाहीशी झाली होती. दूरदृष्टी कमी झाली होती.

''तुझे म्हणणे अगदी योग्य आहे. पुष्कळ वर्षांच्या वकिली

पेशामुळे मी संशयी बनलो होतो. आपल्या वकिली पेशात काहींचे विचार जरी पटत असले तरी आपण केस लढवतच राहतो. विरोध करतच राहतो. तसेच हे आहे. मी कबूल करतो की खरंतर काल तुला पाहिल्यापासूनच तुझ्यातल्या बदलाची मला जाणीव झाली होती. ह्यात मलाही शिकण्यासारखे भरपूर काही आहे असे मला वाटतही होते पण दिसत असले तरी मन विश्वास ठेवायला तयार नव्हते.''

''जॉन तुझ्या नवीन आयुष्याचा हा पहिला दिवस आहे म्हणून मी तुला सांगतो की ह्या ज्ञानावर, तत्त्वावर संपूर्ण विश्वास ठेवून ही पध्दत एक महिनाभर सातत्याने आचरणात आण. हजारो वर्षापूर्वीची ही तत्त्व आहेत. ही हजारो वर्ष टिकली कारण ती परिणाम साधतात.''

''पण एक महिना फार जास्त होतो.''

''सहाशे बहात्तर तास ही पध्दत अमलात आणायला फार जास्त नाहीत. संपूर्ण आयुष्य सुधारायचे हे उत्तम भांडवल आहे. हा काही फार महाग सौदा नाही. स्वतःसाठी गुंतवलेले हे उत्तम भांडवल आहे. त्याच्या बदल्यात तुझे आयुष्य तर सुधारेलच पण तुझ्याबरोबर तुझ्या सहवासातल्या इतरांचेही आयुष्य सुधारेल.''

''हे कसे काय?''

''जेव्हा तू स्वतःवर प्रेम करायला शिकशील तेव्हा तू इतरांवर प्रेम करायला लागशील. जेव्हा तू स्वतःचे मन इतरांजवळ मोकळे करशील तेव्हाच तू इतरांच्या हृदयाचा ठाव घेऊ शकशील.''

''ह्या सहाशे बहात्तर तासांमध्ये माझ्यात काय बदल होतील?'' मी प्रामाणिकपणे विचारले.

''तुझ्या कामात, तुझ्या वागण्यात आणि तुझ्या शरीरात झालेला बदल तुला जाणवेल आणि तुझे तुलाच आश्चर्य वाटेल. पूर्वी कधीही वाटला नव्हता एवढा जास्त उत्साह वाटेल. मनःशांती वाटेल. लोक तुला सांगायला लागतील की तू जास्त उत्साही, आनंदी आणि तरुण दिसायला लागला आहेस, हा आहे शिवानाच्या लोकांची जीवनशैली आत्मसात करण्याचा परिणाम.''

'' अरे वा! खरंच?''

'' हे सगळे नुसतेच वरवरचे नसून आज तू जे ऐकणार आहेस

त्याने तुझे नुसते व्यावसायिक आयुष्यच नाहीतर वैयक्तिक आयुष्यही सुधारेल. ही जी तत्त्वे आहेत ती पाच हजार वर्षांपूर्वी जेव्हढी ताजी होती तेव्हढीच आजही आहेत. ह्यांनी नुसते तुझे आतले जग सुधारणार नांही तर बाह्य जगातही फरक पडेल. हे प्रयोग अतिशय साधे, सरळ आणि व्यवहारात आणता येतील असे आहेत. हे प्रयोग कोणालाही उपयुक्त ठरतील असे आहेत पण मी हे सर्व ज्ञान तुला देण्यापूर्वी मला तुझ्याकडून एक वचन हवे आहे.''

मला वाटलेच होते तिथे काहीतरी पाणी मुरते आहे म्हणून, माझी आई नेहमी म्हणायची, ''कोणीही कधी फुकट जेवायला घालत नसतो.''

''एकदा तू हे सर्व शिकलास व त्याचा नाट्यमय परिणाम तुला जाणवला की हे सर्व इतर लोकांपर्यंत पोहचवायचेस म्हणजे इतरांना सुध्दा त्याचा फायदा होईल. हे एव्हढेच मी तुझ्याकडे मागितले आहे. यामुळे मी योगी रामनना जे वचन दिले आहे, त्याची पूर्तता काही प्रमाणात होईल.''

मी ताबडतोब वचन दिले. शिवाना नावाच्या गावी ज्युलियन जे शिकला ते खूप वेगवेगळे प्रकार होते पण त्यामध्ये सर्वात महत्त्वाची सात मूलतत्त्वे होती. ज्यामध्ये आपला आपल्या मनावर ताबा असणे, स्वतःच्या व्यक्तिमत्त्वाचा विकास आणि आनंदात मग्न कसे राहावे याचा समावेश होता.

शिवानामध्ये काही महिने काढल्यानंतर योगी रामनने ही सात तत्त्वे त्याला शिकवली होती. एका शांत रात्री सर्वजण गाढ झोपेत असताना योगी रामननी त्याच्या झोपडीचा दरवाजा वाजवला. योगी रामन आत आले आणि म्हणाले, ''मी तुला पुष्कळ दिवसांपासून बघतो आहे. तू एक सभ्य माणूस आहेस व जगात जे जे काय चांगले आहे ते तुझ्या जीवनात असावे अशी तुझी इच्छा असते. हे ज्ञान मिळवण्याची तुझी जिज्ञासा खरी आहे. तू आमच्या बरोबर राहिलास, आमच्या रोजच्या सवयी आत्मसात केल्यास, त्याचा परिणामही तुला चांगला जाणवला. आमच्या जीवनशैलीचा तू आदर केलास. आमचे लोक ही जीवनपध्दती कित्येक वर्षे चालवत आहेत. पण ती फार थोड्या लोकांना माहीत आहे. आज रात्री तुझ्या इथल्या वास्तव्याच्या तिसऱ्या महिन्यात तुला त्या सर्व पध्दती मी सांगेन. तुझ्या फायद्यासाठी आणि इतरांच्या फायद्यासाठी. मी जसा रोज तुझ्याबरोबर चर्चा करत बसतो तसा माझ्या मुलाबरोबर मी बसत होतो. पण दुर्दैवाने तो काही

वर्षापूर्वीच वारला. त्याचा इथला जीवनप्रवास संपला. मी त्याच्याबरोबर त्याच्या सहवासात घालविलेली काही वर्षे मला अत्यंत सुखदायक वाटली. मी आता तुला माझा मुलगा समजून ही दीक्षा देत आहे.''

मी ज्युलियनकडे पाहिले तर तो डोळे मिटून शांत बसला होता. जसे काही तो परीकथेतल्या शिवाना ह्या गावी पोहोचला होता.

''योगी रामननी मला सांगितले की तुमचे आयुष्य परिपूर्ण, समृध्द करू शकणारी सात मूलतत्त्वे एका अद्भुत दंतकथेत सामावली आहेत ही दंतकथा ह्या सगळ्याचे सार आहे.'' नंतर त्याने मला डोळे बंद करायला सांगितले आणि बंद डोळ्यासमोर एक चित्र उभे करायला सांगितले.''

''अशी कल्पना कर की तू एका अतिशय सुंदर, हिरव्यागार बागेत बसला आहेस, ह्या बागेत अत्यंत दुर्मीळ तू कधी आयुष्यात पाहिली नसशील अशी सुंदर फुले आहेत. सभोवतालचे वातावरण अतिशय शांत आहे. तुला ह्या बागेत फिरायला भरपूर वेळ आहे. जेव्हा तू ह्या बागेत आजूबाजूला पाहतोस तेव्हा तुला दिसते की ह्या जादूई बागेच्या मध्यभागी एक सहामजली बंगला आहे जो दिव्यांच्या रोशणाईने झगमगत आहे अगदी एखाद्या ''दीपस्तंभ किंवा दीपगृहा सारखा''. अचानक ह्या बंगल्याचा दरवाजा खूप करकर आवाज करीत उघडतो आणि त्यातून एक नऊ फूट उंच, नऊशे पाउंड वजनाचा जपानी सुमो बाहेर येतो आणि बागेत इकडे तिकडे फिरायला लागतो. हा जपानी सुमो नग्न आहे आणि त्याने आपल्या कमरे भोवती गुलाबी रंगाची तार गुंडाळली आहे.

जेव्हा तो इकडे तिकडे फिरतो तेव्हा त्याला एक चकाकणारे सोन्याचे घड्याळ दिसते जे कोणीतरी तिथे खूप वर्षांपूर्वी विसरलेले आहे ते तो हातात घालतो आणि जोराचा आवाज येऊन तो खाली पडतो आणि बेशुध्द होतो. आपल्याला असे वाटते की तो आता शेवटचा श्वास घेईल. कदाचित त्या बागेतल्या पिवळ्या गुलाबाच्या फुलाच्या सुवासाने असेल, पण त्याला जाग येते. एकदम तो स्फूर्ती आल्यासारखा उठून उडी मारून उभा राहतो आणि इकडे तिकडे पाहतो. एका ठिकाणी त्याला झाडांच्यामधून एक अरुंद लांब रस्ता पार बागेच्या टोकापर्यंत गेलेला दिसतो. तो रस्ता चमकत्या रत्नांनी भरलेला असतो. त्या सुमोचे अंतर्मन त्याला सांगते की या रस्त्यावरून तू जा ! तो जातो. तो रस्ता त्याला चिरंतन सुख, आनंद

आणि मनःशांती देतो."

ही दंतकथा हिमालयाच्या शिखरावर शिवाना नावाच्या गावी बसून एका ज्ञानी योगिराजांकडून ऐकल्यानंतर ज्युलियनची मला सांगितले की त्याची खूप निराशा झाली. खरोखर त्याला असे वाटले होते की आपल्याला काहीतरी अद्‌भुतरम्य कथा ऐकायला मिळणार आहे किंवा पृथ्वी दुभंगून जाईल असे, काहीतरी रोमांचक, अतर्क्य, किंवा जे ऐकून आपल्या डोळ्यात पाणी येईल किंवा जे ऐकल्यावर आपण ताबडतोब ते कृतीत आणायला निघणार आहोत. पण ऐकायला मिळाली ही वायफळ सुमोची आणि बंगल्याची परीकथा.

योगी रामननी त्याची निराशा जाणली. "ह्या गोष्टीच्या साधेपणात जी शक्ती आहे त्याकडे दुर्लक्ष करू नकोस."

ही गोष्ट तू अपेक्षिल्याप्रमाणे रोमहर्षक, अद्‌भुतरम्य नसेलही कदाचित पण ह्या गोष्टीत एक त्रिकालाबाधित सत्य दडलेले आहे. जेव्हापासून तू इथे आला आहेस तेव्हापासून मी हाच विचार करतोय की आमचे हे ज्ञान तुझ्यापर्यंत कसे पोहोचवायचे. सर्वात आधी मला वाटले होते की तुला रोज थोडी थोडी भाषणे द्यायची, प्रवचने ऐकायला लावायची पण ही जुनी पध्दत तुझ्याबाबतीत सोयीस्कर नव्हती. कारण तू जात्याच अतिशय हुशार, बुध्दिमान वकील आहेस. तुला ही पध्दत पटली नसती. दररोज थोडेथोडे शिकवले. तरीही संपूर्ण ज्ञान द्यायला ही पध्दत चुकीची होती म्हणून मी ठरवले की शिवानातली ही जीवनशैली तुला ह्या सात मूलतत्त्वामध्ये ह्या दंतकथेतून सांगायची."

योगीरामन म्हणाले, "पहिल्यांदा तुला ही गोष्ट अतिशय बालिश वाटेल. पण मी खात्री देतो की ह्या दंतकथेचा प्रत्येक घटक हे एक अमूल्य तत्त्व आहे आणि अर्थपूर्ण आहे. ती बाग, तो बंगला, तो सुमो पैलवान, ती गुलाबी तार, ते घड्याळ, ते गुलाब आणि तो रत्नांनी भरलेला मार्ग जो त्याला चिरंतन सुख, आनंद आणि मनःशांती देतो. ही सर्व सुखी जीवनाची प्रतीके आहेत. मी तुला खात्री देतो की जर तू ही गोष्ट नीट लक्षात ठेवलीस तर तुझे आयुष्यच बदलून जाईल. ही माहिती तू तुझ्या सहवासातल्या लोकांना सांग. ही तत्त्वे रोजच्या जीवनात आचरणात आण. तुझे आयुष्य शारीरिकरित्या, मानसिकरित्या आणि भावनिकरित्या बदलेल.

तू ही गोष्ट कृपया आपल्या मनावर बिंबव, हृदयात ठेव, लक्षात ठेव!"

"आणि जॉन मी ती गोष्ट लक्षात ठेवली. कार्ल जंगनी एकदा म्हटले होते की, 'जेव्हा तुम्ही तुमच्या मनात डोकावाल तेव्हा तुमची दृष्टी स्वच्छ होईल. जे लोक बाहेर बघतात ते स्वप्न बघतात, जे मनात बघतात ते जागृत होतात' त्या रात्री मी शारीरिक, मानसिक पोषणासाठी माझ्या मनात डोकावून पाहिले. मी मनाच्या कोपऱ्यातली गुपिते उघडून पाहिली. मी आता ते सर्व ज्ञान तुला सांगेन.

प्रकरण सातवे

अद्‌भुतरम्य बाग

"पुष्कळसे लोक त्यांच्या शारीरिक, बौध्दिक आणि नैतिक क्षमतेच्या एका मर्यादित वर्तुळात राहतात. खरंतर आपल्या प्रत्येकात एखाद्या महासागराइतकी क्षमता आहे. जी आपण स्वप्नातही पाहत नाही."

- *विलीयम जेम्स*

"त्या दंतकथेमध्ये जी बाग आहे ती आपल्या मनाचे प्रतीक आहे" ज्युलियन म्हणाला "जर तुम्ही स्वतःच्या मनाची एखाद्या सुपीक आणि चांगल्या बागेसारखी काळजी घेतलीत तर तुमच्या अपेक्षेपेक्षाही ती जास्त बहरेल. पण जर त्याच्यात नको असलेले गवत किंवा जंगली झाडेझुडपे उगवली तर तुमची मनःशांती तुम्हांला सोडून जाईल."

"जॉन मी तुला एक अगदी साधा प्रश्न विचारतो. तुझ्या घराच्या मागे तुम्ही जी बाग लावली आहे ज्याबद्दल तू मला नेहमी सांगायचास त्या बागेत मी विषारी रसायन टाकले तर तुला निश्चितच राग येईल हो की नाही?"

"अर्थातच !"

"चांगल्या बागांचे मालक आपली बाग एखाद्या देशाभिमानी योद्ध्याने जपावे तशी जपतात. कुठल्याही हानिकारक किंवा नुकसानकारक वस्तूंना आत प्रवेश करू देत नाहीत. तरीही काही लोक त्यांच्या मनाच्या बागेत किती विषारी रसायने टाकतात ते बघ. भूतकाळात जे होऊन गेले त्याबद्दलची खंत, भविष्यकाळात काय होईल ह्याची चिंता, स्वतः निर्माण केलेली भीती ह्या सगळ्यांमुळे मनाच्या बागेचे किती नुकसान होते. शिवानाच्या लोकांच्या भाषेत, जी हजारो वर्षांपासून आहे, 'चिंता' ह्या शब्दाचा अर्थ 'प्रेतक्रिया विधी' असाही होतो. योगी रामन म्हणाले, हा योगायोग नाही. खरोखरच चिंता ही मनाच्या शक्तीची हानी करते आणि आपल्या अंतरात्म्याला जखमी करते."

"जर तुम्हांला चिरंतन सुख आणि अर्थपूर्ण आयुष्य जगायचे असेल तर तुम्ही बागेच्या दरवाजाजवळच राखण केली पाहिजे. चांगल्या ज्ञानालाच आतमध्ये शिरकाव करू द्या. तुम्ही तुमच्या मनामध्ये एकही नकारात्मक विचार आणू नका. ह्या जगातली जी मोठी तत्त्वज्ञानी आणि विचारवंत माणसे आहेत ती वरवर पाहता तुझ्या माझ्यासारखीच आहेत. प्रत्येकाचा देह त्याच हाडामासांनी बनलेला असतो. पण जो माणूस नुसत्या जगण्यापलीकडे काहीतरी जास्त करतो, जो आपल्यातल्या क्षमतेला उत्तेजन देतो आणि सामान्यांपेक्षा काहीतरी वेगळे पण चांगले करतो, तोच माणूस मोठा होतो. सगळ्यात महत्त्वाची गोष्ट म्हणजे असे लोक त्यांच्या मनात सकारात्मक विचारांनाच थारा देतात."

ज्युलियन सांगत होता "शिवानाच्या योग्यांनी मला सांगितले की एका सर्वसाधारण माणसाच्या मनात एका दिवसात सरासरी साठ हजार विचार येतात आणि आश्चर्य म्हणजे त्यापैकीच पंच्याण्णव टक्के विचार हे तेचतेच असतात किंवा कालचेच असतात."

"हे तू खरं सांगतोयस?" मी विचारले.

"हो. हाच तर ह्या विचारांचा जुलूम आहे. एखादा माणूस तेच तेच आणि ते ही नकारात्मक विचार, दिवसाला इतक्या वेळा करतो की त्याला मानसिकरित्या वाईट विचार करण्याची सवयच जडते. भूतकाळात जखडण्यापेक्षा आपल्या आयुष्यातल्या चांगल्या घटनांवर लक्ष केंद्रित करावे. त्याच गोष्टी अजून चांगल्या प्रकारे कशा करता येतील ह्याकडे लक्ष द्यावे. त्या जुन्या इतिहासजमा झालेल्या गोष्टी उकरून काढू नयेत. काही लोक भूतकाळातल्या आपल्या तुटलेल्या मैत्रीविषयी चिंता करतात, आर्थिक परिस्थिती विषयी चिंता करतात. काही लोक आपले बालपण सुखात गेले नाही म्हणून खंत करतात. काही लोक छोट्या छोट्या गोष्टींची काळजी करतात. त्या साध्या कारकुनाने माझा अपमान केला किंवा तो माझा मित्र आहे, सहकारी आहे तरी त्याने माझ्याबद्दल असा शेरा मारला. अशा पध्दतीने जे काम करतात ते काळज्यांना आपले आयुष्य कुरतडू देतात. ही माणसे आपल्या शारीरिक आणि बौध्दिक क्षमतेचा मार्ग रोखतात, ह्या माणसांना हे कळतच नाही की मनःस्वास्थ हा जीवनाचा केंद्रबिंदू आहे."

"आपल्या मनात विचार हे सवयींप्रमाणे येतात" ज्युलियन संभाषण

चालू ठेवत म्हणाला "पुष्कळ माणसांना मनाचे सामर्थ्य किती अमर्याद आहे हे माहीतच नाही. आपण ज्यांना अगदी विचारवंत म्हणतो ते सुध्दा त्यांच्या मानसिक क्षमतेच्या एक शंभरांश इतका भागच वापरतात. शिवानातल्या योग्यांनी रोजच्या प्रयत्नांनी मनाची क्षमता शोधण्याचा प्रयत्न केला आहे आणि त्याचे परिणाम फार आश्चर्यकारक आहेत. योगी रामननी रोजच्या प्रयत्नांनी मनावर एवढा ताबा मिळवला आहे की त्यांच्या हृदयाच्या ठोक्याची गती ते स्वतःच्या इच्छेप्रमाणे हळू करू शकतात. त्यांनी स्वतःच्या शरीरावर एवढे नियंत्रण ठेवले आहे की काही आठवडे सुध्दा ते न झोपता राहू शकतात. असे काहीतरी करायला शिकणे हे तुझे ध्येय असावे असे मी म्हणत नाही. पण मनाची शक्ती ही निसर्गदत्त देणगी आहे त्याचा योग्य वापर झाला पाहिजे."

"मनाची शक्ती उघड करण्याचे काही प्रयोग असतील तर ते सांग" मी ज्युलियनला सांगितले. "हृदयाचे ठोके कमी केले तर मला कॉकटेलची एक फेरी करावी लागेल" मी खट्याळपणे म्हटले.

"त्याची काळजी तू करू नकोस. मी तुला प्रत्यक्ष करण्यासारख्या काही गोष्टी आहेत त्या सांगतो. त्या तू नंतर प्रयत्न करून बघ म्हणजे तुला प्राचीन तत्त्वाचे सामर्थ्य कळेल. तुला हे माहीत आहे की मेंदूवर ताबा ठेवण्यासाठी त्यावर नियंत्रण करावे लागते. आपल्या सर्वांची शारीरिक रचना सारखीच असते. फक्त जे खरोखरच महान असतात ते ह्या शारीरिक घडणीच्या कच्च्या मालाला खूप धार करतात. शुध्द करतात. जेव्हा तुम्ही अंतर्मनात डोकावून पाहाल, त्यात बदल करण्यासाठी स्वतःला झोकून द्याल तेव्हा तुमच्यात सामान्य ते असामान्य व्यक्ती असा बदल घडेल."

माझा हा गुरू बोलताना जास्त प्रभावित झाला होता. मनाची आणि अंतर्मनाची ही जादू सांगतांना त्याचे डोळे चमकत होते.

"जॉन तुला माहीत आहे का, की जेव्हा सर्व उपाय थकतात, तेव्हा एकच उपाय शिल्लक राहतो ज्याचे सर्वांवर प्रभुत्व असते."

"हो, आपली मुले" मी हसून प्रामाणिकपणे उत्तर दिले.

"नाही, आपले मन, आपले अंतर्मन. आपण आपले वातावरण किंवा हवेत बदल करू शकत नाही, किंवा आपण वाहतुकीवर नियंत्रण करू शकत नाही. आपण आपल्या सभोवतालच्या लोकांचा मानसिक कल

किंवा त्यांच्या मनःस्थितीवर नियंत्रण करू शकत नाही. पण आपण ह्या गोष्टींकडे बघण्याचा आपला दृष्टिकोन बदलू शकतो. आपल्यात ही गोष्ट शक्य करण्याइतके सामर्थ्य आहे. कारण आपण माणूस आहोत. पूर्वेकडील देशात ज्ञानी लोकांनी एक अतिशय साधा आणि सोपा मार्ग शोधला आहे'' ज्युलियन नंतर क्षणभर थांबला.

''तो कोणता?''

''जगात पूर्ण सत्य काहीच नसते. तसेच पूर्ण चूकही काहीच नसते. माझा एखादा कट्टर शत्रू हा तुझा अगदी जवळचा मित्र असू शकतो. आपण ज्याला एखादी दुर्घटना म्हणतो ती एखाद्या वेळेला दुसऱ्याला अमर्याद संधी उपलब्ध करून देणारी घटना ठरते. फक्त ती घटना बघण्याचा आशावादी माणसाचा दृष्टिकोन वेगळा असतो आणि दयनीय परिस्थितीतल्या एखाद्या निराशावादी माणसाचा वेगळा असतो.''

''पण ज्युलियन एखादी दुर्घटना ही दुर्घटनाच असते ती दुसरे काही कशी असू शकते?''

''आता ह्याच गोष्टीचे उदाहरण घे. मी जेव्हा कलकत्त्यात फिरत होतो तेव्हा मी एका शिक्षिकेला भेटलो 'मलिका चांद' तिचे नाव. तिला तिचा शिक्षकी पेशा फार आवडायचा. ती आपल्या पेशावर मनापासून प्रेम करायची. मुलांना तर ती स्वतःच्या मुलासारखे शिकवायची. ती गरजू व्यक्तींना खूप मदत करायची. समाजात तिची प्रतिमा अतिशय चांगली होती. 'तुमच्या बुध्दयांकापेक्षा तुम्ही काय करू शकता हे महत्त्वाचे आहे' असे तिचे ध्येयवाक्य होते. पण एका रात्री दुर्दैवाने तिची प्रिय शाळा काही दुष्ट प्रवृत्तीच्या लोकांनी केलेल्या जाळपोळीत आगीचे भक्ष्य झाली. सर्वांना अतिशय दुःख झाले. त्या शाळेत शिकणाऱ्या मुलांच्या पालकांना तर ते स्वतःचे नुकसान झाल्यासारखे वाटले. त्यांना वाटले की, आपली मुले आता चांगल्या शाळेत जाऊच शकणार नाहीत.''

''आणि मलिका चांदचे काय?''

''ती अतिशय वेगळी होती. एक दुर्दम्य आशावादी स्त्री होती ती. दुसऱ्यांना ह्यात फक्त आपले अतिशय नुकसान झाले आहे असे वाटले. पण तिला ह्या सर्व घटनेत एक चांगली संधी दिसली. तिने सर्व पालकांना एकत्र बोलाविले आणि सांगितले 'प्रत्येक दुर्घटनेमागे आपण शोधली तर

एक संधी सुध्दा असते. आपली शाळा जुनी झाली होती, पावसाळ्यात गळत होती. त्यावरचे मजलेही हजारो छोटी पावले बागडल्यामुळे वाकले होते. आता हीच वेळ आहे आपण सर्वांनी एकत्रित येऊन आधीच्या पेक्षाही चांगली इमारत बांधायची जी नंतर खूप वर्ष मुलांच्या उपयोगी पडेल.' आणि ह्या चौसष्ट वर्षांच्या उत्साही नायिकेमागे ते सर्व पालक उभे राहिले. अनेक मदतीचे हात आले. अनेक धनिक लोकांनी मदत केली आणि 'प्रतिकूल परिस्थितीवर दूरदृष्टीने केलेली मात', ह्याचे उत्तम उदाहरण देत एक सुंदर नवीन इमारत दिमाखात उभी राहिली.''

''हे उदाहरण म्हणजे जुन्या म्हणीप्रमाणे 'कप अर्धा रिकामा आहे असे न समजता अर्धा भरलेला आहे' असे समजणे.''

''हाच उत्तम मार्ग आहे असे समजण्याचा आणि परिस्थितीवर मात करण्याचा. तुमच्या आयुष्यात कुठलीही घटना घडली तरी त्याला प्रत्युत्तर द्यायची तुमची क्षमता असली पाहिजे. जेव्हा तुम्ही प्रतिकूल परिस्थितीत सकारात्मक उत्तर शोधायची सवय अंगी बाणवून घ्याल त्याचवेळी तुमचे आयुष्य उच्च दिशेला मार्गक्रमण करेल, हा एक निःसंशय महत्त्वाचा सिध्दांत आहे.''

''ही सवय लावायची सुरुवात मनाच्या क्षमतेचा चांगल्या तऱ्हेने वापर करणे इथून होते'' मी म्हणालो.

''अगदी बरोबर जॉन, आयुष्यातल्या यशाचे गणित मग ते ऐहिक असो किंवा आध्यात्मिक असो हे आपल्या खांद्यावरच्या त्या बारा पाउंड वजनाच्या गोळ्यापासून सुरू होते. थोडक्यात सांगायचे म्हणजे प्रत्येक सेकंदाला, प्रत्येक मिनिटाला, प्रत्येक दिवसाला तुम्ही जे विचार मनात आणता तेच विचार तुमच्या बाह्य जगात प्रकट होत असतात आणि तुमच्या बाह्य जगातले वागणे तुमच्या अंतरंगातले विचार प्रकट करत असतात. अंतरंगातले विचार जर आपण नियंत्रित केले तर बाह्य जगातल्या घटनांवर त्याचा चांगला परिणाम होतो. ह्या योगे तुम्ही तुमचे भवितव्यही नियंत्रित करू शकता.''

''खरोखरच ज्युलियन, ह्या सर्व गोष्टीत खूप तथ्य आहे. मी कधी ह्या गोष्टीचा विचारच केला नाही. मी जेव्हा वकिली करत होतो तेव्हा माझा एक मित्र ॲलेक्स कायम, ज्यातून स्फूर्ती किंवा प्रेरणा मिळेल अशी पुस्तके

वाचायचा. तो म्हणायचा की ही पुस्तके वाचल्याने त्याला रोजचा कामाचा ढिगारा उपसायची शक्ती येते. मला आठवते तो एकदा म्हणाला होता की एका पुस्तकात चीनमध्ये 'संकट' या शब्दाच्या अर्थात दोन उपशब्द होते, एक 'धोका' आणि दुसरा 'संधी'. कदाचित चीनमध्ये सुध्दा ह्या तंत्राचा अवलंब प्राचीन काळी करत असतील. चिनी लोकांना सुध्दा हे माहिती आहे की प्रत्येक काळ्या परिस्थितीला एक उजळ बाजू असते.''

''योगी रामनचे तर म्हणणे होते की आयुष्यात कधीही चुका होत नाही फक्त धडे मिळतात. नकारात्मक अनुभव वगैरे काहीही नसतो. त्यातून फक्त सुधारायची संधी मिळते. दुःख हा सुध्दा एक अतिशय चांगला गुरू आहे.''

''दुःख'' मला हा विचारच पटेना.

''खरोखरच. दुःख कमी करण्यासाठी किंवा त्यावर मात करण्यासाठी ते पहिल्यांदा अनुभवावे लागते किंवा दुसऱ्या शब्दात सांगायचे तर पर्वताच्या शिखरावर पोहोचण्याचा आनंद मिळविण्यासाठी अगोदर खालच्या दरीतून जावे लागते. आता समजले?''

''म्हणजे चांगल्याची लज्जत घेण्यासाठी वाईटाचा अनुभव घ्यावा लागतो.''

''हो तर, मी सांगतो कुठलीही घटना ही चांगली आहे का वाईट आहे ह्याचा तपास करणे सोडून दे. फक्त त्यांचा अनुभव घे. तो अनुभव साजरा कर. त्यापासून शिकून घे. प्रत्येक घटना आपल्याला एक धडा शिकवीत असते. हेच धडे आपल्या बाहेरच्या आणि आतल्या प्रगतीसाठी इंधन पुरवत असतात. त्यांच्याशिवाय तुझी प्रगती खुंटेल. तुझ्या आयुष्याच्या दृष्टीने ह्यावर विचार कर. पुष्कळशी मोठी माणसे त्यांच्या आयुष्यातील आव्हानात्मक आणि अतिशय अवघड प्रसंगांना धीराने सामोरी गेली आहेत. त्यातूनच तर ती शिकली आहेत. तुला तू घेतलेला एखादा निर्णय जर चुकीचा वाटत असेल, तू निराश झाला असशील तर लक्षात ठेव जेव्हा एक दार बंद होते तेव्हा दुसरे दार नेहमी उघडते असा एक स्वाभाविक नियम आहे.''

ज्युलियननी हवेत असे काही हातवारे केले की जणू तो एखाद्या परिषदेतच बोलतोय. ''हे तत्त्व तुझ्या रोजच्या जीवनात तू अमलात आणलेस आणि तुझ्या आयुष्यात घडणाऱ्या प्रत्येक घटनेला तू सकारात्मक दृष्टिकोनातून

बघितलेत तर काळजी तुला नेहमीसाठी सोडून जाईल. 'तू तुझ्या भूतकाळाचा कैदी होणार नाहीस, तर भविष्याचा शिल्पकार होशील.'''

''ठीक आहे, मला हे समजले की वाईट असला तरी प्रत्येक अनुभव मला धडा शिकवतो. म्हणून मी मनाची कवाडे उघडून प्रत्येक घटनेतून शिकण्याचा प्रयत्न करायचा, आणि ह्यामुळे मी, कणखर आणि आनंदी होईन. एक सज्जन, मध्यमवर्गीय वकील अजून काय करू शकतो सुधारण्यासाठी नाही का?''

''महत्त्वाचे म्हणजे तुझ्या स्मरणशक्तीला नव्हे तर तुझ्या कल्पनेला तू खाद्य पुरव !''

''पण ते कसे? मला कळले नाही.''

''शरीराच्या आणि मनाच्या क्षमतेला मुक्त करण्यासाठी कल्पना शक्तीच्या भराऱ्या मारायला शीक. कल्पनाशक्ती वाढव. तुला माहीत आहे, प्रत्येक वस्तू, दोनदा तयार होते. एकदा आपल्या मनात आणि दुसऱ्यांदा वास्तवतेत. मी ह्याला 'ब्ल्यूप्रिंट' म्हणतो, निळ्या रंगाच्या कागदावर काढलेल्या रूपरेखेचे, तुमच्या मनात त्या वस्तूचे ब्ल्यूप्रिंट तयार होते. मग वास्तवात, जेव्हा तुम्ही तुमच्या विचारांना अंकुश घालाल आणि जेव्हा तुम्ही तुम्हांला काय हवे आहे ह्याचा कल्पना शक्तीला जोर देऊन विचार कराल तेव्हा तर तुमच्या मनाला जागृतावस्था येईल आणि मग मनाच्या क्षमतेपेक्षा जास्त विचार करून एक जादूई नगरीत आपण आयुष्य घालवावे असे वाटेल. आजपासून तू भूतकाळाबद्दल विचार करणे सोडून दे आणि स्वप्न बघायला शीक. सद्य परिस्थितीपेक्षा तू निश्चितच जास्त चांगल्या प्रकारे जगू शकतोस, निश्चितच ! उत्तमातल्या उत्तमाची अपेक्षा कर आणि त्याचे परिणाम तुला आश्चर्यचकित करतील !''

''जॉन तुला माहीत आहे मला असे वाटायचे की, मला वकिलीतले खूप ज्ञान आहे. मी चांगल्यातल्या चांगल्या शाळेत कायद्याचा अभ्यास केला. उत्तमातली उत्तम पुस्तके वाचली. चांगल्या लोकांबरोबर काम केले. खरोखर माझ्या वकिली पेशात मी विजेता होतो. पण माझी जीवनाची खेळी मात्र मी हरलो. मी जीवनातल्या मोठ्या सुखाच्या मागे पळण्यात मग्न होतो आणि मी सर्व छोट्या सुखापासून वंचित झालो होतो. माझ्या वडिलांनी मला आवर्जून वाच अशी सांगितलेली उत्तम पुस्तके वाचायलाही माझ्याकडे

वेळ नव्हता. मी चांगल्या मित्रांशी मैत्रीही टिकवली नाही. चांगल्या संगीताला कधी दाद द्यायला शिकलो नाही. पण मी खरोखरच नशीबवान आहे. माझ्या ह्या हृदयविकाराच्या क्षणामुळे मी जागृतावस्थेत आलो. मला दुसऱ्यांदा जगायची संधी मिळाली. मलिका चांद सारखे माझ्या दुःखात मी संधीचे बीज पाहिले आणि मी त्याला खतपाणी घालायचे धाडस केले."

ज्युलियन बाह्यरूपाने तरुण दिसत होताच पण आतून तो पूर्वीपेक्षा जास्त बुध्दिमान झाला होता. माझी खात्री पटली की आज संध्याकाळी मी माझ्या जुन्या मित्राबरोबर नुसता संभाषण करत नव्हतो, तर त्यापेक्षाही निश्चितच काही तरी जास्त होते. आज रात्री कदाचित माझा निर्णायक क्षण येईल नवीन काहीतरी शिकायला सुरुवात करण्याचा. मी माझ्या आयुष्याचा आढावा घेऊ लागलो. ज्या चुका मी आजपर्यंत करत आलो त्यांचा विचार करायला लागलो. माझी नोकरी खूपच चांगली होती, कुटुंबातली माणसेही खूप चांगली होती. पण तरीही एखाद्या निवांत वेळी मला वाटायचे की माझ्या आयुष्यात पोकळी निर्माण झाली आहे.

जेव्हा मी लहान होतो तेव्हा मी खूप मोठी स्वप्ने पाहायचो. पुष्कळवेळा मी स्वतः एक मोठा खेळाडू झालोय किंवा एखादा मोठा उद्योगपती झालोय असे वाटत असायचे. मला नेहमी वाटायचे की मला जे व्हावेसे वाटते ते व्हावे. जेव्हा मी लहान मुलगा होतो, तेव्हा मी समुद्रकिनारी खेळायचो, छोट्या छोट्या गोष्टीतही खूप गंमत यायची. अगदी सायकलवरून बागेत चकरा मारण्यातसुध्दा खूप आनंद मिळायचा. मी खूप धाडसी होतो. कशालाच मर्यादा नव्हत्या. मला नाही वाटत गेल्या पंधरावीस वर्षात असा आनंद आणि असे स्वातंत्र्य मला मिळाले असेल. काय झाले असावे?

जेव्हा मी मोठा झालो तेव्हा माझे स्वप्न बघणे बंद झाले आणि मोठी माणसे जशी वागतात तसाच वागायला लागलो. कदाचित मी वकिली शिकायला लागलो तेव्हापासूनच वकील जसे बोलतात तसे बोलायला लागलो. त्या संध्याकाळी ज्युलियन बरोबर बसून चहा घेताना मी ठरवले की एवढा वेळ आपण पैसा कमावण्यासाठी घालवला त्यापेक्षा काहीतरी निर्माण करावे.

"असे वाटतेय की मी तुला तुझ्या जीवनाचा आढावा घ्यायला भाग पाडले आहे" ज्युलियन मला न्याहाळत म्हणाला. "त्याबद्दल विचार

कर. सध्या बदल म्हणून तू जेव्हा लहान होतास तेव्हा काय स्वप्न पाहत होतास ते आठव. जोनास् सल्क एकदा खूप अर्थपूर्ण वाक्य म्हणाला होता 'मी स्वप्ने पाहिली, दुःस्वप्नेही पाहिली. माझ्या स्वप्नामुळे मी माझ्या दुःस्वप्नातून बाहेर पडलो' तुझ्या स्वप्नावरची धूळ झटकण्याचे धाडस कर. आयुष्याबद्दल पुनर्विचार कर. जीवनातले सर्व चमत्कार अनुभवायला शीक. मनाच्या जागृतावस्थेत प्रवेश कर. हे केलेस की सगळे जग एकजुटीने तुझ्याबरोबर जीवनातल्या ह्या चमत्काराचा अनुभव घेईल.''

ज्युलियनन‍ी त्याच्या झग्याच्या खिशात हात घालून एक कार्ड काढले. ते व्हिजिटिंग कार्डच्या आकाराचे होते.ते दोन्ही बाजूंनी खूप फाटलेले होते. अर्थातच ते जास्त हाताळले गेले होते.

''एक दिवस योगी रामन आणि मी डोंगराच्या निस्तब्ध रस्त्यावरून फिरत होतो. जेव्हा मी त्यांना विचारले की तुमचा सर्वात आवडता तत्त्ववेत्ता कोण आहे. त्यांनी सांगितले की त्यांच्या जीवनावर अनेक महान व्यक्तींचा प्रभाव आहे आणि कुणाही एका स्फूर्तीदात्याचे नाव सांगणे अतिशय अवघड आहे. पण तरीही एका तत्त्ववेत्त्याचे विचार त्यांच्या मनात कायमचे ठाण मांडून बसले आहेत. त्या विचारात जीवनाचे सार, सारी तत्त्वे आहेत आणि त्या शांत जागी त्या महान ज्ञानी योग्याने मला ते सार सांगितले. मी ते माझ्या मनावर कोरून ठेवले आहे. ते विचार आपल्याला आपण कोण आहोत आणि काय करत आहोत ह्याची आठवण देतात. हे विचार एका महान भारतीय व्यक्तीचे आहेत. त्या व्यक्तीचे नाव होते 'पतंजली.' दररोज सकाळी जेव्हा मी प्रार्थना करतो, ध्यान धारणा करतो, तेव्हा मी ते मोठ्याने म्हणतो. त्याचा माझ्या जीवनावर फार मोठा प्रभाव पडलाय आणि जॉन हे विचार म्हणजे शाब्दिक सामर्थ्याचे मूर्त स्वरूप आहे.''

ज्युलियनने मला ते कार्ड दाखवले. त्यावर लिहिले होते.-

''जेव्हा तुम्ही एखादे महान कार्य करण्यासाठी प्रेरित व्हाल, एखादे असामान्य काम करण्यासाठी उद्युक्त व्हाल तेव्हा तुमच्या विचार श्रृंखला तुटतील, तुमचे विचार मर्यादेच्या पलीकडे जातील. तुमच्या अंतर्मनाच्या कक्षा चहूबाजूंनी रुंदावतील आणि तुम्ही स्वतःला एका वेगळ्या, नवीन आणि चमत्कारी जगात पाहाल. तुमचे निद्रिस्त विचार आणि शक्ती जागृतावस्थेत पोहोचतील त्यावेळी तुम्ही स्वतःला स्वप्नातही पाहिले नसेल

एवढे मोठे झालेले पाहाल.''

त्याक्षणी मला असे वाटले की शारीरिक चपळता आणि मनाचे चैतन्य ह्याचा काहीतरी जवळचा संबंध आहे. ज्युलियन निरोगी दिसत होता. आपल्या वयाच्यापेक्षा खूप तरुण दिसत होता. त्याचे आरोग्य अगदी जसे असायला पाहिजे तसेच होते. तो चैतन्यपूर्ण दिसत होता आणि असे वाटत होते की त्याची शक्ती, त्याचा उत्साह आणि त्याचा आशावाद ह्याला काहीच मर्यादा नाहीत. मला हे ही दिसत होते की त्याच्या पहिल्या जीवनशैलीत त्याने खूपसे बदल केले होते, पण ह्या रूपांतराची सुरुवात मानसिक स्वास्थ्यापासून झाली आहे. खरोखरच बाह्य जगातल्या यशाची सुरुवात आतून होते. ज्युलियनने विचारांमध्ये बदल केला आणि त्याचे जीवनच बदलून गेले.

''ज्युलियन मी माझ्यात हा सकारात्मक आणि प्रेरणादायी दृष्टिकोन कसा वाढवू शकतो? एवढ्या वर्षात माझ्या मेंदूवर जी नकारात्मकतेची पुटे चढली आहेत ती मी कशी घालवू शकतो? माझा माझ्या मनावर अतिशय थोडा ताबा आहे. माझ्या मनाच्या बागेत येणारे नकारात्मक विचार मी कसे थोपवू शकतो ?'' मी प्रामाणिकपणे विचारले.

''मन हे एक उत्तम 'गुलाम' आहे पण तितकेच भयंकर मालक आहे. तू नकारात्मक विचार करणारा आहेस, कारण इतके वर्ष तू कधी त्यावर अंकुश घालायचा प्रयत्नच केला नाहीस. चांगल्या गोष्टींवर तू कधी लक्ष केंद्रित केले नाहीस. विस्टन चर्चील म्हणाले होते, 'तुमच्या प्रत्येक विचारांची मालकी घेण्यातच खरी महानता आहे.' लक्षात ठेव मन हे सुध्दा शरीरातल्या दुसऱ्या कुठल्याही स्नायू सारखेच आहे. ते वापरले नाहीतर निकामी होईल.''

''म्हणजे तुला असे म्हणायचे आहे की मी जर माझे मन वापरले नाही तर ते दुबळे होईल ?''

''हो. याकडे लक्ष दे जर आपल्याला आपल्या दंडातले स्नायू बलशाली करायचे असतील तर जसे आपण व्यायामाने ते तयार करतो तसे, किंवा तुला पायातले स्नायू कणखर करायचे असतील तर जसा व्यायाम करावा लागतो, जास्त चालण्याची सवय करावी लागते तसे तुमची कल्पना शक्ती भराऱ्या मारू शकते, तुम्ही मनाला विचारांच्या अधीन केले तर.

जर तुम्ही ह्या अमर्याद शक्तीचा वापर केला तर तुमचे इच्छित कार्य साध्य होऊ शकते. मग तुम्हांला उत्तम आरोग्य हवे आहे तर तुम्ही योग्य ती काळजी घ्या, तुम्हांला ते निश्चित मिळेल. शिवानामध्यल्या योगींचा एक वाक्प्रचार आहे 'तुमच्या जीवनाच्या कक्षा ह्या तुम्हीच ठरविलेल्या असतात.'''

''म्हणजे, मला हे नीटसे समजले नाही ज्युलियन !''

''जे मोठे विचारवंत असतात त्यांना हे माहीत असते की त्यांचे विचारच त्यांचे जग निर्माण करीत असतात. आपल्या जीवनाचा दर्जा आपले विचारच ठरवत असतात. तुम्हांला शांत, निर्भय आणि अर्थपूर्ण जीवन जगायचे असेल तर तुम्ही स्वतः अर्थपूर्ण विचार तुमच्या मनात आणला पाहिजे.''

''मला ह्यावर काहीतरी उपाय सांग ज्युलियन !''

''म्हणजे तुला काय म्हणायचे आहे ?'' ज्युलियन माझ्यापुढे हात नाचवत म्हणाला.

''तुला काय सांगायचे आहे ते मला कळले आहे ज्युलियन. पण मी फार उतावळा माणूस आहे. तुझ्याकडे काही व्यायाम किंवा तंत्र असतील ना, मनावर ताबा ठेवण्याचे जे मी आत्ताच्या आता ह्या माझ्या हॉलमध्ये बसल्या बसल्या वापरू शकेन.''

''तात्पुरते उपाय कधीही काम करत नसतात जॉन. जर कायमचे बदल हवे असतील तर त्यासाठी वेळ द्यावा लागेल आणि प्रयत्न करावे लागतील. चिकाटी ही वैयक्तिक बदलाची जननी आहे. म्हणजे मला असे म्हणायचे नाही की तुझ्यात बदल घडायला वर्षानुवर्षे लागतील. पण ही जी तत्त्वे मी तुला सांगतोय ती एक महिना तू न चुकता आचरणात आणलीस तर तुला जे फळ मिळेल त्याने तुझे तुलाच आश्चर्य वाटेल. तू तुझ्या मनातल्या सुप्त विचारांना जागृत कर. तुझ्या क्षमतेच्या बाहेर विचार कर आणि चमत्कारांच्या नगरीत प्रवेश कर. पण ह्या अवस्थेत येताना तू फळाचा विचार करू नकोस, तू ह्या अवस्थेचा आनंद उपभोग, त्याने तुझे स्वतःचे व्यक्तिमत्त्व विकसीत होईल. जेव्हढा तू फळाचा किंवा परिणामांचा विचार करणार नाहीस तेव्हढा तू अंतिम ध्येयाच्या जास्त जवळ जाशील !''

''कसे काय?''

“ह्याबद्दल एक गंमतशीर गोष्ट आहे. एक तरुण मुलगा त्याच्या घरापासून खूप दूर एका गुरूंकडे शिकायला गेला. गुरूंना भेटल्यावर त्याने पहिला प्रश्न विचारला की, “मला तुमच्यासारखे ज्ञान मिळवायला किती वेळ लागेल?”

“पाच वर्षे” गुरूंनी त्वरित उत्तर दिले.

“हा तर खूप जास्त काळ झाला. मी दुप्पट वेगाने शिकलो तर?”

“दहा वर्षे” गुरूजी म्हणाले.

“आणि जर मी दिवसरात्र मेहनत घेतली तर?”

“पंधरा वर्षे” गुरूजी म्हणाले.

“मला तुमचे हे गणित कळतच नाही. जेव्हा जेव्हा मी जास्त वेगाने शिकायच्या गोष्टी करतो तेव्हा त्याला लागणारा वेळ दुप्पट झालेला असतो. असे का?”

“उत्तर अतिशय सोपे आहे. जेव्हा तुझा आणि माझा एक डोळा ध्येयावर असेल तेव्हा एकच डोळा उरतो तुला शिकायला आणि मला शिकवायला.”

“मला तुझा मुद्दा कळला” मी प्रामाणिकपणे कबूल केले “अगदी माझ्यासारखीच कथा होती ती.”

“चिकाटीने ज्ञानाची कास धर. जे तुला अपेक्षित आहे, जे तू शोधत आहेस, ते सर्व तुझ्याकडे येईल !”

“पण मी नशीबवान नाही, ज्युलियन, आत्तापर्यंत जे काही मला मिळाले आहे ते स्वकष्टाने आणि खूप चिकाटीने काम केल्यावर मिळाले आहे.”

“नशीब म्हणजे काय, मित्रा?” ज्युलियनने हळुवार आवाजात उत्तर दिले “नशीब म्हणजे दुसरे तिसरे काही नसून पूर्वतयारी आणि संधी ह्यांचा विवाहयोग आहे.”

ज्युलियन सांगत होता, “मी हे सर्व तुला शिकविण्याआधी काही महत्त्वाची तत्त्वे तुला सांगतो. हे लक्षात ठेव की मनावर ताबा मिळविण्यासाठी मनाची एकाग्रता हवी.”

“खरं सांगतो आहेस?”

“हो अगदी खरं. तू हे शिकला आहेस की, मन असामान्य गोष्टी

साध्य करायला मदत करते. तुला स्वप्न बघायची इच्छा आहे म्हणजे ती कृतीत आणण्याची सुध्दा तुझ्यात क्षमता आहे, हे एक त्रिकालाबाधित सत्य आहे. हे सत्य शिवानातल्या लोकांना माहीत होते. पहिले मनाच्या शक्तीला आणि विचारांना स्वातंत्र्य दे. तुझ्या हातात जे कार्य घेशील त्यावर चित्त केंद्रित कर. असे एकच कार्य सध्या तू निवड आणि त्यावर लक्ष दे.''

''एकाग्रता असणे इतके महत्त्वाचे का आहे?''

''मी तुला एक कोडे घालतो. त्याचे उत्तर तुझ्या उत्तरात आहे. समजा तू एखाद्या जंगलात हरवला आहेस. कडाक्याच्या थंडीचे दिवस आहेत व तुला गरम शेकोटीची गरज आहे. तुझ्याकडे फक्त तुझ्या दप्तरामध्ये तुझ्या जुन्या मित्राने पाठविलेले एक पत्र आहे, एक हवाबंद अन्नाचा डबा आहे आणि एक लहान भिंग आहे. तुला जंगलात भटकताना एका ठिकाणी वाळलेले गवत दिसते, पण तुझ्याकडे काड्याची पेटी नाही. मग तू आग कशी लावशील?''

मला काहीच कल्पना नव्हती. मी म्हणालो ''मी हरलो.''

''अगदी सोपे आहे, गवताच्या पाचोळ्यावर ते पत्र ठेवायचे आणि त्यावर भिंग धरायचे आणि सूर्याची किरणे त्यावर पडतील आणि आग लागेल.''

''अन्नाचा काय उपयोग?''

''अन्नाचा काहीही उपयोग नाही. मी तुला असेच मुख्य उत्तरापासून लांब नेण्यासाठी गोंधळात टाकले. पण ह्याचा सारांश इतकाच आहे की गवताच्या पाचोळ्यावर नुसते पत्र ठेवून उपयोग नव्हता. भिंगामध्ये सूर्याची किरणे एकत्रितरीत्या जमा होऊन, त्यातूनच आग लागेल तसेच मनाचे आहे. जेव्हा तू तुझी शक्ती एका मोठ्या महत्त्वाच्या कामावर एकत्रित करतोस तेव्हा तुझ्या क्षमतेला ठिणगी मिळते आणि ह्याचा परिणाम फारच अद्भुत होतो.''

''कसा ?''

''ह्याचे उत्तर तूच देऊ शकतोस. तुला एक चांगला पिता व्हायचे आहे ? का अतिशय संयमित आणि अर्थपूर्ण आयुष्य जगायचे आहे ? का आत्मिक समाधान मिळवायचे आहे? का तुला जीवनात साहस आणि मजा हवीय ह्याचा विचार कर.''

“चिरंतन सुख हवे आहे असे मी म्हणालो तर ?”

“सुरुवात छोट्या गोष्टींपासून करायची असते. तुला ते ही मिळेल !”

“कसे?”

“शिवानातल्या योग्यांनी हे पाच हजार वर्षांपूर्वीचे गुपित मला सांगितले आहे. तुला ऐकायचे आहे ?”

“नाही नाही ! मला थोडी विश्रांती हवी आहे आणि गॅरेजमध्ये वॉलपेपर लावायला जायचे आहे”. मी गमतीने म्हणालो आणि लगेच त्याला सांगितले “अर्थातच मला ऐकायचे आहे ! प्रत्येकजणच ह्या सुखाच्या मागे धावत असतो.”

“ऐक तर मग, अगदी सोपे आहे हे. ‘तुला जी गोष्ट करायला मनापासून आवडेल अशी कामे निवड आणि तुझी सर्व शक्ती, लक्ष, चित्त त्या गोष्टी करण्यावर केंद्रित कर.’ तू जर सगळ्या महान व्यक्तींचा अभ्यास केलास तर तुझ्या लक्षात येईल की ह्या सर्व व्यक्ती एका ध्यासाने पछाडलेल्या होत्या. प्रत्येकाला जीवनात ह्या गोष्टी करण्यात काहीतरी अर्थ वाटत होता. प्रत्येकाचा तो आवडता छंद होता आणि हा ध्यास त्यांच्या स्वतःसाठी नव्हता तर दुसऱ्यांसाठी होता. दुसऱ्यांची सेवा करण्याच्या हेतूने केलेला होता. तुझी सर्व इच्छा, शारीरिक ऊर्जा, मानसिक शक्ती पणाला लाव आणि मग बघ, अतिशय सहजतेने हे सर्व साध्य होताना पाहशील. मग आताच ठरव तुला काय करायचे आहे? आणि हो ते ‘योग्य’ कार्य असले पाहिजे.”

“योग्य कार्य याची व्याख्या तू कशी करतोस ज्युलियन ?”

“मी आधी सांगितल्याप्रमाणे तुझा छंद किंवा कार्य हे लोकांचे आयुष्य सुधारण्यासाठी किंवा लोकांची सेवा करण्यासाठी असावे. व्हीक्टर फ्रँकने म्हटल्याप्रमाणे ‘यशाच्या मागे सुखासारखे धावू नये. ते आपल्यामागे येतेच आणि आपले कार्य जेव्हा आपण अतिशय हिरिरीने, जिद्दीने आणि वैयक्तिक मेहनतीने पूर्ण करतो तेव्हा त्याचा चांगला परिणाम घडून येतो.’ एकदा तुम्ही आयुष्याची दिशा ठरवली, ध्येय ठरवले, ध्यास घेतला की तुम्हांला स्वतःला जाणवेल की दररोज सकाळी उठल्यावर तुमच्यात एखाद्या महासागराइतकी क्षमता, शक्ती, ऊर्जा आलेली असेल. सगळे तुझे विचार तुझ्या ध्येयाभोवतीच फिरू लागतील. मग तुला वेळ घालवायलाही वेळ

मिळणार नाही. म्हणून जी मनाची अमूल्य शक्ती आहे ती काळज्या, हेवेदावे ह्यात खर्ची घालू नकोस. काळजी, चिंता करण्याची तुझी सवय आपोआप जाईल आणि ह्याबरोबरच हवी असलेली मनःशांतीही मिळेल. ही एक आश्चर्यकारक भावना आहे. मला आवडते ती'' ज्युलियन म्हणाला.

''अप्रतिम आहे. तू सांगितल्याप्रमाणे सकाळी उठल्याबरोबर आपल्याला चांगले वाटणे हा भाग मला आवडला. मला कधी कधी वाटते झोपूनच राहावे. ती वाहतूक, ते रागावलेले अशील, ते आग्रही भूमिका घेणारे बचाव पक्षाचे लोक, ह्या सगळ्यांना तोंड द्यायचे म्हणजे नकारात्मक दृष्टिकोन वाढत जातो. मी ह्या सगळ्या गोष्टींना अगदी कंटाळून गेलो आहे.''

''काही लोक जास्त का झोपतात तुला माहिती आहे?''

''का?''

''कारण की ते बाकीच्या गोष्टी करत नाहीत. जे लोक सूर्याबरोबर उठतात, त्यांच्यात एक गोष्ट समान असते, ती कोणती माहीत आहे?''

''ते सगळे मूर्ख असतात?''

''नाही, तर त्या सर्वांपुढे एक ध्यास आहे, ध्येय आहे, ज्यामुळे त्यांच्यातील क्षमतेच्या ठिणगीला हवा मिळते. प्राधान्य कशाला द्यायचे हे ते जाणतात. ह्या ध्यासावर ते अगदी सहजगत्या काम करतात. त्यांचे लक्ष ते त्यांच्या 'लक्ष्या' वर केंद्रित करतात म्हणून त्यांच्या ऊर्जेला किंवा शक्तीला गळती लागत नाही. असे लोक जास्त उत्साही आणि चैतन्यपूर्ण असतात.''

''ऊर्जेला गळती किंवा शक्तीला गळती? ज्युलियन हे सगळे तू निश्चितच हॉवर्ड लॉ स्कूलमध्ये शिकला नाहीस ना?''

''खरे आहे, शिवानातल्या योगिराजांनी जे सांगितले ते तत्त्व फार जुने असले तरीही आजही ते तितकेच पूरक आहे. आपल्या काळज्या, चिंता आपल्याला गिळतात. ह्यामुळे आपल्या शारीरिक आणि मानसिक शक्तीचा ऱ्हास होतो. तू कधी सायकलची रबरी नळी पाहिली आहेस?''

''अर्थातच पाहिली आहे !''

''जेव्हा ती पूर्ण भरलेली असते तेव्हा ती आपल्याला आपल्या इच्छित स्थळी घेऊन जाते. तिला एखादे जरी भोक पडले की ती गळते आणि त्यातली हवा निघून जाऊन ती चपटी होऊन जाते आणि आपला प्रवास थांबतो. ह्याचप्रकारे आपले मन सुध्दा काम करीत असते. काळज्या

आणि चिंतेमुळे मनाच्या क्षमतेला गळती लागते त्या सायकलच्या नळीसारखी आणि मग थोड्याच वेळात तुमच्याकडे ऊर्जा, शक्ती ह्यांपैकी काहीही राहत नाही. तुमची सगळी निर्मितिक्षमता, आशावाद, उत्साह वाहून जातो आणि तुम्हांला अगदी संपून गेल्यासारखे वाटते.''

''हो मला माहीत आहे. असा अनुभव मलाही आला आहे. कधी कधी कामाचा इतका गोंधळ असतो की विचारू नका. सगळीकडे मीच असायला हवा असतो आणि मग मी कुठलेच काम नीट करू शकत नाही. ह्या दिवसात मी शारीरिक काम खूप कमी केले असले तरी मानसिक तणाव आणि काळजी ह्यामुळे संध्याकाळपर्यंत माझ्यातली हवा गेलेली असते. मग घरी आल्यावर मी पहिली गोष्ट करतो, माझ्यासाठी स्कॉच तयार करतो आणि दुसरे म्हणजे रिमोटशी खेळत बसतो.''

''अगदी खरे आहे. जास्तीच्या ताण तणावामुळे तुझी ही अवस्था होते. जेव्हा तू तुझे ध्येय ठरवशील, ध्यास घेशील तेव्हा आयुष्य अगदी सहज आणि सोपे वाटायला लागेल. जेव्हा तू तुझे मुख्य ध्येय ठरवशील तेव्हा नियती तुला एकही दिवस काम करू देणार नाही.''

'' म्हणजे स्वेच्छा निवृत्ती?''

''नाही'' ज्युलियन ठासून म्हणाला ''तुझे काम हाच तुझा आनंद असेल.''

''पण मी नोकरी सोडून माझ्या ध्येयाच्या आणि छंदाच्या मागे जाणे हे जरा धोक्याचे आहे असे नाही वाटत तुला? माझ्यावर एक कुटुंब पोसायची जबाबदारी आहे. चार माणसं माझ्यावर अवलंबून आहेत.''

''पण मी असे म्हणतच नाही की तू उद्याच वकिली करणे सोडून दे. पण तू थोडा धोका पत्करायला सुरुवात कर. तुझे आयुष्य ढवळून टाक. मनावर बसलेली कोळिष्टके झटक. जो मार्ग कमी लोकांनी अवलंबिला आहे तो मार्ग निवड, योगी रामन एकदा मला म्हणाले होते की प्रत्येक दिवशी आदल्या दिवशीपेक्षा थोडेसे जास्त काम करायचे, थोडे पुढे सरकायचे हाच उत्तम मार्ग आहे आपल्या स्वतःवर नियंत्रण ठेवण्याचा आणि मग आपल्या मानवी जीवनाच्या ईश्वरदत्त देणग्यांची खरी क्षमता आपल्याला कळेल.''

''काय आहेत त्या?''

''तुमचे मन, शरीर आणि आत्मा''

"मग मी कोणते धोके पत्करायचे?"

"तुला ज्या गोष्टी खूप दिवसांपासून करायच्या आहेत त्या करायला सुरुवात कर. काही असे वकील माझ्या पाहण्यात आहेत, नोकरी सोडून कुणी अभिनेता झालाय, कुणी अकाऊन्टंट झाला आहे, कुणी संगीतकार आहे. ह्या सर्व कार्यात त्यांना कमालीचा रस निर्माण झाला आहे. कदाचित त्यांना वर्षाला दोनदा पूर्वीसारखे मजा करायला आणि फिरायला जाणे परवडत नसेल, पण जर तुम्ही व्यवहारी छोटा धोका पत्करलात तर त्याचे तुम्हांला चांगले फायदे मिळतील."

"खरं आहे, मला तुझे म्हणणे पटते आहे."

"मग विचार कर, तुझे इथले अस्तित्व कशाकरिता आहे हे शोधून काढ आणि त्यावर कृती करण्याचे धाडस कर."

"ज्युलियन मी सारा वेळ विचारच करत असतो. माझी खरी अडचण ही आहे की मी खूप जास्त विचार करतो. माझा मेंदू थांबतच नाही. मेंदूचा नुसता भुगा झाला आहे विचार करून करून."

"पण मी जे तुला सुचवतोय ते वेगळे आहे. शिवानातले योगी दररोज थोडा वेळ विचार करण्यात घालवतात की काल आपण कुठे होतो? आपले कुठे चुकत होते? आणखीन महत्त्वाचे म्हणजे ते हा ही विचार करतात की आपले कुठे चुकले आणि ती चूक आपण दुसऱ्या दिवशी कशी सुधारणार आहोत. आपण दररोजचा कामाचा आढावा घेतल्यास आपल्याला त्याचे फार चांगले परिणाम दिसून येतात."

"म्हणजे मी दररोज माझ्या दिवसाच्या कामाचा आढावा घ्यायचा तर?"

"हो अगदी दररोज दहा मिनिटे सुध्दा पुरतील तुला तुझ्या कामाचा आढावा घ्यायला."

"पण ज्युलियन मला तर माझा दिवस सुरू झाला की दहा मिनिटे जेवायला सुध्दा वेळ मिळत नाही."

"तुला दररोज शांत चित्ताने विचार करायला दहा मिनिटेही वेळ नाही हे म्हणणे म्हणजे तुला पेट्रोल भरायला सुध्दा वेळ नाही असे म्हणण्यासारखे आहे. पेट्रोल भरले नाही तर तुझा प्रवास मध्येच थांबेल."

"हो बरोबर आहे तुझे म्हणणे. पण मला तू काही प्रात्यक्षिके करून

दाखविणार होतास ना, हे सर्व मी ऐकले आहे ते प्रत्यक्षात आणण्यासाठी'' जे मी ऐकत होतो त्याची प्रात्यक्षिके पाहण्यासाठी मी म्हणालो.

''एक अगदी महत्त्वाचा पण सोपा उपाय आहे, जो शिवानातल्या योग्यांनी सांगितला आहे. जो सर्वात जास्त परिणामकारक आहे. हा उपाय जर तू फक्त एकवीस दिवस केलास तर तुला जास्त उत्साही वाटेल, चैतन्य वाटेल पुष्कळ वर्षात तुला असे वाटले नसेल. हा सराव लोक चार हजार वर्षांपूर्वीपासून करताहेत. त्याला म्हणतात, गुलाबाचे हृदय !

''मला ह्याबद्दल जास्त माहिती सांग.''

''हा उपाय करायला फक्त एक निवांत जागा आणि एक ताजे गुलाबाचे फूल लागते. निसर्गाच्या सान्निध्यात असलात तर उत्तमच, परंतु जमत नसल्यास घरातलीच एखादी निवांत जागा चालेल. त्या जागी बसून हातात गुलाब घेऊन त्याच्या मध्यभागी लक्ष केंद्रित करा. अगदी त्याच्या मध्यबिंदूवर ! योगी रामनने सांगितले की गुलाब हा अगदी आपल्या जीवनासारखा आहे. जीवनात तुम्हांला काटे लागतील पण तुमच्या स्वप्नांवर तुमचा जर विश्वास असेल तर तुम्ही हे काटे पार करून फुलाच्या सुगंधापर्यंत पोहोचू शकाल. फुलावर लक्ष केंद्रित करा. त्यांचा रंग बघा, त्याची घडण बघा. त्याचे डिझाईन बघत राहा. त्याचा वास घ्या, आणि फक्त आपल्या पुढ्यातल्या ह्या सुंदर वस्तूकडे बघत राहा. पहिल्या पहिल्यांदा तुझे विचार भरकटतील. दुसरे विचार मनात येतील आणि गुलाबावरून चित्त विचलित होईल. असे चित्त विचलित होणे हे मनाला काबूत न ठेवता आल्यामुळे होते पण काळजी करू नकोस हळूहळू सुधारणा होईल. फक्त परत आपल्या गुलाबावर लक्ष केंद्रित करायला सुरुवात करायची. लवकरच तुझे मन तुझ्या काबूत येईल.''

'' पण हे एवढेच करायचे? हे तर किती सोपे आहे.''

''ह्यातच तर खरी गंमत आहे'' ज्युलियन म्हणाला. ''हा मनाचा व्यायाम रोज करायचा. पहिले काही दिवस तू पाच मिनिटे सुध्दा फुलावर लक्ष देऊ शकणार नाहीस. आपल्याला पुष्कळवेळा गोंगाट आणि गडबड ह्यांची सवय झाली असल्यामुळे शांतता आपल्याला नवीनच असते. ज्या लोकांना मी हे सांगितले ते लोक हेच म्हणतात की त्यांना फुलाकडे बघत बसायला वेळ नाही. हे असे लोक आहेत ज्यांना मुलांबरोबर हसायला,

खेळायला वेळ नाही, पावसाची मजा उपभोगायला वेळ नाही, त्यांना मैत्री करायला वेळ नाही, टिकवायलाही वेळ मिळत नाही.''

''तुला अशा लोकांबद्दल खूप माहिती आहे.''

''मी त्यांच्यातलाच एक होतो'' तो निश्चल एका जागी पाहात होता. मी पाहिले तर तो माझ्या आजीने मला आणि जेनीला दिलेल्या घड्याळाकडे बघत होता. ''जेव्हा मी अशा लोकांचा विचार करतो त्यावेळी मला एका जुन्या ब्रिटिश साहित्यिकाचे वाक्य आठवते. ह्या साहित्यिकाचे साहित्य माझ्या वडिलांना खूप आवडायचे. 'आयुष्यातला प्रत्येक क्षण हा एक चमत्कार आहे, गूढ आहे, सत्य आहे. हे क्षण उघड्या डोळयांनी अनुभवावे, घड्याळाच्या काट्यांनी आणि कॅलेंडरच्या चौकटींनी डोळे बांधून घेऊ नये.'''

''चिकाटी धर आणि जास्तीत जास्त वेळ ह्या गुलाबावर व्यतीत कर'' ज्युलियन घोगऱ्या आवाजात सांगत होता. ''एक किंवा दोन आठवड्यात तुला तुझे चित्त विचलित न होता वीस मिनिटे तरी गुलाबावर लक्ष केंद्रित करता आले पाहिजे. जर हे जमले तर तुझ्या मनाचा बालेकिल्ला तू परत काबीज करण्यास सुरुवात केली आहेस हे समजायची ही पहिली खूण आहे. मग तुझे मन तुला ज्यावर केंद्रित करायचे आहे त्यावर तू करू शकशील. मग ते मन तुझा गुलाम होऊन राहील. ज्या असामान्य गोष्टी तुला करायच्या आहेत त्या तू ह्याव्दारे करू शकशील. लक्षात ठेव, तू तुझ्या मनावर ताबा मिळव नाहीतर ते तुझ्यावर ताबा मिळवेल.''

''खरोखरीच तुझ्या हे लक्षात येईल की तुला पूर्वीपेक्षा खूपच शांत वाटते आहे. नंतर तू काळजी करण्याची सवय सोडू शकशील आणि तुझ्यात जास्त ऊर्जा निर्माण झाली असेल व तू जास्त आशावादी झाला असशील. ह्या गुलाबाच्या तंत्राने प्रत्येक दिवशी कितीही कामाचा ताण असला, कितीही आव्हाने आली तरी तू त्याचा सामना करशील. हे तुझे वाळवंटातील जलाशय आहे. हे तुझे शांत आणि निवांत बेट आहे. प्रत्येक प्राणिमात्रासाठी शांतता आणि निश्चलता, हे ज्ञान मिळवायची आणि बुध्दीमत्ता वाढवायची पुढची पायरी आहे.''

ज्युलियन जे सांगत होता त्याने मी पुरता प्रेरित झालो होतो. ह्या इतक्या सोप्या तंत्राने माझे आयुष्य खरोखरच सुधारेल का?

‘‘गुलाबाच्या हृदयापेक्षाही अजून कितीतरी गोष्टी असतील तुझ्यातल्या ह्या नाट्यमय बदलाच्या’’ मी ज्युलियनला आठवण करून दिली.

‘‘हो खरं आहे. माझ्यातला हा बदल कितीतरी सोपी पण परिणामकारक तंत्र एकत्रितरीत्या आचरणात आणल्यामुळे झाला आहे. ही सगळी तंत्र मी आता सांगितल्याप्रमाणे सोपी आहेत आणि तितकीच परिणामकारक आहेत. जॉन तुझ्या मनाच्या बागेची कवाडे उघडून बघ. तुझे आयुष्य किती अर्थपूर्ण होईल ते.’’

ज्युलियन शिवानामध्ये काय काय शिकला ते पुढे सांगत म्हणाला, ‘‘काळज्या आणि नकारात्मक दृष्टिकोन घालवण्याचा दुसरा अतिशय चांगला उपाय म्हणजे ‘विरोधी विचार’ मला योगी रामननी सांगितले. नैसर्गिक नियमाप्रमाणे प्रत्येकाचे मन एकावेळी फक्त एकच विचार करू शकते. जॉन मी प्रयत्न करून पाहिले आहे. ही छोटीशी माहिती वापरून कुणीही अगदी सहजतेने अतिशय कमी काळात सकारात्मक दृष्टिकोन बनवू शकतो. हा मार्ग अतिशय सोपा आहे. जेव्हा आपल्या मनात एखादा वाईट किंवा नको वाटणारा विचार येतो, तेव्हाच आणि त्याच क्षणी दुसरा त्याच बाबतीतला चांगला विचार आपण प्रयत्नपूर्वक मनात आणायचा, जसे आपले मन म्हणजे एक चित्र प्रक्षेपण यंत्र आहे. एखादी नको असलेली पाटी आली की ताबडतोब ती बदलून दुसरी चांगली पाटी ठेवायची.’’

‘‘आता त्या माझ्या गळ्यातल्या रुद्राक्षाच्या माळेचे काम आहे’’ ज्युलियन सांगत होता. ‘‘प्रत्येक वेळेला जेव्हा माझ्या मनात नकारात्मक विचार येतील तेव्हा मी या माळेतला एक मणी काढून एका कपात ठेवतो. हा कप मी माझ्या रोजच्या पिशवीत ठेवतो. त्या कपातले मणी मला कायम आठवण देतात की मनावर ताबा मिळवायला मला अजून बरेच अंतर पार करायचे आहे.’’

‘‘खरंच फारच अद्भुत आहे हे. हा तर प्रयोग करण्यासाठी अतिशय सोपा आहे. मी असे कधी ऐकलेच नव्हते. विरोधी विचार ह्या तत्त्वाबद्दल मला अजून जास्त सांग.’’

‘‘अगदी वास्तवातले उदाहरण आहे. समजा तुझा आजचा दिवस अगदी वाईट गेला आहे. न्यायाधीशांना तुझी बाजू पटली नाही. तुझे अशील तुझ्यावर भडकलेले आहेत. तू घरी येतोस आणि तुझ्या आवडत्या खुर्चीत

उदास होऊन बसतोस. आता तुझ्या मनात उदास विचार येणार. आपल्या मनात आता हे उदास विचार येणार आहेत हे ओळखणे ही ह्याची पहिली पायरी आहे. आपल्याबद्दल आपल्या स्वतःला माहिती असणे ही स्वतःवर नियंत्रण असण्याची पहिली पायरी आहे. दुसरी पायरी म्हणजे जसा तू ह्या उदास विचारांना थारा दिलास तसे हे विचार बदलून आनंदी विचार मनात आण, औदासिन्याच्या विरुध्द विचार कर, आनंदी आणि उत्साहपूर्ण राहण्यासाठी मन एकाग्र कर. तू असा विचार मनात आण की तुला फार आनंद झाला आहे. कदाचित तू थोडासा हास. अशा शारीरिक कृती कर ज्या तू नेहमी आनंदी असताना करतोस. ताठ बैस, असा दीर्घ श्वास घे आणि मनावर काबू कर. आनंदी विचारच मनात आण. काही मिनिटातच तुला फरक जाणवेल. सर्वात महत्त्वाचे म्हणजे नकारात्मक किंवा उदासीन विचार आला की तो लगेचच बदलायचा व चांगला विचार मनात आणायचा हा प्रयत्न तू काही आठवडे केलास तर तू पाहशील की ह्या नकारात्मक विचारात काहीच दम नाही. तुला कळतेय का मी काय म्हणतोय ते ?''

ज्युलियननी त्याचे संभाषण चालूच ठेवले. ''विचार हे खरं तर खूप महत्त्वाचे आहेत. पुष्कळसे लोक आपल्या मनात कुठल्या प्रकारचे विचार येत आहेत, ह्याचा विचारही करत नाहीत. आपले विचार हे आपल्या अस्तित्वासारखे खरे असतात. जसे तुम्ही एखाद्या तलावात पोहता किंवा रस्त्यावरून चालता तेव्हा तो रस्ता किंवा तलाव हा खरा असतो. दुबळे मन दुबळी क्रिया करते. एका सशक्त आणि शिस्तप्रिय मनावर कोणीही रोजच्या सरावाने एखाद्या बागेसारखी मशागत करून चमत्कार घडवू शकतो. जर तुला अर्थपूर्ण आयुष्य जगायचे असेल तर तुझ्या विचारांची तू काळजी घे. ह्या मनाच्या अनावर झालेल्या नकारात्मक विचारांचा अडसर दूर कर. त्याचे खूप फायदे होतील.''

''ज्युलियन, मला विचारांना कधी अस्तित्व आहे असे वाटलेच नव्हते'' मला नवीन मिळालेल्या माहितीचे आश्चर्य वाटत होते पण तरी माझ्या प्रत्येक विचाराचा जगातल्या प्रत्येक घटकावर कसा परिणाम होतो ते मला अजमावून बघायचे आहे.

''शिवानातल्या योग्यांचा तर विश्वास आहे की प्रत्येकाने नेहमी सात्त्विक विचार किंवा शुध्द विचार केला पाहिजे. आता मी तुला

सांगितलेल्या पध्दतीने आणि आणखी काही पध्दतीने म्हणजे नैसर्गिक आहार, केवळ सकारात्मक व चांगलाच विचार, मंत्रपठण वगैरे प्रकारांनी त्यांनी स्वतःच्या मनावर नियंत्रण ठेवले आहे. जर एखादा उदासीन किंवा नकारात्मक विचार त्यांच्या मनात आला तर ते स्वतःला कित्येक मैल चालण्याची शिक्षा करतात किंवा अगदी बर्फासारख्या थंड पाण्याच्या धबधब्याखाली जोवर त्यांना असह्य होत नाही तोवर उभे राहतात.''

''मला तर वाटले होते की हे योगी अतिशय ज्ञानी आणि हुशार आहेत, पण एका नकारात्मक विचारासाठी हिमालयासारख्या वातावरणात थंड पाण्याखाली उभे राहणे म्हणजे हे फार अति होते आहे.''

ज्युलियनकडे उत्तर तयारच होते ''हो खरंच आपल्याला एकही नकारात्मक विचार मनात येणे परवडत नाही.''

''का?''

''कारण एक काळजी करणारा किंवा नकारात्मक विचार हा एखाद्या गर्भासारखा असतो, सुरुवातीला तो लहान असतो पण हळूहळू वाढत जातो आणि मग लवकरच तो विचार जन्म घेतो.'' ज्युलियन थोडावेळ थांबला व म्हणाला ''माझ्या ह्या प्रवासात जे काही मी शिकलो त्याचा मी फार उत्साहाने पुरस्कार करतो कारण मी ही जी साधने शिकलो आहे ती पुष्कळशा असमाधानी लोकांचे आयुष्य सुधारू शकतील. रोजच्या नित्यक्रमात थोडासा बदल करून आणि त्यात गुलाबाच्या हृदयाच्या पध्दतीचा समावेश करून आणि विरुध्द विचारसरणीचा अवलंब करून त्यांना त्यांच्या आयुष्यात हवे ते करता येईल हे त्या सर्वांना माहिती करून दिले पाहिजे.''

''योगी रामनच्या दंतकथेतील बाग झाल्यावरचा दुसरा टप्पा सांगण्यापूर्वी अजून एक रहस्य मला सांगायचे आहे. हे एक प्राचीन तत्त्व आहे की प्रत्येक वस्तू ही दोनदा तयार होते. एकदा आपल्या मनात आणि दुसऱ्यांदा वास्तवात. आपले विचार हे एक जिवंत वस्तू आहे. ते संदेशवाहक आहेत, जे आपण बाह्य जगात पसरवत असतो हे तर मी तुला सांगितलेच आहे. मी तुला हे पण सांगितले आहे की आपल्या बाह्य वातावरणात जर आपल्याला सुधारणा करायची असली तर आपण आपल्या अंतर्मनातल्या विचारांची दिशा बदलली पाहिजे.''

“शिवानातल्या योगींनी एक अद्‌भुत मार्ग शोधला होता. आपण जी इच्छा केली ते प्राप्त करण्यासाठी हा मार्ग अतिशय परिणामकारक आणि अतिशय साधा आहे. ही पध्दत सगळ्यांसाठी उपयोगी ठरू शकते. एखाद्या अनुभवी वकिलाकरिता ज्याला फक्त पैसा हवा आहे, एखाद्या गृहिणीला चांगले कौटुबिंक सुख मिळण्यासाठी, किंवा एखाद्या विक्रेत्याला जास्त विक्री करण्यासाठी याचा उपयोग होऊ शकेल. ही पध्दत आहे ‘तलावाचे रहस्य’ पहाटेच्या वातावरणात चमत्कारिक गूढ गुणधर्म असतात म्हणून शिवानातले लोक पहाटे चार वाजता उठून डोंगराच्या उंच भागात जाऊन बसत. रस्त्याच्या दुतर्फा सुचीपर्णाची झाडे आणि सुंदर फुले यांचा मनोरम देखावा दिसे. मैदानाच्या शेवटच्या टोकाला निळ्याशार पाण्याचा एक तलाव होता आणि तलावात पांढरी छोटी छोटी कमळे होती. तलावाचे पाणी अतिशय संथ असायचे. खरोखरच एक मनोहारी दृश्य असायचे ते. योगी सांगायचे की तो तलाव त्यांना मित्रासारखा वाटायचा.”

“पण त्याचे रहस्य काय?” मी उतावीळ होऊन विचारले.

मग ज्युलियननी सांगितले, “ते योगी ह्या संथ आणि स्थिर पाण्यात टक लावून बघत व त्यांची जी स्वप्न आहेत ती पूर्ण झाल्याची चित्रे डोळ्यासमोर आणीत. जर त्यांना आपली मनाची शक्ती वाढावी असे वाटत असेल तर ते असे चित्र डोळ्यापुढे आणत की ते सकाळी उठून रोजचा व्यायाम वगैरे करून पहाटे तळ्याकाठी येऊन त्या शांत वातावरणात तळ्यात ते चित्र बघत. जर त्यांना जास्त आनंद हवा असेल तर ते एकमेकांना भेटताना मोठमोठ्याने हसत आहेत असे चित्र मनात तयार करून ते तलावाच्या स्थिर पाण्यात बघत. जर त्यांना धैर्य हवे असेल तर ते कुठलेतरी आव्हान मोठ्या धैर्याने पार पाडत आहेत असे चित्र मनात तयार करून तलावात दृष्टी स्थिर करत.”

“योगी रामनने मला एकदा सांगितले होते की लहानपणी त्यांच्यात आत्मविश्वास कमी होता कारण त्यांचा बांधा नाजूक होता. बाकीचे सगळेजण अर्थातच त्यांना खूप जपायचे त्यामुळे ते आणखीनच लाजाळू झाले. ह्या दुबळेपणातून बाहेर पडण्यासाठी योगीरामन ह्या स्वर्गीय ठिकाणी येत आणि ह्या तलावाचा उपयोग सिनेमाच्या पडद्यासारखा करून त्यांना जसे व्हायचे आहे त्या व्यक्तीचे चित्र ते पाहत. कधी कधी ते खूप मोठे

नेते झाले आहेत किंवा खूप मोठे वक्ते झाले आहेत आणि जमावासमोर ते अधिकारवाणीने बोलत आहेत असे दृश्य पाहत. कधी असेही पाहत की ते वयस्कर योगी आणि ज्ञानी झाले आहेत. त्यांना आयुष्यात जे काही व्हायचे होते त्याचे प्रथम काल्पनिक चित्र त्यांनी ह्याच तलावात पाहिले.''

''काही महिन्यातच ते जे चित्र पाहत होते ते स्वतः ते बनले. जॉन एक गोष्ट लक्षात ठेव, दृश्य चित्र मनावर ठसा उमटवतात. दृश्याचा परिणाम तुमच्या स्वतःच्या प्रतिमेवर होतो आणि तुमच्या स्वतःच्या प्रतिमेचा परिणाम तुम्हांला काय वाटते, तुम्ही काय करता ह्यावर अवलंबून असतो. जर तुमचे मन तुम्हांला सांगते आहे की तुम्ही एक यशस्वी वकील होण्यासाठी फार तरुण आहात किंवा तुमच्या सवयी बदलायला तुम्ही फार वयस्कर आहात तर तुम्ही ते ध्येय कधीच गाठू शकणार नाही. जर तुम्ही असा विचार करत असाल की आरोग्य, सुख, चैन, श्रीमंती हे सर्व आपल्याला सोडून इतरांनाच मिळते तर हे भाकीत खरे ठरते.''

''पण जेव्हा तुम्ही स्फूर्ती देणाऱ्या विचारांचे काल्पनिक चित्र डोळ्यापुढे आणाल, तेव्हा तुमच्या आयुष्यात आश्चर्यजनक गोष्टी घडतील. आईनस्टाईन म्हणाले होते की, 'ज्ञान मिळविण्यापेक्षाही कल्पकता ही जास्त महत्त्वाची आहे.' दररोज तुम्ही थोडा वेळ का होईना आपल्या कल्पनाशक्तीला उत्तेजन देण्यासाठी खर्च करा. जे तुम्हांला कधीतरी व्हायचे होते पण होता आले नाही, ते तुम्ही या तंत्राव्दारे प्राप्त करू शकाल. मग ते मोठा न्यायाधीश होणे असो किंवा चांगला पिता किंवा चांगला नागरिक होणे असो.''

''ज्युलियन त्यासाठी मला एखादे असे विशिष्ट तलाव किंवा तळे शोधायला जावे लागेल का?'' मी विचारले.

''नाही जॉन, सर्व योग्यांनी स्वतःच्या मनावर नियंत्रण ठेवण्याच्या ह्या पध्दतीचे तसे नाव ठेवले आहे. खरोखरच त्याचा तुला वापर करायचा असल्यास ह्या तुझ्या बैठकीच्या खोलीत सुध्दा तू करू शकतोस. दार बंद कर. सगळे टेलिफोन कॉल्स बंद कर, आणि डोळे मिटून बैस. मग खोलवर दीर्घ श्वास घे, दोन तीन मिनिटानंतर तुला एकदम मोकळे वाटेल नंतर तुला जे हवे असेल ते दृश्य तू मनात आण, मग डोळ्यासमोर आण, जर तुला एक चांगला पालक व्हायचे असेल, चांगला पिता व्हायचे असेल तर तू असे चित्र डोळ्यापुढे आण की तुझ्या मुलांबरोबर तू खेळतो आहेस आणि

हसतो आहेस त्यांच्या प्रश्नांची मनमोकळेपणाने उत्तरे देतो आहेस आणि असे दृश्य डोळ्यापुढे आण की टेन्शनमध्ये सुध्दा तू त्यांच्याशी प्रेमाने वागतो आहेस. त्या दृश्यांची अशी रंगीत तालीम कर की असे चित्र वास्तवात घडले पाहिजे.''

''ही अशा तऱ्हेची पध्दत आपण पुष्कळ ठिकाणी वापरू शकतो. कोर्टात तुझी केस परिणामकारक लढवायची असल्यास, नाते संबंध टिकवायचे असल्यास कुठेही ह्या तंत्राचा वापर केल्याने आर्थिक फायदाही होईल. एक गोष्ट लक्षात ठेव की मनाची आकर्षणशक्ती जबरदस्त असते. ती तुम्हांला हव्या असलेली गोष्टी आकर्षित करते. जर तुमच्या आयुष्यात एखाद्या गोष्टीची कमी असेल तर तुमच्या विचारांमध्ये काहीतरी कमी आहे म्हणून समजा. मनाच्या पडद्यावर नेहमी सुंदर चित्र ठेवा. एखादेही नकारात्मक चित्र तुमच्या मनाच्या घडणीसाठी विषारी आहे. जी शक्ती आणि उत्साह तुझ्या मनात निद्रिस्तावस्थेत आहे तिला मुक्त कर. एकदा ह्या आनंदाचा अनुभव घ्यायला सुरुवात केली की तुला मनाच्या क्षमतेची किमया कळेल.''

असे वाटत होते की ज्युलियन एखादी अनोळखी भाषा बोलतो आहे. मनातल्या आकर्षण शक्तीने आपल्याला हव्या असलेल्या गोष्टीची आपण मनात प्रतिमा तयार करायची त्याचा परिणाम आपल्या बाह्य जगातही होतो असे मी कधी ऐकले नव्हते. पण ज्युलियन जे सांगत होता त्यावर माझा विश्वास बसत होता. या माणसाची हुशारी आणि ज्ञान वादातीत होते. त्याचा निर्णय अचूक होता. तो त्याच्या वकिली क्षेत्रात जगप्रसिध्द होता. ज्या मार्गाबद्दल तो सांगत होता त्या मार्गावरून तो गेलेला होता व मी पण जाणार होतो. ज्युलियन त्याच्या ह्या पूर्वेकडील प्रवासात खूप काही महत्त्वाचे शिकला होता. त्याचा खळखळता उत्साह आणि शक्ती, त्याची स्थिर चित्तता आणि त्याचे हे रूपांतर ह्या सर्वांमुळे त्याचे ऐकण्यातच खरा सुज्ञपणा आहे हे मी ओळखले.

मी जे ऐकले होते, त्याचा जसजसा जास्त विचार करू लागलो तसतसे त्यात खूप तथ्य आहे असे मला वाटायला लागले. खरोखरच मनाची क्षमता खूप जबरदस्त असली पाहिजे, नाहीतर काही आयांनी मुले गाडीखाली सापडली म्हणून वजनदार न उचलता येणारी गाडी सुध्दा कशी काय उचलली असेल? किंवा मार्शल आर्टीस्ट कसे काय एका हाताच्या फटक्यात विटेचा

तुकडा तोडतील? पूर्वेकडचे साधू किंवा योगी कसे काय आपले हृदयाचे ठोके मंद करत असतील किंवा अतीव वेदना डोळ्याची पापणीही न हलवता सहन करत असतील? कदाचित माझ्यातच खरी समस्या असेल. कदाचित ह्या संध्याकाळी पूर्वाश्रमीच्या ह्या करोडपती वकिलाच्या आणि आत्ताच्या योग्याशेजारी बसून हे सर्व ज्ञान मिळवणे म्हणजेच माझी जागृतावस्थेत येण्यासाठीची हाक होती.

''पण ज्युलियन हे सर्व प्रकार ऑफीसमध्ये केले तर, माझे भागीदार मला विचित्रच समजतील.''

''योगी रामन आणि बाकी सर्व योगी एक म्हण कायम वापरायचे ती म्हण त्यांच्या पूर्वजांपासून आली आहे. ती तुला सांगायला मला फार आनंद वाटतो. 'दुसऱ्यांपेक्षा तुम्ही वरचढ आहात ह्यात काहीही थोरवी किंवा उदात्तपणा नाही. तुमच्या पूर्वीच्या कामापेक्षा तुम्ही वरचढ कामगिरी केलीत तर खरी महानता आपोआप येईल.' मला ह्यातून एवढेच समजले आहे की तुला जर तुझे आयुष्य सुधारायचे असेल तर तुझा तू लढ. लोक काय म्हणतील ह्याकडे लक्ष देऊ नकोस. जोपर्यंत तू करतो आहेस ते बरोबर आहे असे तुला वाटते तोपर्यंत तू दुसरे काय म्हणतात ह्याकडे लक्ष देऊ नकोस. तुला काय वाटते ह्याला जास्त महत्त्व आहे. तुझ्या सदसद्विवेक बुध्दीला पटेल अशी कोणतीही गोष्ट तू करू शकतोस. जे बरोबर आहे, सत्य आहे, ते करायला कधीही लाजू नकोस आणि सत्याची कास कधीही सोडू नकोस. कधीही तुझे मोजमाप तू इतरांच्या तुलनेतून किंवा दृष्टीतून करू नकोस. योगी रामन म्हणाल्याप्रमाणे, 'तुम्ही दुसऱ्यांच्या स्वप्नांबद्दल विचार करण्यात जेव्हढा वेळ घालवता तेव्हढे तुम्ही तुमच्या स्वप्नापासून लांब जाता.''

आता खरंतर मध्यरात्र उलटून गेली होती आणि आश्चर्य म्हणजे मी अजिबात थकलो नव्हतो. हे मी ज्युलियनला सांगताच तो हसला आणि म्हणाला, ''तू चांगल्या रितीने जगण्याचे आणखी एक तंत्र शिकलास. पुष्कळ वेळेला थकणे हे मनाने तयार केलेले दुखणे असते. ज्या लोकांना स्वतःचे असे ध्येय नाही त्यांच्यावर ह्या थकव्याचा पगडा फार असतो. मी तुला एक उदाहरण देतो. एखाद्या दुपारी जेवण झाल्यावर तू कुठलातरी किचकट केस पेपर वाचतो आहेस अशावेळी तुझे लक्ष लागत नाही. तुझ्या

डोळ्यावर झापड यायला लागते असे तुझ्या बाबतीत कधी झाले आहे का?''

"पुष्कळवेळा !'' मी उत्तरलो. खरंतर ती माझी काम करण्याची विशेष पध्दत होती हे मी अर्थातच लपवून ठेवले. "पुष्कळजणांना दुपारी काम करताना अशी झापड येते.''

"जर त्याच वेळेला तुझ्या एका मित्राने फोन केला आणि विचारले की तू रात्री त्याच्याबरोबर बाहेर येशील का? किंवा गोल्फमधला काही सल्ला विचारला तर मला खात्री आहे की तुझ्यात एकदम चैतन्य सळसळेल, जिवंतपणा येईल. थकवा आपोआपच जाईल. बरोबर आहे का?''

"हो अगदी बरोबर आहे.''

"म्हणजेच तुझा थकवा हा तुझ्या मनाने तयार केलेला होता. ही वाईट सवय तुझ्या मनाने तुला लावली कुबडीच्या आधारासारखी. आज रात्री तुला माझ्या गोष्टीत खूप रस वाटत होता, त्याने तू प्रभावित झालास. तुला ह्या सर्व गोष्टी शिकण्यात रस वाटायला लागला. हा तुझा माझ्या गोष्टीतला रस आणि तुझी मनाची एकाग्रता ह्यांनी तुला शक्ती दिली. आज तुझे मन हे भूतकाळातही नाही आणि भविष्यकाळातही नाही, ते फक्त वर्तमानकाळात आहे आपल्या बोलण्यावर. जेव्हा तू मनाला सतत एकाग्र करून वर्तमानावर केंद्रित करतोस तेव्हा घड्याळात कितीही वाजले तरी तुला अमर्याद शक्ती मिळते.''

मी होकारार्थी मान हालवली. ज्युलियनची ही तत्त्वे खरोखरच इतकी स्पष्ट होती, स्वच्छ होती तरीही मला ती अगोदर कळलीच नाहीत. खरोखरच सामान्य ज्ञान हे नेहमीच सामान्य नसते. माझे वडील मला जे सांगायचे ते आठवले. "ज्यांनी ते शोधले त्यांना ते मिळाले.'' मला क्षणभर असे वाटून गेले की ते आता माझ्याबरोबर असायला हवे होते.

प्रकरण सातवे

सारांश - ज्युलियनचे चातुर्य

प्रतीक -

सदाचार - मनाची मालकी

चातुर्य - मनाच्या बागेला खतपाणी घाला
तुमच्या अपेक्षेपेक्षाही ती जास्त बहरेल.

तुमच्या जीवनाचा दर्जा हा तुमच्या
विचारांच्या दर्जावर अवलंबून असतो.

चूका होत नाहीत तर धडे मिळतात.
आयुष्यातली पीछेहाट ही एक
वैयक्तिक विकासाची संधी आहे.

प्रात्यक्षिक - गुलाबाचे हृदय

विरोधी विचार

तळ्याचे रहस्य

महत्त्वाचा उतारा - आपल्याला जी गोष्ट मनापासून करायला आवडेल अशी कामे निवडून आपली सर्व शक्ती, लक्ष, चित्त त्या गोष्टी करण्यावर केंद्रित करण्यातच खरा आनंद मिळतो. मग अतिशय सहजगत्या आपल्या इच्छा पूर्ण होतात आणि जीवनात विपुलता येते.

प्रकरण आठवे

आपल्या अंर्तज्योतीला जागवा

“आत्मविश्वास बाळगा. तुम्हांला जसे आयुष्य जगावेसे वाटते, ज्याच्यात आनंद वाटतो असे जग साकार करा. क्षमतेच्या ठिणगीचे रूपांतर पराक्रमाच्या ज्योतीत करा.”

- फोस्टर मॅक्लीन

“ज्या दिवशी योगी रामनने हिमालयाच्या उंच कड्यावर बसून ती गूढ दंतकथा मला सांगितली तो दिवस आणि आजचा दिवस मला सारखाच वाटतोय” ज्युलियन म्हणाला.

“खरंच !”

“आमची बैठक त्या दिवशी अशीच संध्याकाळी सुरू झाली आणि अशीच रात्रभर चालली. आमच्या दोघांत खूपच घनिष्ठता निर्माण झाली. मी तुला सांगितल्याप्रमाणे पहिल्या दिवशीपासूनच योगी रामनविषयी मला फार आस्था वाटली. असे वाटले की हा आपला भाऊच आहे जो मला आधी कधीच नव्हता. आज रात्री इथे तुझ्या बरोबर बसून, तुझ्या चेहऱ्यावरची उत्सुकता बघून मला असेच चैतन्य आणि आस्था वाटतेय. मी तुला सांगतो की तू मला नेहमी लहान भावाप्रमाणे वाटायचास, जेव्हापासूनच आपण मित्र बनलो. तुला खरे सांगायचे तर तुझ्यात मी नेहमी मला पाहत होतो.”

“तू एक तरबेज वकील होतास ज्युलियन, तुझे ते परिणामकारक बोलणे मी कधीच विसरणार नाही.”

ज्युलियनला अर्थातच त्या जुन्या गोष्टीत अजिबात रस नव्हता.

“जॉन, योगी रामनच्या दंतकथेतला पुढचा भाग मला सांगायचा आहे, पण त्यापूर्वी मला एक गोष्ट पक्की करायची आहे, तू आत्तापर्यंत पुष्कळशी वैयक्तिक सुधारणा करण्याची महत्त्वाची तत्त्वे शिकला आहेस. त्यावर तू रोज सराव केलास तर त्याचे चमत्कार तुला दिसतीलच. आज

मी तुला सगळे तंत्र सांगेन. फक्त तू ते नीट समजावून घे, ते अतिशय महत्त्वाचे आहेत आणि तू ते ज्यांना गरज आहे त्यांना शिकव. मार्ग दाखव. सध्या आपण सर्वजण अतिशय कठीण परिस्थितीतून जात आहोत. नकारात्मक विचार आपल्या मनाला व्यापून टाकत आहेत. आपल्यातले पुष्कळजण पाण्यात सुकाणूरहित नावेसारखे तरंगत आहेत. त्या सर्वांना एक दीपस्तंभ हवा आहे, जो त्यांना खडकावर आदळण्यापासून रोखणार आहे. तू त्यांचा सर्वांचा कप्तान हो, तू हा शिवानाच्या योग्यांचा संदेश त्यांच्यापर्यंत नेशील असा माझा विश्वास आहे.''

मी विचारांती ज्युलियनचे हे काम करण्याचे स्वीकारले.

''ह्या सर्व प्रकारच्या तंत्रात गंमत अशी आहे की जितके तुम्ही दुसऱ्यांना मदत कराल तितके तुमचे स्वतःचे आयुष्य सुधारेल. उच्च स्तरावर पोहोचेल. हे सत्य एका प्राचीन उदाहरणावर आधारित आहे.''

'' मी ऐकतो आहे.''

''शिवानातले योगी हिमालयात एका साध्या शिरस्त्यावर त्यांचे आयुष्य कंठतात. जो दुसऱ्यांना आर्थिक, शारीरिक, भावनिक, आणि मानसिकरित्या सर्वांत जास्त मदत करतो त्याला जास्त फळ मिळते. मनःशांती आणि बाह्य जगातील परिपूर्णतेचा हाच खरा मार्ग आहे.''

मी एकदा वाचले होते की जे लोक दुसऱ्यांना ओळखतात, त्यांचा अभ्यास करतात, ते हुशार असतात. पण जे स्वतःचा अभ्यास करतात, ते ज्ञानी असतात. इथे पहिल्यांदाच मी असा माणूस पाहिला की जो स्वतःला ओळखतो. बुध्दासारख्या दिसणाऱ्या त्याच्या चेहऱ्यावर हास्य विलसत होते. ज्युलियन मॅन्टलकडे सर्व काही होते. आरोग्य, मनःशांती आणि परिपूर्ण आयुष्य तरीही त्याचे स्वतःचे असे काहीच नव्हते.

''आता आपण दीपगृह किंवा दीपस्तंभापर्यंत आलो आहोत'' ज्युलियन म्हणाला.

''मला आश्चर्य वाटते आहे की योगी रामनच्या दंतकथेत हे दीपगृह कसे आले.''

''मी तुला माहिती देतो.'' एखाद्या वकिलापेक्षाही एखाद्या प्राध्यापकासारखा समजावत ज्युलियन म्हणाला. ''आत्तापर्यंत तुला हे कळले की आपले मन हे एक सुपीक बागेसारखे आहे आणि ती बहरण्यासाठी

त्याला दररोज खतपाणी घालावे लागते. म्हणून त्याच्यात नकारात्मक आणि अशुध्द विचारांचे गवत आणि झाडी उगवू देऊ नकोस. बागेच्या दरवाजाजवळ तू त्याची राखण कर. मन सशक्त आणि निरोगी ठेव. मग तुझ्यासाठी ते जादूची किमया करेल.''

''तुला आठवत असेल तर बागेच्या मध्यभागी एक झगमगते दीपगृह आहे. हे दीपगृह तुला परिपूर्ण आयुष्य जगण्याच्या प्राचीन तत्त्वाची आठवण देईल : 'जीवनाचे उद्दिष्ट म्हणजेच उद्दिष्टपूर्ण जीवन' जे लोक खरोखर ज्ञानी असतात, त्यांना जीवनात भावनिक, शारीरिक अध्यात्मीकरित्या आपल्याला काय हवे आहे ते समजते. तुमच्या जीवनातली काही प्राधान्ये असतील, ती स्पष्टपणे नेमून दिलेली असली पाहिजेत. प्रत्येक क्षेत्रातले आपले ध्येय ठरले असले पाहिजे. जे दीपस्तंभासारखे तुम्हांला मार्ग दाखवेल व जेव्हा समुद्र खवळलेला असेल तेव्हा तुम्हांला निवाराही देईल. क्रांतीची दिशा ठरविली असली तर एखादा माणूस आपल्या जीवनात क्रांती घडवून आणेल. पण जर तुम्हांला तुम्ही कुठे चालला आहात हेच माहीत नसेल तर तुम्ही तिथे केव्हा पोहोचणार ?''

ज्युलियनने मला योगी रामनच्या काळात नेले. योगी रामनचे शब्द त्याला आठवले. ''जीवन हे अतिशय मजेशीर आहे'' योगी रामन म्हणाले. ''आपल्याला असे वाटते की आपण जेवढे कमी काम करू तेवढे आपल्याला जास्त सुख मिळेल. पण खऱ्या आनंदाचा सुखाचा, जर माग घ्यायचा असेल तर 'साध्य करणे', 'काहीतरी मिळविणे' ह्या शब्दातच आहे. आपल्या आयुष्याचे उद्दिष्ट संपादन करण्यात, साध्य करण्यात आहे. त्या दृष्टीने वाटचाल करण्यातच खरा आनंद मिळतो. तुमच्यातल्या ठिणगीला पेटवणे ह्यातच खरे रहस्य आहे. तू इतक्या हजारो मैलाचा प्रवास करून इथे हिमालयात योगींना भेटायला आलास म्हणजे तुझे ध्येय तू साध्य केलेस आणि तरी इथे आल्यावर तेही तुला हेच सांगतात की खरा आनंद हा काहीतरी साध्य करण्यात आहे हे कदाचित फार उपरोधिक बोलणे आहे हे मलाही कळते आहे पण हे खरे आहे.''

''सगळे योगी जास्त काम करायचे का?''

''अगदी विरुद्ध. ते सगळे योगी काम करताना उत्पादकता वाढवायचे पण असे कामासाठी वेडेपिसे कधीच झाले नव्हते. ह्या उलट

अतिशय शांतपणे एकाग्रतेने काम करायचे.''

''कसे काय?''

''कारण, ते जे करत होते त्या सर्वांकरिता त्यांचा एक हेतू होता, दृढनिश्चय होता एक उद्देश होता. जरी ते प्रगत जगापासून वेगळे होते आणि एका वेगळ्या जगात वावरत होते, तरी ते सर्वजण अतिशय परिणामकारकरीत्या काम करत होते. कुणी मोठा तत्त्वज्ञानाचा प्रबंध लिहिला होता. तर कुणी अतिशय अर्थपूर्ण कविता लिहिल्या होत्या. ही सर्व कार्ये त्यांच्या बुध्दिमत्तेला आव्हान देत होती आणि त्यांची कल्पनाशक्ती वाढवत होती. उरलेले योगी ध्यान धारणा, मनन, चिंतन ह्यात वेळ घालवायचे आणि एखाद्या तेजोमय पुतळ्यासारखे दिसायचे. शिवानातल्या योगींच्या आयुष्याला अर्थ होता आणि त्यांच्याकडे कर्तव्य पार पाडायची जिद्द होती.''

''योगी रामन सांगत होते की, शिवानात जसे काही काळ, वेळ थांबून गेला होता. तुला वाटेल की ह्या साध्या, ज्यांच्याजवळ स्वतःचे असे काही नसलेल्या साधूंच्या काय गरजा, इच्छा, आशा असणार आहेत. पण जे मिळवायचे आहे ते फक्त ऐहिक सुखसुविधा, पैसे वगैरे थोडेच आहे? आता माझे ध्येय मनःशांती, आत्मसंयमन आणि ज्ञान संपादन करणे होते. जर मी ह्या गोष्टी मिळवण्यात असफल झालो तर मरताना मला असमाधानी आणि अपूर्ण वाटेल.''

ज्युलियन मला सांगत होता की पहिल्यांदाच शिवाना मधले कोणीतरी मृत्यूच्या गोष्टी करत होते. ''योगी रामननी माझ्या चेहऱ्यावरचे हावभाव बघितले आणि ते लगेच म्हणाले. तू काळजी करू नकोस माझ्या मित्रा. मी शंभरी पार केली आहे आणि इतक्यात वर जायचा माझा विचार नाही. माझा सांगण्याचा हेतू एवढाच आहे की तुझे ध्येय जर तू स्पष्टपणे ठरवले असशील मग ते कुठलेही असो, ऐहिक, शारीरिक, भावनिक किंवा आध्यात्मिक, तू तुझा वेळ हे ध्येय मिळवण्यात घालवशील व त्यातच तुला आनंद वाटेल. मग तुझे आयुष्य माझ्या सारखेच आनंदी राहील. पण तू तुझे ध्येय ठरवून आणि ते चित्र डोळ्यांपुढे आणून त्यावर सतत कार्य केले पाहिजेस. आम्ही योगी लोक ह्याला 'धर्म' म्हणतो. हा 'जीवनाचा हेतू' ह्या अर्थाचा संस्कृत शब्द आहे.''

''मी माझ्या धर्माची पूर्तता केल्यावर मला चिरंतन सुख मिळेल?''

मी विचारले.

"अर्थातच! धर्मापासून तुम्हांला मनःशांती मिळते आणि चिरकाल समाधान मिळते. धर्म म्हणजे प्राचीन कालाप्रमाणे प्रत्येकाला एक कार्य पूर्ण करायचे आहे, ह्या तत्त्वावर आधारित आहे आणि त्याचप्रमाणे आपल्या प्रत्येकाला काही दैवी देणग्या आणि बुध्दिमत्ता दिली आहे. त्याची गुरुकिल्ली शोधणे आणि ते पूर्ण करणे हे आपल्या सर्वांचे ध्येय असले पाहिजे."

"मग तू जे धोका पत्करणे वगैरे म्हणत होतास ते हेच आहे तर."

"आहे किंवा नाही" ज्युलियन.

"मला समजले नाही."

"हो. कारण तुम्हांला तुम्ही कुठले चांगले काम करू शकता. ते शोधण्यासाठी धोका पत्करावाच लागतो. पुष्कळसे लोक ज्या क्षणी त्यांना आपल्या जीवनाचा उद्देश किंवा हेतू कळतो त्या क्षणी ते आपल्या जीवनाची प्रगती खुंटणारी नोकरी सोडून देतात. इथे आपल्याला स्वतःचे परीक्षण करायला किंवा स्वत्व शोधायचा थोडा धोका पत्करावा लागतो. नाही. कारण तुम्हांला स्वतःचे परीक्षण करायला आणि तुमचे आयुष्याचे ध्येय शोधायला कधी धोका पत्करावा लागत नाही स्वतः बद्दल ज्ञान असणे, अतिशय चांगले आहे. अगदी गरजेची गोष्ट आहे ही."

"तुझा धर्म काय आहे ज्युलियन?" मी माझी उत्सुकता दाबून विचारले.

"माझा धर्म अगदी साधा आहे, दुसऱ्याची सेवा करणे. लक्षात ठेव, झोपा काढून, आराम करून, निरूद्योग्यासारखा वेळ घालवून तुला खरा आनंद कधीच मिळणार नाही. बेन्जामिन डिस्त्रायली म्हणाले होते की, "तुमच्या उद्दिष्टात सातत्य असणे हेच तुमच्या यशाचे गमक आहे" जीवनातला जो आनंद तुम्ही शोधत आहात तो तुम्हांला तुमचे ध्येय ठरवून त्यावर रोज थोडे काम करून पुढे जाण्यातच आहे. ह्याबद्दल एक अमूल्य तत्त्वज्ञान सांगतो. कमी महत्त्वाच्या गोष्टींकरिता मोठ्या व महत्त्वाच्या गोष्टींचा त्याग करू नका. योगी रामनच्या कथेत सांगितलेला तो सहा मजली बंगला म्हणजेच दीपस्तंभ तुम्हांला तुमचे ध्येय, उद्दिष्ट ठरवून त्यावर काम करण्याची आठवण करून देतो."

नंतर ज्युलियन कडून मी शिकलो की जे खरोखरचे महान लोक

आहेत त्यांनी कशी आपल्यातली क्षमता ओळखली, ध्येय गाठले. काहींनी डॉक्टर बनून माणसांची सेवा केली, काही कलाकार झाले, काही लोकांनी स्वतःतली संभाषण कला ओळखली आणि ते शिक्षक झाले. तर काहींनी ओळखले की आपली कल्पकता आपण विज्ञानात किंवा धंद्यात दाखवावी. नियमांचे पालन आणि दूरदृष्टीने त्यांनी ओळखले की त्यांचे कार्य काय आहे. त्यांनी दुसऱ्यांची सेवा करायचे व्रत घेतले.

''ध्येय ठरवायचा हाच एक प्रकार आहे?''

''ही तर सुरुवात आहे. तुमचे जीवनाचे उद्दिष्ट किंवा ध्येय, निश्चित करा आणि त्या मार्गावर वाटचाल करा. योगीरामन आणि दुसरे योगी आपले ध्येय किंवा उद्दिष्ट अगदी निकरावर येऊन पूर्ण करायचे.''

''इतके ज्ञानी योगी आणि साधू हिमालयात इतक्या उंचीवर राहून रात्रभर ध्यान धारणा करतात, मनन करतात आणि दिवसा आपले उद्दिष्ट ठरवतात तू मस्करी तर करत नाहीस?''

''जॉन तू फक्त त्याचे परिणाम बघ. माझ्याकडे बघ. मी जेव्हा आरशात बघतो तेव्हा स्वतःला सुध्दा ओळखत नाही. माझे एकेकाळचे अपूर्ण आणि असमाधानी जीवन बदलून आता साहसी आणि परिपूर्ण जीवन झाले आहे. मी परत तरुण झालोय आणि चैतन्यपूर्ण आरोग्य उपभोगतोय. मी खरच खूप आनंदी आहे, जे ज्ञान मी तुला देतोय ते इतके महत्त्वाचे आहे की तू त्याचे ताबडतोब स्वागत केले पाहिजेस.''

''ज्युलियन मी ते तर करतोच आहे. तू जे काही आत्तापर्यंत सांगितले आहेस ते सर्व मला पटले आहे. त्यातली काही तत्त्वे जरी मला विचित्र वाटली तरी मी तुला शपथ दिली आहे की मी ती रोज आचरणात आणीन आणि आणणारच आहे. ही माहिती अगदी उपयुक्त आहे.''

''मी दुसऱ्यांपेक्षा दूरदृष्टीने पाहू शकतो कारण माझे गुरू अतिशय महान होते'' ज्युलियन म्हणाला, ''मी तुला एक उदाहरण देतो. योगी रामन हे एक तरबेज धनुर्धारी आहेत. जीवनाचे उद्दिष्ट ठरवण्याच्या तत्त्वज्ञानाबद्दल त्यांनी एक प्रात्यक्षिक करून दाखवले ते मी कधीच विसरणार नाही.''

''आम्ही जेथे बसलो होतो तिथे एक ओकचे झाड होते. त्यांच्या गळ्यात गुलाबाचा हार ते नेहमी घालायचे त्यातला एक गुलाब काढून त्यांनी त्या झाडाच्या खोडावर ठेवला आणि त्यांच्या कातडी पिशवीतून त्यांनी

तीन वस्तू काढल्या ज्या कायम त्यांच्या बरोबरच असायच्या. पहिले म्हणजे त्यांचे आवडते चंदनाचे सुवासिक व मजबूत धनुष्य, दुसरा बाण आणि तिसरा पांढराशुभ्र हातरुमाल, मी न्यायाधीश आणि ज्युरींना प्रभावित करण्यासाठी माझ्या महागड्या सुटवर वापरत होतो अगदी तसाच.''

मग योगी रामननी ज्युलियनला तो पांढरा हातरुमाल त्यांच्या डोळ्यांवर बांधायला सांगितला.

''मी त्या गुलाबापासून किती लांब आहे?'' योगी रामननी त्यांच्या शिष्याला विचारले.

''शंभर फुटावर'' ज्युलियननी अंदाज केला.

''तू कधी मला रोजच्या सरावाच्या वेळेला बाण चालवताना पाहिले आहेस का?'' योगी रामननी विचारले. ज्युलियनचे उत्तर त्यांना माहीत होते तरीही त्यांनी विचारले.

''मी तुम्हांला पुष्कळवेळेला तीनशे फुटावरून लक्ष्यावर बाण मारताना पाहिले आहे आणि तुमचे लक्ष्य चुकलेले मला कधीच आठवत नाही.'' ज्युलियनने प्रामाणिकपणे उत्तर दिले.

मग डोळे झाकून योगीरामननी त्यांचा धनुष्य बाण घेतला आणि बाण गुलाबाच्या फुलावर नेम धरून मारला. तो बाण सुटला आणि ओकच्या झाडावर जाऊन आदळला आणि आपल्या लक्ष्यापासून खूप अंतरावर जाऊन पडला.

''मला वाटले तुम्ही तुमच्या नेहमीच्या तरबेज धनुर्विद्येचे मला दर्शन घडविणार आहात, काय झाले योगी रामन?''

''आपण इथे या एकांत जागी का आलो आहोत ह्याला ही एक कारण आहे. मी माझे सर्व ज्ञान तुला देणार आहे. आजच्या प्रात्यक्षिकाव्दारे मला हेच सांगायचे होते की आपले उद्दिष्ट किंवा ध्येय योजनाबध्द असले पाहिजे आणि कुठे जायचे आहे हे सुध्दा ठरविले पाहिजे. आता तू जे प्रात्यक्षिक पाहिलेस त्यामुळे हे सिध्द होते की 'तुम्ही जे लक्ष्य पाहू शकत नाही त्यावर तुम्ही बिनचूक प्रहार करू शकत नाही.' पुष्कळशी माणसे आयुष्यभर स्वप्न पाहतात की ते खूप श्रीमंत झाले आहेत आणि जास्त आनंदात आणि उत्साहात राहत आहेत, पण कधीही दहा मिनिटे सुध्दा हा विचार करत नाहीत की त्यासाठी आपले ध्येय काय असले पाहिजे, आपले

कर्तव्य काय असले पाहिजे, आपला धर्म काय? जर तुमचे उद्दिष्ट किंवा ध्येय तुम्ही ठरवले असेल तर तुमचे आयुष्य जास्त परिपूर्ण होईल.''

''तर ज्युलियन, आपल्या पूर्वजांनी आपल्याला हवे असलेले मानसिक, शारीरिक आणि धार्मिक क्षेत्रातले ध्येय ठरवायला शिकविले. तू ज्या जगातून आलास तिथे आर्थिक आणि ऐहिक सुख लोकांना हवे असते. हे काही चूक नाही. पण स्वतःवर नियंत्रण ठेवणे आणि मनःशांती मिळवण्यासाठी योजनाबध्द उद्दिष्ट ठरवणेही आवश्यक असते. तुला आश्चर्य वाटेल माझे ध्येय आहे मनःशांती, चैतन्य, ऊर्जा जे मी स्वतःत रोज आणतो आणि प्रेम जे मी सर्वांना देतो. ध्येय ठरवणे हे काम फक्त तुझ्यासारख्या मोठ्या वकिलानेच केले पाहिजे असे नाही तर कुठल्याही माणसाने ज्याला आपले आयुष्य सुधारायचे आहे त्याने एक कागद पेन घेऊन आपल्या जीवनात आपले ध्येय कुठले ते लिहिले पाहिजे. त्याक्षणी नैसर्गिक शक्ती निर्माण होऊन ही उद्दिष्ट वास्तवात यायला मदत होते.''

मी जे ऐकत होतो त्याने खूप प्रभावित झालो. जेव्हा मी शाळेत असताना फुटबॉल खेळायचो तेव्हा आमचे सर नेहमी सांगायचे की प्रत्येक सामन्यामधून तुम्हांला काय हवे आहे हे अगोदर ठरवा. ह्यातून निष्पन्न काय होणार ते समजून घ्या असा त्यांचा सल्ला असायचा. आमचा संघ यशाचा खात्रीदायक आराखडा काढल्याशिवाय कधीही मैदानावर उतरला नाही. पण नंतर मात्र मी वकील झाल्यावर माझ्या आयुष्याचा असा आराखडा कधीच तयार केला नाही. कदाचित ज्युलियन किंवा योगी रामन सारखे इथे लागतात.

''कागद पेन घेऊन त्यावर आपली जीवनाची उद्दिष्टे लिहिणे, यात एवढे खास काय आहे ? इतकी साधी क्रिया कशी काय इतका फरक करू शकते?''

''तुझा ह्याच्यातला रस पाहून मला फार आनंद वाटतोय जॉन, यशस्वी जीवनासाठी उत्साह किंवा उत्सुकता या सर्वात महत्त्वाच्या गोष्टी आहेत. मला आनंद होतोय की तू प्रत्येक गोष्टीत रस घेत आहेस. ह्या आधी मी तुला सांगितले होते की प्रत्येक माणसाच्या मनात दररोज ६०,००० विचार येतात. कागदावर आपले उद्दिष्ट लिहिल्यामुळे तुम्ही तुमच्या मेंदूला हा संदेश देता की उरलेल्या ५९,९९९ विचारांपेक्षा हा जास्त महत्त्वाचा आहे. नंतर तुमचा मेंदूच संधी येईल तेव्हा ह्या गोष्टींची नोंद करून मार्गदर्शन

करतो, ही अगदी शास्त्रोक्त पध्दत आहे जी पुष्कळांना माहिती नाही.''

''माझे काही सहकारी ध्येयपूर्तीसाठी फार चिकाटीने काम करतात. ते आर्थिक दृष्ट्याही फारच यशस्वी आहेत. पण त्यांच्यात समतोलपणा नाही'' मी उत्तरलो.

''कदाचित ते त्यांच्या स्वतःसाठी योग्य ध्येय आखत नसतील. जॉन आपण जे मागतो तेच जीवन आपल्याला देते. पुष्कळसे लोक असे आहेत की ज्यांना जास्त ऊर्जा मिळवायची आहे, शक्ती मिळवायची आहे, जे असमाधानी आहेत त्यांना विचारले की त्यांना जीवनात कुठली गोष्ट हवी आहे? तर त्यांना उत्तर देता येत नाही. म्हणूनच जेव्हा तुम्ही तुमचे ध्येय ठरवता तेव्हाच तुमचे आयुष्य बदलते'' ज्युलियनच्या डोळ्यात चमक दिसत होती.

''तुला असा अनुभव आलाय का, की तू कधी एखाद्या विचित्र नावाच्या माणसाला भेटला आहेस किंवा विचित्र नाव ऐकले आहेस आणि नंतर ते नाव दूरदर्शनवर व वर्तमानपत्रात प्रसिध्द होते. कधी तुला नवीन विषयामध्ये रस निर्माण झाला आहे, समजा फ्लाय फिशिंगबद्दल आपण ऐकतो आणि नंतर सगळीकडे तेच नाव होते. योगी रामन ह्या प्रकाराला ''जोरीकी'' म्हणतात किंवा मनाची एकाग्रता. स्वत्वाचा शोध घेण्यासाठी तुमच्या मनाच्या शक्तीचा प्रत्येक औंस खर्ची घाला. ज्यात तुम्ही काहीतरी असामान्य करू शकाल किंवा जे करताना तुम्हांला आनंद होतो अशाच गोष्टी शोधून काढा. सध्या तू वकिली करतोस पण कदाचित तुला शिक्षकही व्हायचे असेल, शिकवण्याची कला तुला अवगत आहे, चिकाटी आहे. कदाचित तुला एखादा चित्रकार किंवा शिल्पकार व्हावेसे वाटत असेल. काही का असेना तुझा छंद काय आहे ते शोध आणि मग त्यावर वाटचाल कर.''

''आता मी तर ह्यावर खरंच विचार करतोय की, मला काहीतरी व्हायचे आहे. माझी खरी क्षमता मी वापरलीच नाही. दुसऱ्यांना मदत केलीच नाही आणि माझा शेवट असाच आला तर मला फार दुःख होईल'' मी म्हणालो.

''खरं आहे म्हणूनच ह्या क्षणापासून विचार कर. तुझे जीवनातले ध्येय काय आहे ते ठरव आणि त्यावर उत्साहाने काम कर. मानवाचा मेंदू

ही सर्वात मोठी गाळणी आहे. त्याचा योग्य वापर केला तर तो कमी महत्त्वाच्या गोष्टी गाळून तुम्हांला त्यावेळी हवी असलेली महत्त्वाची माहिती देतो. आता ह्या क्षणी आपण इथे तुझ्या बैठकीच्या खोलीत बसलेलो असताना शेकडो गोष्टी घडत आहेत. पण आपण तिथे लक्ष देत नाही आहोत. ते खेळण्यातले छोटे प्रियकर प्रेयसी एकमेकांच्या हातात हात घालून गोल गोल गिरकी घेत आहेत व खिदळत आहेत. फीशटँक मधला तो सोनेरी मासा, जो तुझ्या मागे आहे तो फिरतो आहे, एअरकंडीशनर मधून गार हवा येत आहे आणि माझ्या हृदयाची धडधड पण ऐकू येत आहे. माझ्या हृदयाच्या धडधडण्यावर मी माझे चित्त एकाग्र करायचे ठरवीन त्याक्षणी मी त्याची लय अजमावीन. तसेच जर तू तुझ्या लक्ष्यावर मन एकाग्र करायचे ठरवलेस तर तुझा मेंदू इतर कमी महत्त्वाच्या गोष्टी गाळून फक्त महत्त्वाच्या गोष्टी तुझ्यापर्यंत आणेल.''

''तुला खरं सांगू? आता ही खरी वेळ आहे आपल्या जीवनातले उद्दिष्ट काय आहे ते जाणून घ्यायची'' मी म्हणालो, ''माझ्या आयुष्यात बऱ्याचशा चांगल्या गोष्टी घडल्या आहेत, तरीही त्या तितक्या मोठ्या आहेत असेही नाही. जर मी ह्या जगातून गेलो, तर मी नक्की नाही सांगू शकणार की माझ्या जाण्याने काही मोठा फरक पडेल.''

''ह्याबद्दल तुला कसे वाटतेय?'' ज्युलियन म्हणाला.

''निराश वाटते आहे'' मी प्रामाणिकपणे म्हणालो. ''मला माहिती आहे की माझ्यात हुशारी आहे. खरंतर मी तरुण असताना चांगला कलाकार होतो, मग वकिली करायला सुरुवात केली आणि त्यातच स्थिर झालो.''

''तुला कधी असे वाटले का, की तू चांगला चित्रकार झाला असतास, चित्रकला हा तुझा व्यवसाय म्ह ून तू स्वीकारला असता का?''

''मी खरंच ह्या बाबतीत फार विचार केलाच नाही पण मी एक सांगू शकतो की जेव्हा मी चित्र काढायचो तेव्हा मला स्वर्गात असल्यासारखे वाटायचे.''

''तू त्यातच गढून जात असशील नाही'' ज्युलियन म्हणाला.

''खरंच जेव्हा मी स्टुडिओत चित्र काढायला बसायचो तेव्हा मला वेळेचे भानच नसायचे.कॅनव्हासवरच्या चित्रामध्ये मी इतका बुडून जायचो की असे वाटायचे की मी वेळ वगैरे गोष्टींच्या पलीकडे गेलो आहे आणि

दुसऱ्याच एका विश्वात गेलो आहे.''

''जॉन तू ज्या गोष्टीवर मनापासून प्रेम करतोस किंवा ज्या गोष्टी तुला करायला आवडतात त्या गोष्टींवर मन एकाग्र करण्याची ही शक्ती आहे. गोथे म्हणतात, 'ज्या क्रियेवर आपण प्रेम करतो ती आपल्याला आकार देत असते' दररोज थोडा तरी वेळ चित्र काढण्यात घालव. चांगल्यातले चांगले चित्र काढून ह्या जगातला आपला धर्म सार्थ कर.''

''ही पध्दत जर आपण दुसऱ्याही गोष्टींकडे वळवली तर?''

''तर खूपच चांगले'' ज्युलियन म्हणाला. ''पण कुठल्या गोष्टींकडे?''

''माझ्या पुष्कळशा ध्येयांपैकी एक छोटेसे ध्येय होते, माझ्या कमरेचा जास्तीचा घेर कमी करणे मी कुठून सुरुवात करू?''

''ध्येय ठरवण्याची कला तू अवगत करून घे. ध्येय ठरवताना अगदी छोट्या गोष्टींपासून सुरुवात कर.''

''हजारो मैलांच्या प्रवासाची सुरुवात एका पावलाने होते'' मी अंतःप्रेरणेने म्हणालो.

''खरं आहे. जॉन छोटी छोटी उद्दिष्टे ठरवून त्या सगळ्यातून मोठे उद्दिष्ट पार करायचे तर त्यासाठी छोट्या ध्येयाचा आराखडा तयार कर. ह्या कामात आपोआपच मोठी ध्येयपूर्ती होईल.''

ज्युलियननी मला सांगितले की शिवानातल्या योग्यांनी ध्येयपूर्तीसाठी एक पाच प्रकारचा क्रमबध्द आराखडा तयार केला आहे. तो अतिशय साधा आणि सोपा आहे. पहिली पायरी म्हणजे आपल्या मनात परिणामाची स्पष्ट प्रतिमा तयार करायची. जर मला वजन कमी करायचे आहे तर दररोज सकाळी उठल्याबरोबर माझ्या सडपातळ आणि उत्साहपूर्ण देहयष्टीचे माझ्या डोळ्यासमोर काल्पनिक चित्र उभे करायचे. जितके हे चित्र जास्त स्पष्ट असेल तितकी ही प्रक्रिया परिणामकारक होते. माणसांच्या मनाची वैचारिक क्षमता इतकी आहे की ती ह्या चित्रामुळे जास्त परिणामकारक होते. ह्या काल्पनिक चित्रामुळे मनाची कवाडे उघडतील आणि त्यावर कार्य करायची तुम्हांला आपोआप इच्छा होईल. दुसरी पायरी म्हणजे आपल्या ह्या प्रक्रियेवर सकारात्मक दबाव आणायचा.

''लोकांना परत जुन्या सवयीमध्ये अतिशय सहजगत्या जाता येऊ नये म्हणून हा सकारात्मक दबाव असतो. दबाव हा नेहमीच वाईट नसतो.

हा दबाव आपल्याला खूप मोठ्या उंची पर्यंत घेऊन जातो. ह्या दबावामुळे आपण आपल्या क्षमतेच्या बाहेर जाऊन काम करू शकतो'' ज्युलियन.

''पण ज्युलियन मी हा सकारात्मक दबाव माझ्यावर कसा आणू शकतो?'' आता मी ह्यासाठी अगदी सकाळी लवकर उठण्यापासून ते एक चांगला पिता होण्यासाठी किंवा माझी सहनशक्ती वाढवण्यापर्यंत सर्व काही करायचा विचार गंभीरपणे करत होतो.

''त्याचे पुष्कळसे प्रकार आहेत सगळ्यात चांगली पध्दत म्हणजे सार्वजनिक प्रतिज्ञा करायची. सगळ्यांना तू सांगून टाकायचे की मी वजन कमी करणार आहे किंवा सर्वांना सांगून टाकायचे की मी पुस्तक लिहिणार आहे किंवा जे काय तुझे ध्येय आहे ते. एकदा का तू सर्वांना सांगितलेस की हे ध्येय तू ठरवले आहेस आणि तू ते पूर्ण करणार आहेस की तुझ्यावर ते पूर्ण करण्याचा सकारात्मक दबाव आला. कारण कोणालाही लोकांनी आपल्याला अयशस्वी झालेले पाहणे आवडत नाही. शिवानातल्या योगींनी हा सकारात्मक दबाव आणण्याची फारच नाट्यमय पध्दत स्वीकारली होती. ते जाहीर करत की त्यांनी ठरवलेले उद्दिष्ट जसे एक आठवड्याचा उपास किंवा सकाळी ४ वाजता ध्यान धारणेसाठी उठायचे वगैरे जर पूर्ण झाली नाहीत तर ते बर्फासारख्या थंड पाण्याच्या धबधब्याखाली उभे राहतील अगदी हातपाय बधिर होईपर्यंत. हे दबाव तंत्र इच्छाशक्ती आणि ध्येयपूर्तीचे अगदी टोकाचे उदाहरण आहे.''

''ज्युलियन ह्याला टोकाचे म्हणणे म्हणजे कमीच आहे. हा तर विलक्षण प्रकार आहे.''

''विलक्षण आहे तसाच तो परिणामकारक सुध्दा आहे. इथे महत्त्वाचा लक्षात घेण्यासारखा मुद्दा हा आहे की जेव्हा तुम्ही तुमच्या मनाला शिकवता की चांगल्या सवयींचा आनंद उपभोगायचा तसेच वाईट सवयींची शिक्षा, तरच तुमचा कमकुवतपणा जाईल.''

''तू म्हणत होतास की ध्येयपूर्तीचे पाच प्रकार आहेत. मग अजून तीन कुठले आहेत?'' मी उत्सुकतेने विचारले.

''हो जॉन. पहिली पायरी म्हणजे तुमच्या डोळ्यापुढे तुम्ही परिणामाचे स्पष्ट चित्र उभे करायचे. दुसरे सकारात्मक दबाव तंत्र आणि तिसरे आहे ध्येयपूर्तीसाठी कालमर्यादा निश्चित करायची. वेळ निश्चित न

करता कधीही ध्येय ठरवू नये. ध्येयपूर्तीची प्रक्रिया सुरू करण्याअगोदर त्याची कालमर्यादा निश्चित करावी. जसे कोर्ट केसेसमध्ये ज्या केसेसना न्यायाधीशांनी कालमर्यादा दिलेल्या आहेत त्या केसेसची तू आधी तयारी करतोस तसे किंवा उद्याच्या केसेसवर तू आज जास्त लक्ष केंद्रित करतोस तसे."

"आणि हो" ज्युलियन म्हणाला, "लक्षात ठेव की जे ध्येय तुम्ही एका कागदावर लिहून ठेवत नाही ते ध्येयच नाही. म्हणून बाजारात जा एक स्वस्तातली का होईना छोटी डायरी किंवा वही विकत घे. ह्या वहीला तू 'ड्रीम बुक' किंवा 'महत्त्वाकांक्षेची वही' असे नाव दे. त्यात तुला जे व्हायचे आहे किंवा ठरवले आहेस ते लिही. तुझ्याबद्दल लिही."

"पण मी काय स्वतःला ओळखत नाही?"

"पुष्कळशा लोकांना हे माहिती नाही. त्यांनी कधी स्वतः साठी वेळ काढून आपले सामर्थ्य कशात आहे, दुबळेपणा कशात आहे, आपल्या इच्छा आकांक्षा काय? स्वप्न काय ? ह्याचा शोध घ्यायचा कधी प्रयत्नच केला नाही. चिनी लोक आपली प्रतिमा तीन प्रकारांनी ठरवतात. पहिला प्रकार तुम्ही स्वतःला जे समजता ते. दुसरी प्रतिमा म्हणजे दुसरे लोक तुम्हांला काय समजतात ती आणि तिसरी म्हणजे आरसा. जे सत्य आहे ते तो दाखवतो. तू स्वतःला ओळख. तेच सत्य आहे."

"तुझ्या महत्त्वाकांक्षेच्या वहीचे वेगवेगळ्या क्षेत्रासाठी वेगवेगळे भाग कर. उदाहरणार्थ तुझ्या शारीरिक योग्यतेसाठी एक भाग, आर्थिक ध्येयासाठी एक, तुझ्या वैयक्तिक अधिकारासाठी, तुझ्या सामाजिक कार्यासाठी आणि सगळ्यात महत्त्वाचे धार्मिक कार्यासाठी, असे वेगळे भाग कर."

"खरंच मजेशीर आहे हे सर्व. मी ह्या आधी एवढ्या किंवा अशा कल्पकतेचा विचार ही केला नव्हता. आता मला खरंच अशी आव्हाने स्वीकारली पाहिजेत" मी म्हणालो.

"अजून एक परिणामकारक तंत्र म्हणजे तुझी ही जी महत्त्वाकांक्षेची वही आहे त्यात तुला जे व्हावयाचे आहे त्याची चित्रे, किंवा अशी क्षमता असलेल्या लोकांचे चित्र चिकटवायचे किंवा लावायचे. जर तुला कमरेचा घेर कमी करायचा आहे तर एखाद्या मॅरेथॉन शर्यतीत भाग घेणाऱ्या स्पर्धकाचे चित्र, किंवा एखाद्या सुप्रसिध्द धावपटूचे चित्र तू लावले पाहिजेस. जर तुला

स्वतःला एक आदर्श नवरा व्हायचे असेल तर अशा माणसाचे चित्र लाव कदाचित तुझ्या वडिलांचा फोटो चिकटव. जर तुला समुद्र किनारी एक सुंदरसा बंगला असावा, बाहेर एक गाडी असावी असे वाटत असेल तर तसे चित्र शोधून ते चित्र त्या वहीत चिकटव आणि मग दररोज ही चित्र काही मिनिटे चाळ, त्याचे फळ तुला आश्चर्यचकित करेल.''

''ही खरोखर फारच परिणामकारक पध्दत आहे. मला माहिती असलेले पुष्कळ जण ह्या पध्दतीचा अवलंब करतात. आपण ह्या पध्दती आचरणात आणून आपले जीवनमान सुधारू शकतो. माझ्या बायकोला ही 'महत्त्वाकांक्षेची वही' अतिशय आवडेल. ती तर कदाचित त्या वहीत माझा फोटो पण माझे पोट सुटलेले नसलेला फोटो लावेल.''

''ते काही जास्त सुटलेले नाही.'' ज्युलियननी माझी समजूत घालायचा प्रयत्न केला.

''मग जेनी मला मि. डोनट का म्हणते?''

आणि आम्ही दोघे खळाळून हसत सुटलो अगदी जमिनीवर लोळेपर्यंत हसलो.

''मला असे वाटते की जर तुम्ही तुमच्यावर हसू शकला नाहीत तर तुमच्यावर कोण हसेल'' मी म्हणालो. अजूनही मी खिदळतच होतो.

''अगदी खरंच मित्रा. मी माझ्या आधीच्या जीवनात प्रत्येक गोष्ट गंभीरपणे घेतली. आता मी अगदी लहान मुलासारखा प्रत्येक गोष्ट खेळीमेळीत घेतो. मी प्रत्येक छोट्या गोष्टींची सुध्दा मजा घेतो.''

''पण इथे माझे विषयांतर झाले. मला खूप काही सांगायचे आहे आणि ते सगळे एकदम बाहेर पडत आहे.''

''तर आपली महत्त्वाकांक्षा पूर्ण करण्यासाठी ह्या पाच पध्दतींचा आराखडा तयार कर. एकदा तू मिळणाऱ्या फळाचे, परिणामाचे स्पष्ट चित्र तुझ्या मनात तयार केलेस की त्यावर सकारात्मक दबाव आण. कालमर्यादा ठरव. महत्त्वाकांक्षा वहीत लिही. पुढचा उपाय म्हणजे योगी रामनी सांगितल्याप्रमाणे २१ चा जादूचा नियम. शिवानातल्या ज्ञानी लोकांच्या समजुतीप्रमाणे नवीन पध्दतीची सवय करण्यासाठी आपण सतत २१ दिवस ते आचरणात आणायचे.''

''२१ दिवसच का? काय विशेष आहे ह्यात?''

''शिवानातले योगी ह्या नवीन सवयी स्वतःला लावून घेण्यात अगदी तरबेज होते. योगी रामननी मला एकदा सांगितले होते की वाईट सवय एकदा लागली की ती कधीच पुसली जात नाही.''

''पण तू तर संध्याकाळपासून मला प्रेरणा देतो आहेस की माझी जीवनपध्दती मी बदलावी. मग मी माझी एकही वाईट सवय घालवू शकलो नाही तर मी हे करणार कसे?''

''पण मी म्हणालो वाईट सवयी घालवता येत नाही. नकारात्मक सवयी बदलता येत नाहीत असे नाही'' ज्युलियनने त्वरित उत्तर दिले.

''ओहो ! ज्युलियन शब्दूच्छल करण्यात तू तर तरबेज आहेस. पण मला तुझे म्हणणे पटले.''

''एखादी नवीन सवय अंगी भिनवायची असेल तर आपली सगळी शक्ती त्याकडे एकत्रित कर म्हणजे मग जुनी सवय एखाद्या नको असलेल्या पाहुण्यासारखी बाहेर पडेल. ही प्रक्रिया पूर्ण व्हायला साधारण २१ दिवस लागतात.''

''माझी काळजी करण्याची सवय घालवण्यासाठी मी गुलाबाच्या हृदयाची पध्दत आचरणात आणणार आहे म्हणजे मग मला मनःशांती लाभेल पण हे मला रोज त्याचवेळेला करावे लागेल का?''

''अगदी योग्य प्रश्न विचारलास. मी तुला माझा चांगला मित्र म्हणून ही सर्व माहिती, हे सर्व ज्ञान सांगत आहे. ह्या पध्दती, हे उपाय, हे प्रकार, ही प्रात्यक्षिके अतिशय परिणामकारक आहेत. ज्यांनी ते आचरणात आणले त्यांना त्याचा फायदाही झाला आहे. जरी माझे मन मला सांगतेय की तुला त्यासर्व पध्दती आचरणात आणण्याची गळ घालावी तरीही माझे अंतर्मन मला सांगतेय की माझे कर्तव्य फक्त हे ज्ञान तुझ्यापर्यंत पोचवायचे आहे आणि त्याचा वापर करणे हे पूर्णतः तुझ्या हातात आहे. मुख्य मुद्दा असा आहे की हे करायचे आहे म्हणून तू करू नकोस, तर तुला काही तरी करायची इच्छा आहे आणि तुझ्यासाठी ते हितावह आहे असे तुला वाटत असल्यास कर.

''ज्युलियन हे अगदी योग्य आहे. काळजी करू नकोस. मला एक क्षणभरसुध्दा असे वाटले नाही की तू ही माहिती माझ्या गळी उतरवत आहेस. आजकाल मी माझ्या गळी फक्त डोनट उतरवतो'' मी खुलासा

केला.

ज्युलियन हसला ''आभारी आहे मित्रा, आता तुझ्या प्रश्नाचे उत्तर मी देतो. गुलाबाच्या हृदयाची पध्दत तू एकाच वेळेस एकाच जागी बसून दररोज कर. ह्या पध्दतीत खूपच सामर्थ्य आहे. आंतरराष्ट्रीय दर्जाचे खेळाडू रोज तेच जेवण घेतात, त्याच पध्दतीने आपल्या बुटाच्या नाड्या बांधतात, चर्चचे प्रतिनिधी रोज तीच प्रार्थना करतात, रोज तोच झगा घालतात. ह्यामुळे त्यांच्या प्रार्थनेत सामर्थ्य येते. मोठमोठे व्यावसायिक रोज त्याच मार्गाने जातात. मोठ्या जमावासमोर तेच भाषण करतात. त्यामुळे त्यात सहजता येते. जेव्हा आपण कुठलीही क्रिया रोज करतो, त्याच पध्दतीने, त्याच वेळेला, तेव्हा लवकरच ती सवय होऊन जाते.''

''उदाहरणार्थ पुष्कळशी माणसे उठल्याबरोबर काही विचार न करता डोळे उघडतात, उठून बसतात, बाथरूम पर्यंत जातात आणि दात घासायला लागतात. त्याचप्रमाणे तुझी नवीन जीवनपध्दती तू एकवीस दिवस आचरणात आण. ती तुझी रोजची सवय होऊन जाईल. मग ते ध्यान धारणा मनन चिंतन असू दे किंवा सकाळी लवकर उठणे असू दे किंवा रोज एक तास वाचन असू दे. ते तू सहजतेने करू शकशील अगदी जसे तू रोज दात घासतोस तसे.''

''शेवटचा टप्पा कुठला?''

''ध्येयपूर्तीच्या मार्गावर पुढे जाण्याचा शेवटचा टप्पा तितकाच महत्त्वाचा आहे.''

''माझा कप रिकामा आहे'' मी म्हणालो.

''शेवटची पायरी म्हणजे या सर्व प्रक्रियेचा आस्वाद घेणे. शिवानातल्या योग्यांचे असे म्हणणे आहे की एकही दिवस न हसता किंवा कुणावर प्रेम न करता घालवणे म्हणजे तो दिवस जिवंतपणाने न घालवणे.''

''म्हणजे ? मी नाही समजलो !''

''माझे असे म्हणणे आहे की ह्या सर्व पध्दती आचरणात आणताना हसतखेळत मजेत रहा. तुला आनंददायी वातावरणात जगायचे आहे हे विसरू नकोस. आजचा हा क्षण तू आणि मी जगतो आहे तो देखील आपल्याला मिळालेली देणगीच आहे हे विसरू नकोस. नेहमी चैतन्यपूर्ण, उत्साहपूर्ण राहा. तुझ्या महत्त्वाकांक्षेवर मन एकाग्र कर. त्याचवेळेस दुसऱ्यांना निःस्वार्थीपणे

मदत कर. मग बाकीची काळजी हे जग करेल. हा एक नैसर्गिक सिध्दांत आहे.''

''भूतकाळात जे घडले आहे त्याची चिंता करू नकोस'' मी म्हणालो.

''अगदी बरोबर. तुझ्या बाबतीत जे घडले आहे आणि जे घडणार आहे त्या सर्वाला काहीतरी एक कारण आहे. मी तुला काय सांगितले ते लक्षात ठेव जॉन, प्रत्येक धडा हा माणसाला एक अनुभव देत असतो. त्याचे मोजमाप करणे सोडून दे. तुझे आयुष्य तू आनंदात जग''

''झाले सर्व सांगून ?''

''अजून बरेचसे काही मला तुला सांगायचे आहे. तू थकला आहेस का?''

''अजिबात नाही, उलट मला ह्यात खूप रस वाटतोय. तू प्रेरणा देणारा आहेस ज्युलियन''

''योगी रामनच्या दंतकथेतला पुढचा भाग घेण्याअगोदर महत्वाकांक्षापूर्ती करण्यासाठी अजून एक मुद्दा मला सांगायचा आहे.''

''सांग''

''एक शब्द जो साधू लोक अतिशय आदराने वापरतात.''

''कोणता?''

''ह्या साध्या शब्दामध्ये खूप अर्थ भरला आहे. हा शब्द तू नेहमी तुझ्या मनात ठेवला पाहिजेस. तो म्हणजे 'उत्कटता'. जेव्हा तू तुझे उद्दिष्ट साध्य करशील तेव्हा ते कार्य उत्कटतेने कर. तुझ्या कामावर उत्कट प्रीती कर. ही उत्कट प्रीती तुझ्या क्षमतेला ठिणगी देण्याचे कार्य करील. आपल्या रोजच्या जीवनात आपण हा शब्द हरवून बसलो आहोत. आपण ज्या गोष्टी करतो त्याच्यावर आपण प्रेम करतो म्हणून करत नाही तर त्या आपल्याला करायच्या असतात म्हणून करतो. हीच खरी दुर्दशा आहे. मी जी उत्कटता म्हणतोय ती प्रेमातली उत्कटता नाही, जरी प्रेमातली उत्कटता यशस्वी आणि प्रेरणादायी जीवनाचे महत्त्वाचे अंग आहे तरीही, मी सांगतो आहे ती उत्कटता आयुष्याबद्दलची आहे. तू सकाळी उठलास तर तुला उत्साह आणि आनंद उपभोगायला मिळेल. मग लवकरच तुला ऐहिक आणि आध्यात्मिक सुखाची चांगली प्रचिती येईल.''

“हे सगळे खूप सोपे असल्यासारखे तू म्हणतो आहेस?”

“आहेच ! आजपासूनच तू आयुष्याची दोरी तुझ्या हातात घे. एकदाच घे. तुझ्या भविष्याचा मालक हो. तुझी लढाई तू लढ. तुझ्यातल्या जागृतावस्थेची हाक ऐक. नवीन आयुष्यात तुला चैतन्याचा अनुभव येईल आणि शेवटी लक्षात ठेव तुझ्या भूतकाळात जे घडलेय आणि तुझ्या भविष्यात जे घडणार आहे ते तुझ्या स्वतःत जी क्षमता आहे त्यापेक्षा काहीच नाही.”

“ज्युलियन खरंच हे ऐकून मला फार बरे वाटले. माझ्या जीवनातल्या कमतरतेचा मी कधी विचार केलाच नव्हता. आजवर मी असाच निरुद्देश भटकत होतो. पण आता असे होणार नाही. सर्व काही बदलेल. मी तुला वचन देतो. ही माहिति दिल्याबद्दल मी तुझा फार ऋणी आहे.”

“तुझे स्वागत असो माझ्या मित्रा. मी फक्त माझे कर्तव्य करतो आहे !”

प्रकरण आठवे

सारांश - ज्युलियनचे चातुर्य

प्रतीक -

सदाचार - ध्येयपूर्तीच्या मार्गावर वाटचाल करा.

चातुर्य - ऊद्दिष्टपूर्ण जीवन हेच जीवनाचे उद्दिष्ट.

जीवितकार्याचा शोध घेऊन ते वास्तवात आणणे ह्यातच चिरंतन सुख.

वैयक्तिक, व्यावसायिक आणि आध्यात्मिक ध्येय ठरवून त्यावर क्रिया करण्याचे धाडस करा.

प्रात्यक्षिक - स्वपरिक्षणातले सामर्थ्य

ध्येयपूर्तीसाठी पाच पध्दतींचा आराखडा

महत्त्वाचा उतारा - हसतखेळत मजेत राहण्याचे आणि आनंददायी वातावरणात जगायचे तंत्र विसरू नका. प्रत्येक सजीव प्राणिमात्राचे सौंदर्य रसिकतेने पहा. आजचा क्षण ही देणगी आहे. ध्येयपूर्तीच्या मार्गावर वाटचाल करा. मग बाकीची काळजी हे विश्व करेल.

प्रकरण नववे

आत्मनियंत्रणाचे प्राचीन तंत्र

''महत्त्वाकांक्षी लोक सातत्याने स्वतःचे सामर्थ्य वाढवत असतात.''

- कन्फयुशियस

''घड्याळाचा काटा फार जोरात पळतोय'' ज्युलियन कपात पुन्हा चहा ओतताना म्हणाला, ''लवकरच सकाळ होईल. मी पुढचे सांगू का आज इथेच थांबू या?''

मी ह्या माणसाला ज्याच्याकडे इतके ज्ञानाचे भांडार आहे त्याला असा कथा पूर्ण केल्याशिवाय जाऊ देणारच नव्हतो. पहिल्या पहिल्यांदा त्याची कथा एक अद्भुत कथा वाटत होती. पण जसे जसे मी ऐकत होतो तसे तसे ही सारी तत्त्वे आणि पध्दती मला पटत चालल्या होत्या. कारण हा काही वरवरचा साधा मनन चिंतनाचा प्रकार नव्हता. ज्युलियन जे सांगत होता ते खरे होते. तो जसे बोलत होता तसेच वागत होता. माझा त्याच्यावर पूर्ण विश्वास होता.

''ज्युलियन, तू थांबू नकोस. आज मला खूप वेळ आहे. मुले आज त्यांच्या आजी आजोबांकडे झोपायला गेली आहेत आणि जेनी अजून काही तास तरी उठणार नाही.''

माझा प्रामाणिकपणा त्याला जाणवला असावा. त्याने योगी रामननी सांगितलेली दंतकथा पुढे चालू केली.

''मी तुला सांगितल्याप्रमाणे ती जी बाग आहे ती तुमच्या मनाचे प्रतीक आहे, तो दीपस्तंभ आपल्या उद्दिष्ट किंवा महत्त्वाकांक्षेचे प्रतीक आहे आणि अंतर्मनाची हाक ऐकण्याचे प्रतीक आहे. ही दंतकथा जसजशी पुढे सरकते तसा त्या दीपस्तंभाचा दरवाजा हळूहळू उघडतो आणि एक नऊ फूट उंचीचा नऊशे पाउंडाचा सुमो पैलवान बाहेर पडतो.''

''हा तर गॉडझिला चित्रपटातलाच सीन वाटतोय.''

''मला लहानपणी हे चित्रपट खूप आवडायचे'' ज्युलियन.

"मला पण. तू पुढे सांग. मी तुला मध्येच टोकत नाही" मी म्हणालो.

"हा सुमो पैलवान शिवानाच्या योगींच्या जीवनपध्दती सुधारण्याच्या एका महत्त्वाच्या गोष्टींचे प्रतीक आहे. योगी रामननी मला सांगितले की अगदी प्राचीन काळी पूर्वेला काही महान गुरूंनी 'कैझन' नावाचे तंत्र विकसित केले होते. हा एक जपानी शब्द आहे आणि त्याचा अर्थ 'सतत विकास' असा आहे आणि हा प्रत्येकाचा ज्यांना स्वतःमध्ये सुधारणा करायची आहे त्यांचा हा वैयक्तिक सुधारणेचा मार्ग आहे."

"साधूंना त्यांचे जीवन सुधारण्यासाठी 'कैझन' चा कसा उपयोग झाला?" मी विचारले.

"जॉन मी आधी सांगितल्याप्रमाणे बाहेरच्या जगातले आपले यश हे आपल्या आतल्या यशावर अवलंबून असते. जर तुम्हांला तुमचे बाहेरचे जग सुधारायचे असेल, मग ते तुमचे आरोग्य, तुमचे नातेसंबंध, तुमची आर्थिक परिस्थिती काहीही असो तुम्ही अगोदर तुमचे आतले जग सुधारले पाहिजे. ह्यासाठी आपल्यात सातत्याने सुधारणा करायची. आपल्या आयुष्यावर विजय मिळवायचा असेल तर त्याचा केंद्रबिंदू म्हणजे आत्मनियंत्रण."

"ज्युलियन मला हे सांगावेसे वाटते आहे की हे अंतःर्मन हे आतले जग, हे माझ्या आकलन शक्तीच्या बाहेर आहे. मी फक्त एक मध्यमवर्गीय वकील आहे."

"हे बघ आत्तापर्यंत तू जे काही मला सांगितलेस ते सर्व मला पटले आहे. खरं सांगायचे तर हे पुष्कळसे सामान्य ज्ञानावर आधारित आहे. पण आजकालच्या जगात सामान्य ज्ञान 'सामान्य' राहिले कुठे? आता मी तुला स्पष्ट सांगतो की हे 'कैझन' मला कळायला अवघड जात आहे. कैझनचा इथे काय उपयोग?"

ज्युलियनने त्वरित उत्तर दिले "आपल्या समाजात अज्ञानी लोकांना आपण कमकुवत म्हणतो, पण जे लोक स्वतःचे अज्ञान उघडे करतात आणि दुसऱ्यांकडून त्याची माहिती मिळवतात तेच लोक ज्ञानी होतात. तुझे प्रश्न अतिशय प्रामाणिक आहेत आणि तुला नवीन कल्पना आत्मसात करायच्या आहेत म्हणून तू विचारतोस. 'बदल' हा आपल्या समाजातला सर्वात शक्तिमान घटक आहे. पुष्कळ लोक ह्याला घाबरतात आणि हुशार लोक

ह्याला 'आलिंगन' देतात. जे लोक बदल खुल्या दिलाने स्वीकारतात, 'ज्यांचे कप नेहमीच रिकामे असतात' ते नेहमीच काहीतरी साध्य करतात. कधीही छोट्यात छोटा प्रश्न असला तरी तू विचारायला बिचकू नकोस. प्रश्न हे ज्ञान मिळवण्यासाठी फार परिणामकारक आहेत.''

''आभारी आहे, ज्युलियन पण अजूनही मी कैझन बद्दल साशंक आहे.''

''जेव्हा मी आतले जग सुधारण्याचे म्हणतो तेव्हा मला वैयक्तिक सुधारणा आणि वैयक्तिक विकास ह्याबद्दलच म्हणायचे असते. तू कदाचित असाही विचार करशील, मला खूप कामे आहेत. स्वतःवर खर्चायलाही वेळ नाही, तर ही फार मोठी चूक आहे. जेव्हा तुम्ही स्वतःसाठी वेळ काढून संयम, उत्साह, शक्ती, ऊर्जा आणि आशावाद ह्या गुणांनी परिपूर्ण असे व्यक्तिमत्त्व घडवाल त्यावेळी बाह्य जगात तुम्हांला हवे ते तुम्ही साध्य करू शकता. जेव्हा तुम्ही स्वतःची कल्पनाशक्ती, क्षमता ह्यावर दुर्दम्य विश्वास ठेवाल त्यावेळी तुम्हांला यश मिळण्यात कुठलीही बाधा येणार नाही आणि एक परिपूर्ण आयुष्य तुम्ही जगू शकाल. जर तुम्ही तुमच्या मनाला हवे तसे वाकवू शकलात, शारीरिक काळजी घेतलीत आणि आत्म्याचे संगोपन नीट करण्यासाठी वेळ काढलात तर तुम्हांला आयुष्यात चैतन्य, आनंद आणि उत्साहाचा खजिना मिळेल. इपिक टेटस एकदा म्हणाला होता, 'ज्या माणसाची स्वतःवर मालकी नाही, तो माणूस कधीही मुक्त नसतो.'''

''म्हणजे कैझन हे एक प्रात्यक्षिक करण्याचे तंत्र आहे.''

''हो खूपच. विचार कर जॉन. एखादा मनुष्य एखादी मोठी संस्था कशी चालवू शकेल जर त्याने स्वतःचे नेतृत्व केले नसेल? जर तू स्वतःचे पालनपोषण करू शकला नाहीस तर तू कुटुंबाचे पालन पोषण कसे करू शकशील? जर तुला स्वतःला आतून बरे वाटत नसेल तर तू दुसऱ्याला कसे बरे करू शकशील? हा महत्त्वाचा मुद्दा लक्षात आला का तुझ्या?''

मी सहमतीदर्शक मान हालविली. पहिल्यांदाच आयुष्यात मी गंभीरतेने स्वतःला सुधारण्याचा विचार करत होतो. मी पुष्कळ लोकांना सकारात्मक विचार करण्याची शक्ती, अर्थपूर्ण आयुष्य जगणे अशी पुस्तके वाचताना पाहत होतो. त्या सर्व लोकांना काही अडचणी होत्या आणि त्यावरचे औषध ते शोधत होते असे मी समजत होतो पण आता मला

कळतेय की जे स्वतःला सामर्थ्यवान बनविण्यास वेळ देतात तेच सर्व शक्तिमान लोक होतात. स्वतःला सुधारल्यामुळे आपल्या बरोबरीच्या लोकांचे आयुष्यही आपोआप सुधारते. मी कोणत्या गोष्टीत सुधारणा करू शकतो हा विचार मी करायला लागलो. मी जर दररोज व्यायाम केला तर जी जास्तीची ऊर्जा आणि तंदुरुस्ती मिळेल त्याचा मला उपयोगच होईल. माझ्या रागावर जर मी अंकुश घालू शकलो आणि दुसऱ्यांच्या कामात वारंवार दखल घेण्याची माझी जी वाईट खोड आहे ती मी घालवली तर माझ्या बायको व मुलांबरोबरचे माझे संबंध निश्चितच सुधारतील. माझी काळजी करण्याची जी सवय आहे ती मी घालविली तर मला मनःशांती मिळेल.

जितका मी ह्या गोष्टींचा विचार करायला लागलो, तितके मला त्यात तथ्य वाटायला लागले, आणि जसजसा मी ह्या बद्दल सकारात्मक विचार करायला लागलो तसतसा मी जास्त उत्तेजित होत गेलो. पण मला जाणवले की रोजचा व्यायाम, संतुलित आहार आणि तणावरहित दैनंदिन जीवनाचे महत्त्व ह्यापेक्षाही ज्युलियन जे मला सांगतो आहे ते खूप काहीतरी जास्त होते. तो हिमालयात जे शिकला ते जास्त अर्थपूर्ण आणि जास्त सखोल होते. तो सांगत होता आपल्या व्यक्तिमत्त्वाचे सामर्थ्य, मनाचा कणखरपणा आणि साहस ह्या तीन गोष्टी माणसाला नुसते परिपूर्ण आयुष्य देत नाहीत तर काहीतरी साध्य केल्याचे समाधान आणि आंतरिक शक्ती देतात. साहस आणि धैर्य हे सर्वांनी जोपासले पाहिजे आणि त्याचा फायदा आपल्याला जीवनात दूरपर्यंत मिळतो.

"साहस, स्वतःचा विकास आणि आत्मसंयमन ह्याचा काय संबंध?" माझे आश्चर्य मी बोलून दाखवले.

"साहस हे तुला तुझी स्वतःची लढाई लढण्यासाठी मदत करते. साहसामुळे किंवा धाडसामुळे तुम्हांला जे हवे आहे ते तुम्ही करू शकता. कारण तुम्हांला माहिती आहे हे योग्य आहे. धीटपणामुळे जिथे बाकीचे हरतात तिथे तुम्हांला स्वतःवर अंकुश ठेवायला मदत होते. शेवटी तुम्ही जेवढा धीटपणा दाखवाल तेवढी तुम्हांला तृप्ततेची प्रचिती येईल. ते तुम्हांला जीवनातले सर्व चमत्कार खरोखर समजायला भाग पाडतील. जे आत्मसंयमन ठेवतात त्यांच्यात अमर्याद धाडसीपणा असतो."

"ठीक आहे ज्युलियन. मला समजायला लागले आहे की

स्वतःमध्ये किती शक्ती आहे. पण मी कुठून सुरुवात करू?''

ज्युलियनने त्याचे आणि योगी रामनचे हिमालयात एका टिपूर चांदण्या रात्री झालेले संभाषण सांगितले.

''मलाही पहिल्यांदा हे स्वतःला सुधारण्याचे तंत्र समजायला कठीण गेले. कारण मी हॉवर्डमध्ये शिकलेला एक वकील होतो, ज्याला हे नवीन तंत्र शिकण्यास वेळ नव्हता. मला वाटत होते हे जे लोक वाईट वागतात त्यांनीच हे स्वतःला सुधारण्याचे तंत्र शिकायचे असते. पण माझ्या ह्या अल्पबुध्दीमुळेच माझे आयुष्य इतके वर्ष त्रासदायक होत गेले. जितके जास्त मी योगी रामनचे ऐकत होतो आणि माझ्या पूर्वायुष्याच्या वेदनेचा आणि त्रासाचा विचार करत होतो तितके ह्या कैझनच्या तत्त्वज्ञानाचे आणि शारीरिक, मानसिक आणि आत्मिक सुखाचे मी जोरदार स्वागत केले.''

''आजकाल मी हे शरीर, मन आणि आत्मा ह्याबद्दल जास्तच ऐकतोय. असे वाटायला लागले आहे की ह्या सर्वांबद्दल ऐकल्याशिवाय मी एक ट्यूबलाइट सुध्दा लावू शकत नाही.''

''मानवी जीवनाच्या देणग्यांची ही तीन काव्य आहेत. शारीरिक देणगीची जोपासना न करता फक्त मनाची शक्ती वाढवली तर केवळ पोकळ यशच मिळते. मनाची आणि शरीराची जोपासना करून त्यांना उच्च प्रतीवर नेऊन ठेवले पण आत्म्याचे पोषण केले नाही तर तुम्हांला सर्व काही पोकळ आणि अतृप्त वाटेल. पण जेव्हा तुम्ही सगळी शक्ती एकवटून मानवी देणग्यांची ही कवाडे पूर्ण उघडता तेव्हा तुम्हांला दैवी ज्ञान प्राप्त होते.''

''तू मला फार उत्तेजित केले आहेस मित्रा !''

''तू प्रश्न विचारलास की कुठून सुरुवात करायची, मी तुला सांगतो की मी तुला पुष्कळ अशी प्रभावी तंत्र सांगेन पण त्या आधी एक प्रात्यक्षिक करू या. तू जोर-बैठका काढून दाखव.''

हा ज्युलियन तर अगदी ड्रील मास्तरच झाला आहे मी मनातल्या मनात म्हणालो. उत्सुकतेने माझा रिकामा कप ठेवत मी उठलो.

''आता तू जोर बैठका काढ. जितक्या जास्त काढता येतील तितक्या काढ ! ह्यापुढे तुला एकही जोर बैठक काढता येणार नाही असे वाटेपर्यंत काढ !''

माझे हे दोनशे पंधरा पाउंड वजन आणि चालण्याचा व्यायाम फक्त

माझ्या जवळच्या मॅकडोनल्ड पर्यंतचा किंवा कधी एखादा गोल्फचा सामना इतक्या सरावानिशी मी जोर बैठका काढायला लागलो. पहिल्या पंधरा जोर बैठका म्हणजे निव्वळ तीव्र वेदना होत्या. उन्हाळ्यातल्या त्या गरमीमध्ये मी अगदी घामाघूम होऊन गेलो होतो. तरीही मी चिकाटी धरली आणि दुबळेपणाची कुठलीही खूण न दाखवता सुरूच ठेवले. मग मात्र मी माझी फुशारकी जास्त ताणू शकलो नाही. बाविसाव्या बैठकीच्या वेळेस मात्र मी सोडून दिले.

''नाही ज्युलियन, अशाने मी मरून जाईन. तुला काय सिध्द करून दाखवायचे आहे यातून ?''

''तुझी खात्री आहे की तू अजून करू शकणार नाहीस.''

''मला आता थोडावेळ विश्रांती दे. ह्या धड्यामुळे मी फक्त हे शिकू शकेन की हृदय विकार कसा आणायचा.''

''अजून दहा बैठका काढ. नंतर तू विश्रांती घेऊ शकतोस'' ज्युलियन अधिकारवाणीने म्हणाला.

''तू माझी चेष्टा करतोयस.''

पण मी जोर बैठका काढायला सुरुवात केली. एक, दोन, पाच, आठ आणि दहा. मी संपून गेल्यासारखा जमिनीवर कोसळलो.

''योगी रामन बरोबर त्या रात्री जेव्हा त्यांनी ती दंतकथा मला ऐकविली त्यावेळी मला ही असाच अनुभव आला'' ज्युलियन म्हणाला. ''त्यांनी सांगितले की वेदना किंवा दुःख हे मोठे गुरू आहेत.''

''पण ह्या अनुभवातून कोण काय शिकणार आहे?'' मी दम घेत विचारले.

''योगी रामन आणि शिवानातल्या साधूंचे म्हणणे आहे की जेव्हा माणसे अज्ञातात प्रवेश करतात तेव्हा त्यांचा जास्त विकास होतो.''

''ठीक आहे. पण त्याच्या माझ्या जोर बैठकांशी काय संबंध?''

''तू बावीस जोर बैठका झाल्यावर मला खात्रीने सांगितलेस की तू अजून बैठका काढूच शकणार नाहीस. पण जेव्हा मी तुला आव्हान दिले, तेव्हा तू अजून दहा बैठका काढल्यास. म्हणजेच तुझ्यात अजून क्षमतेचा साठा होता त्याचा तुला फायदा झाला. योगी रामननी जेव्हा मी त्यांचा विद्यार्थी होतो तेव्हा एक मूलभूत सत्य मला सांगितले की 'तुमच्या मर्यादा

ह्या तुम्ही स्वतःच ठरविलेल्या असतात.' जेव्हा तुम्ही तुमच्या सुखसुविधांच्या परिघाच्या बाहेर पडता आणि अज्ञाताचा शोध घ्यायचे साहस करता तेव्हा तुम्ही तुमच्या क्षमतेला मुक्त करता. ही स्वतःवर विजय मिळवण्याची आणि दुसऱ्या क्षेत्रातही नैपुण्य मिळवण्याची पहिली पायरी आहे. जेव्हा तुम्ही स्वतःला तुमच्या सीमेच्या परिघाच्या बाहेर ढकलता जसे तू ह्या प्रात्यक्षिकात केलेस तसे, तो साठा तुझ्याकडे होता ह्याचा तू कधी विचारही केला नसेल तो जास्तीच्या क्षमतेचा साठा तू आता वापरलास."

"अद्भुत" मी मनात विचार केला. मी नुकतेच एका पुस्तकात वाचले होते की माणूस आपल्या शारीरिक क्षमतेच्या अगदीच थोडासा हिस्सा वापरतो. मला आश्चर्य वाटत होते की जर आपण उरलेली सर्व शक्ती पणाला लावली तर काय होईल.

"तू कैझनची ही पध्दत रोजच्या आचरणात आण. अशाच नेटाने प्रत्येक गोष्ट कर. तुझ्या शरीर आणि मनाचे सामर्थ्य वाढव. ज्या गोष्टी तू करायला घाबरतोस त्याच गोष्टी कर आणि अमर्याद शक्ती, ऊर्जा आणि उत्साह ह्यासह जगायला सुरुवात कर. सूर्योदय पाहा. पावसात भीज. तू जे व्हायचे स्वप्न बघत होतास ते हो. तुला जे व्हायचे होते ते तू झाला नाहीस कारण तू विचार करत होतास की मी ह्या करता फार लहान आहे किंवा फार वयस्कर आहे, श्रीमंत आहे किंवा गरीब आहे वगैरे. अतिशय उच्च प्रतीचे आयुष्य जग. पूर्वेकडील लोक म्हणतात की ज्या माणसाचे मन सज्ज असते त्यालाच नशीब साथ देते. मी तर म्हणतो की ज्याचे मन सज्ज असते, त्याला आयुष्य साथ देते."

ज्युलियन सांगत होता "ज्या गोष्टी तुला मागे खेचत होत्या त्या अगोदर शोधून काढ. जर तुला भाषण द्यायची भीती वाटत असेल, तुला सकारात्मक विचार करता येत नसेल किंवा तुला जास्त ऊर्जा किंवा शक्ती हवी आहे, त्या सर्व गोष्टी तू शोधून काढ. तुझ्या दुबळेपणाची किंवा कमकुवतपणाची यादी तयार कर. समाधानी लोक दुसऱ्यांपेक्षा जास्त विचारी असतात. ज्या गोष्टी तू करायला धजत नाहीस त्या गोष्टींवर विचार करण्यासाठी वेळ काढ. एकदा तू तुझा दुबळेपणा कशात आहे हे ओळखलेस की पुढची पायरी म्हणजे त्या गोष्टींना सामोरे जायचे. तुझ्या भीतीवर थेट चाल करून जा. जर तू लोकांसमोर भाषण द्यायला बिचकत असशील तर

आपण वीस भाषणे द्यायची असा निश्चय कर. नवीन धंदा सुरू करायला भीत असशील तर किंवा तुझ्या नातेसंबंधात आलेल्या असंतोषातून बाहेर यायचे असले तर तुझ्यातले सामर्थ्य एकवटून ह्या गोष्टी कर. पुष्कळ वर्षातला पहिलाच मुक्तीचा अनुभव तुला येईल. भिती हा तुझ्या मनाने तयार केलेला एक राक्षस आहे दुसरे काहीही नाही. हा नकारात्मक जाणिवेचा एक प्रवाह आहे.''

''भिती हा फक्त एक नकारात्मक जाणिवेचा प्रवाह आहे? म्हणजे माझी सगळी भिती ही माझ्या मनाने तयार केलेला भ्रम आहे जो इतके वर्ष माझ्या मेंदूत बसला होता?''

''अगदी बरोबर आहे. प्रत्येक वेळी त्याने तुला काहीही क्रिया करण्यास अडथळा आणलेला आहे आणि तू त्या आगीत इंधनच ओतले आहेस. पण तू जेव्हा तुझ्या भीतीवर विजय मिळवशील तेव्हाच जीवनावर विजय मिळवशील.''

''मला एक उदाहरण दे !''

''ठीक आहे. आपण जाहीरपणे भाषण करण्याचे उदाहरण घेऊ या. ही एक अशी गोष्ट आहे की बहुतांशी लोक अगदी मृत्यूला सुध्दा घाबरत नसतील इतके भाषण द्यायला घाबरतात, जेव्हा मी खटले चालवत होतो तेव्हा असे काही वकील मी पाहिले आहेत की जे कोर्टात प्रवेश करायलाच घाबरतात. गच्च भरलेल्या कोर्टरूममध्ये सगळ्यांसमोर बोलावे लागू नये म्हणून ते काहीही करतात, अगदी त्यांच्या अशिलाच्या सहजगत्या जिंकता येणाऱ्या चांगल्या केसेस सुध्दा समझोता करून मिटवून टाकतात.''

''मी पण पाहिले आहेत.''

''तुला असे वाटते का की त्यांची ही भिती जन्मजात होती.''

''बहुतेक नाही.''

''तू एखाद्या लहान मुलाचा अभ्यास कर. लहान मुलांना कसलीच भीती नसते. त्यांचे मन म्हणजे त्यांची क्षमता आणि शक्यतेच्या हिरव्यागार बागेचे चित्रच आहे. ही बाग सकारात्मकतेने मशागत केल्यास उत्तम होते. हीच जर बाग नकारात्मकतेने भरली, म्हणजे घातक रसायने पडली तर अगदी सामान्य होईल. मी काय सांगतोय, की कुठलाही अनुभव असो मग तो जाहीरपणे भाषण द्यायचा असो, किंवा साहेबांना पगारवाढ मागायचा असो

की, उन्हात एखाद्या जलाशयात पोहण्याचा असो किंवा चांदण्यारात्री समुद्रकिनारी फिरण्याचा असो हा मूळचा दुःखदायक किंवा सुखदायक नसतो. तो आपल्या विचारांमुळे तसा झालेला असतो.''

''मजेशीर गोष्ट आहे.''

''एखाद्या लहान मुलाला आपण एखादा सूर्यप्रकाश असलेला दिवससुध्दा अगदी नैराश्याने ग्रासलेला दिवस आहे असे शिकवू शकतो. त्याला छोटेसे पाळलेले कुत्रेसुध्दा दुष्ट किंवा निर्दयी आहे असे शिकवू शकतो किंवा एखाद्या मोठ्या माणसाला मादक पदार्थ सुध्दा अगदी सगळ्या तणावातून मुक्त करणारे उत्तम द्रव्य आहे असे शिकवू शकतो. हा सर्व शिकवण्याचा परिणाम आहे.''

'' खात्रीने !''

''हाच प्रकार भीतीचा आहे. भिती पण अंगवळणी पडण्यावर अवलंबून आहे. जर तुम्ही काळजी घेतली नाही तर एखादी अति वाईट सवय तुमची ऊर्जा, उत्साह, सर्व काही खर्चून टाकते. जेव्हा भिती डोके वर काढते तेव्हाच ताबडतोब तिला आत दाबून टाक. ह्यासाठी सगळ्यात चांगला उपाय म्हणजे ज्या गोष्टी करायला तू घाबरशील त्याच करायच्या. भीतीचे शास्त्र समजून घे. ती तुझी स्वतःची निर्मिती आहे. जशी दुसऱ्या कुठल्याही गोष्टीची तुझी निर्मिती तू नष्ट करतोस, फाडून टाकतोस, तशी भीती नष्ट कर. जी तुझ्या मनात गुप्तपणे घर करून बसली आहे ती भीती शास्त्रीय पध्दतीने शोध आणि नष्ट कर. ही तुझी क्रिया तुला अमर्याद आत्मविश्वास, आनंद आणि मनःशांती देईल.''

''एखाद्याचे मन संपूर्ण निर्भय असू शकते का?'' मी विचारले.

''चांगला प्रश्न आहे ! याचे स्पष्ट उत्तर आहे ''हो.'' शिवानामधला प्रत्येक योगी हा निर्भय होता आणि ते त्यांच्या चालीतून, त्यांच्या बोलण्यातून दिसत होते. जेव्हा ते आपल्या डोळ्यात बघून बोलत होते तेव्हा समजत होते आणि मी तुला अजून एक गोष्ट सांगतो जॉन.''

''काय?'' जे ऐकत होते त्याने मी प्रभावित झालो होतो.

''मी सुध्दा निर्भय आहे. मी स्वतःला पूर्ण ओळखले आहे. माझी अमर्याद क्षमता आणि ऊर्जा ही माझी नैसर्गिक स्थिती आहे. इतके वर्षे स्वतःकडे दुर्लक्ष आणि असंतुलित विचार ह्यामुळे माझ्यातल्या ह्या ऊर्जेत

अडथळे निर्माण झाले होते. आणखीन एक गोष्ट जेव्हा तू तुझ्या मनातून भिती नष्ट करशील तेव्हा तू जास्त तरुण आणि चैतन्यपूर्ण दिसशील.''

''अच्छा म्हणजे जुने शरीर आणि मनाचा संबंध.'' मी माझे अज्ञान झाकायचा प्रयत्न करत उत्तर दिले.

''पाच हजार वर्षांपासून ही गोष्ट पूर्वेकडील लोकांना माहिती होती.'' ज्युलियन हसत म्हणाला तेव्हा त्याचा हसरा चेहरा चमकत होता.

''त्या साधूंनी अजून एक अतिशय परिणामकारक तंत्र सांगितले होते. त्याबद्दल मी नेहमी विचार करतो. जेव्हा तू वैयक्तिक सुधारणा करशील तेव्हा तुला ते खूप मोलाचे वाटेल. जेव्हा मी सगळ्या गोष्टी अगदी सहजगत्या घेत होतो तेव्हा मला त्या तंत्राचा खूप फायदा झाला. हे तंत्र थोडक्यात सांगायचे म्हणजे जे लोक कधीही प्रेरणादायी असे आयुष्य जगत नाहीत त्यांना ज्या गोष्टी करायला आवडत नाहीत त्या गोष्टी उच्च प्रतीचे आयुष्य जगणारी माणसे करतात.''

''जे खरोखरच ज्ञानी असतात, जे चिरंतन सुखाचा अनुभव घेतात ते लोक मोठ्या गोष्टी साध्य करण्यासाठी छोट्या सुखांना पुढे ढकलायला तयार असतात. म्हणून ते आपल्या दुबळेपणाशी टक्कर देतात. भीतीशी लढतात आणि जरी गैरसोय झाली तरी अज्ञातातल्या क्षेत्रात प्रवेश करतात. प्रत्येक क्षेत्रात सातत्याने न थांबता सुधारणा करण्यासाठी कैझन पध्दती आचरणात आणण्याचा त्यांनी निश्चय केलेला आहे. मग कालांतराने ज्या गोष्टी अवघड आहेत असे वाटत होते त्या सोप्या वाटायला लागतात. जी भिती एकेकाळी सुखाच्या, आनंदाच्या, आरोग्याच्या आणि समृध्दीच्या आड येत होती तीच भीती वादळात उडून रस्त्यावरून बाजूला पडलेल्या काडीसारखी दूर होईल.''

''तुला असे सुचवायचे आहे का की माझे आयुष्य बदलवण्याआधी मी स्वतःला बदलावे?''

''हो, हे अगदी त्या जुन्या गोष्टींसारखे आहे. मी शाळेत होतो तेव्हा माझे आवडते शिक्षक ही गोष्ट सांगायचे. एका रात्री एक वडील दिवसभराच्या कामानंतर वर्तमानपत्र वाचत बसले होते. त्यांच्या मुलाला त्यांच्या बरोबर खेळायचे होते. तो त्यांना सारखा त्रास देत होता. शेवटी कंटाळून वडिलांनी वर्तमानपत्रात आलेले एक पृथ्वीचे चित्र फाडले आणि

त्याचे बरेचसे तुकडे करून मुलाला दिले आणि मुलाला सांगितले 'हे सगळे चित्र बरोबर लाव.' त्यांना वाटले त्यामुळे तो मुलगा पुष्कळवेळ चित्र जुळवत बसेल आणि मग त्यांना वर्तमानपत्र वाचून संपवता आले असते. पण एका मिनिटात मुलाने ते चित्र अगदी बरोबर जुळवले. हे पाहून त्यांच्या आश्चर्याला पारावार राहिला नाही. मग त्यांनी मुलाला विचारले की तू चित्र कसे जुळवलेस. तो म्हणाला, बाबा त्या पृथ्वीच्या चित्रामागे एका माणसाचे चित्र होते, मग मी तो माणूस जुळवला की जग आपोआप जुळले."

"ही तर फार चांगली गोष्ट आहे."

"जॉन खरं सांगायचे तर शिवानातल्या योगींपासून ते हॉवर्ड लॉ स्कूलपर्यंत मला जेव्हढी हुशार माणसे भेटली त्यासर्वांना ही सुखाची गुरुकिल्ली माहीत होती."

"पुढे सांग" मी थांबू शकत नव्हतो.

"थोडक्यात सांगायचे झाले तर मी आधी सांगितल्याप्रमाणे प्रगतिपथावर वाटचाल करण्यात आणि आपले उद्दिष्ट वास्तवात येण्यातच खरा आनंद आहे आणि जी गोष्ट करायला आपल्याला आवडते त्यातच आपल्याला समाधान मिळते."

"आपली आवडती गोष्ट करण्यात जर समाधान आनंद मिळत असेल तर पुष्कळसे लोक दुःखी का होतात?"

"चांगला मुद्दा आहे जॉन. याचा अर्थ तुम्ही जे काम करता ते सोडून एखादा अभिनेता व्हायचे किंवा कमी महत्त्वाच्या कामाला कमी वेळ देऊन महत्त्वपूर्ण कामांसाठी वेळ काढणे या सगळ्याला खूप मोठे धाडस लागते. या सर्वांसाठी तुम्हांला तुमच्या सुखसोयींच्या परिघाबाहेर यावे लागते आणि सुरुवातीला कोणताही बदल नेहमी गैरसोईचा असतो आणि हा थोडासा धाडसी निर्णय असतो पण हा मार्ग खात्रीने जास्त सुखाचा आहे."

"साहस किंवा धैर्य गोळा करण्यासाठी काय करावे लागते?"

"ते ह्या सांगितलेल्या कथेप्रमाणेच आहे. तू स्वतःला जोडलेस की तुझे जग आपोआप जुळेल. एकदा का तू शरीर, मन आणि व्यक्तिमत्त्व ह्यावर विजय मिळवलास की त्या पाठोपाठ अमर्याद सुख, आनंद, उत्साह सगळे आपोआप येईलच. पण तू स्वतःला दररोज थोडावेळ दे. अगदी दहा ते पंधरा मिनिटे दिलीस तरी चालतील."

“तो नऊ फूट उंच नऊशे पाउंडाचा जपानी सुमो पैलवान योगी रामनच्या दंतकथेत काय दर्शवितो ?”

“आपला हा वजनदार मित्र आपल्याला जपानी शब्द कैझन म्हणजेच आपला वैयक्तिक विकास सातत्याने करण्याची आठवण करून देतो.”

काही तासातच ज्युलियनने अतिशय महत्त्वाची आणि आश्चर्यकारक माहिती दिली जी मी कधी माझ्या आयुष्यात ऐकलीही नव्हती. मनाच्या क्षमतेची जादू आणि त्याची अमर्याद समृध्दता मी शिकलो. आपल्या स्वप्नाची आणि आकांक्षांची पूर्ती करणारी अतिशय परिणामकारक प्रात्यक्षिके मी शिकलो. आपल्या वैयक्तिक आयुष्यातली व्यावसायिक आणि आध्यात्मिक ध्येय अचूक कशी ठरवायची आणि त्याची पूर्ती कशी करायची ही अतिशय महत्त्वाची माहिती मी शिकलो. आता मी कैझनद्वारे स्वतःवर स्वतःचे नियंत्रण कसे ठेवायचे हे ही शिकायचा प्रयत्न करत आहे.

“कैझनचा सराव मी कसा करू?”

“मी तुला अतिशय प्राचीन अशा दहा परिणामकारक आचारपध्दती सांगतो. त्याद्वारे तू स्वतःवर नियंत्रण ठेवण्याच्या मार्गावर मार्गक्रमण करू शकशील. जर तू ह्या गोष्टींच्या उपयुक्ततेवर पूर्ण विश्वास ठेवून दररोज एक महिनाभर ही आचारपध्दती आचरणात आणलीस तर तुला त्याचे परिणाम फारच उठावदार दिसतील. मग तुला परिपूर्ण आरोग्य, अमर्याद ऊर्जा, चिरंतन सुख, आणि मनःशांती मिळेल तो तुझा जन्मसिध्द अधिकारच आहे.”

“योगी रामनने ज्या दहा आचारपध्दती सांगितल्या आहेत त्यांना ते ‘सर्वोत्तम’ म्हणतात आणि मी त्या शक्तीचे ‘जिवंत उदाहरण’ आहे हे तर तुला मान्य असेलच. आता तुला मी जे सांगेन ते फक्त ऐकायचे व त्याचा तू स्वतःच निवाडा कर.”

“फक्त तीस दिवसात आयुष्य बदलतील असे परिणाम?” मी अविश्वासाने म्हणालो.

“हो त्याच्यात नुकसान इतकेच आहे की तुला दररोज एक तास असे सतत तीस दिवस वेळ काढावा लागेल ह्याचा सराव करायला. हे एवढेसे भांडवल लागते ह्याला. जॉन कृपया असे म्हणू नकोस की तुला वेळ नाही.”

“पण मला खरोखरच वेळ नाही ज्युलियन” मी प्रामाणिकपणे

म्हणालो, ''माझी वकिलीची प्रॅक्टिस अगदी जोरात आहे. माझ्याकडे खरोखरच एक तास तर सोडाच, दहा मिनिटे सुध्दा नाहीत.''

''मी तुला सांगितल्याप्रमाणे तुझ्याकडे तुझे आयुष्य सुधारायला वेळ नाही, मनाची शक्ती वाढवायला वेळ नाही असे म्हणणे म्हणजे तुझ्याकडे तुझ्या वाहनात पेट्रोल भरायलाही वेळ नाही असे म्हणण्यासारखे आहे कारण तू वाहन चालवतोस शेवटी जेव्हा इंधन संपेल तेव्हा तू अडचणीत येशील.''

''खरंच?''

''हो खरंच?''

''कसे काय?''

''मी तुला ह्या पध्दतीने सांगतो. तू एखाद्या खूप वेगात धावणाऱ्या स्पर्धेच्या गाडीसारखा आहेस. जिची किंमत लाखो डॉलर्समध्ये आहे. अतिशय चांगले तेल इंधन असलेले वेगवान आणि उत्तम प्रतीचे मशीन आहे.''

''आभारी आहे ज्युलियन.''

''तुझा मेंदू ह्या विश्वातले सगळ्यात मोठे आश्चर्य आहे. तुझी शारीरिक पात्रता अतिशय उच्च पातळीवर पोहोचलेली आहे आणि तुझे तुलाच आश्चर्य वाटेल असे काम करू शकते.''

''मान्य आहे.''

''मग ह्या अमूल्य मशीनचे कर्तृत्व माहिती असताना ह्या मशीनला एकही मिनिट विश्रांती न देता किंवा गरम झालेली मोटार थंड होण्याचीही वाट न पाहता आणि पेट्रोल भरण्यासाठीही न थांबता चालवणे शहाणपणाचे ठरेल का?''

''अर्थातच नाही.''

''मग तू पेट्रोल भरण्यासाठी किंवा विश्रांतीसाठीही दररोज थोडावेळ का देत नाहीस? तुझ्या मनाच्या इंजिनच्या उत्तम प्रतीच्या सेवेसाठी त्याला थंड होण्याचाही वेळ तू का देत नाहीस? माझा मुद्दा तुझ्या लक्षात आला का? स्वतःला नवचैतन्य देण्यासाठी वेळ देणे हे अतिशय महत्त्वाचे आहे. तुझ्या रोजच्या धावपळीच्या जीवनात स्वतःचा विकास आणि वैयक्तिक पूर्णतेसाठी वेळ दिला तर त्याची परिणामकारकता सुधारेल.''

“फक्त रोज एक तास ! तीस दिवसात होईल हे सर्व ?”

“हा एक जादूचा सिध्दांत आहे ज्याचा मी शोध घेत होतो. जुन्या दिवसांमध्ये मी ह्या जादूच्या सिध्दांताची किंमत काही लाख डॉलर्स मोजली असती जर मला ह्याचे महत्त्व त्यावेळी कळले असते तर. मला हे थोडेच माहिती होते की हे ज्ञान मोफत आहे आणि अमूल्य आहे. इतके सांगितल्यावर तू ही आचारपध्दती त्यांच्यावर पूर्ण विश्वास ठेवून आचरणात आणायची शिस्त अंगी बाणली पाहिजेस.”

“पण ही तात्पुरती नाही. एकदा तुम्ही ह्यात शिरलात की तुम्हांला ह्या गोष्टी कायमच्या कराव्या लागणार.”

“म्हणजे काय?” ज्युलियन म्हणाला “रोज एक तास तीस दिवस खर्चून तुला अतिशय परिणामकारक फायदे मिळतात. नवीन सवय अंगी भिनवायला एक महिना लागतो आणि ह्यानंतर ह्या सवयी आपल्या दुसऱ्या त्वचेसारख्या इतक्या पुरेपूर अंगी भिनतात. ह्या सर्वांचा रोज सराव करायचा म्हणजे त्याचे फायदे मिळतील हीच ह्याची गुरुकिल्ली आहे.”

“ठीक आहे” मी मान्य केले. ज्युलियनने नक्कीच वैयक्तिक चैतन्य आणि प्रसन्नतेची कवाडे त्याच्या जीवनात उघडली होती. खरंतर एक आजारी वृध्द वकील ते चैतन्यपूर्ण तत्त्वज्ञानी हे त्याचे रूपांतर ही पण एक किमयाच होती. त्याच वेळेला मी ठरवले की दररोज एक तास ह्या सर्व आचार पध्दतींना ज्यांच्या विषयी मी आता ऐकणार होतो त्यांना द्यायचा. मी ठरवले की स्वतःला सुधारण्यासाठी वेळ द्यायचा. दुसऱ्यांना बदलवायच्या आधी स्वतःला बदलायचे “मॅन्टल” सारखे (दिव्याच्या प्रकाशासारखे) हे सर्व प्रयत्न करण्याजोगे होते.

त्या रात्री माझ्या त्या अस्ताव्यस्त बैठकीच्या खोलीत ज्युलियनने सांगितलेल्या तेजस्वी जीवनाच्या दहा आचारपध्दती मी शिकलो. त्यातल्या काहींना जरा जास्त एकाग्रता लागत होती. पण बाकीच्या अगदी विनासायास करण्याजोग्या होत्या. सगळ्या अगदी आपली जिज्ञासा वाढविणाऱ्या आणि अतिशय उच्च प्रतीच्या आणि असामान्य गोष्टी घडवून आणणाऱ्या आचार पध्दती होत्या.

“पहिली पध्दत आहे एकांतवास. ह्याच्यात जास्त काही नाही पण तुमच्या रोजच्या जीवनात तुमचा स्वतःचा शांततेचा काही काळ असला

पाहिजे.''

''शांततेचा काळ कशासाठी?''

''कमीत कमी पंधरा मि'िटाचा काळ किंवा जास्तीत जास्त पन्नास मिनिटाचा काळ तुम्हांला शांततेचे सामर्थ्य कळण्यासाठी आणि तुम्ही कोण आहात हे माहीत करून घेण्यासाठी लागतो'' ज्युलियननी समजावले.

''माझ्या गरम झालेल्या इंजिनासाठी ही एक प्रकारची विश्रांती आहे का?'' मी हसत विचारले.

''हा तर ह्या गोष्टींकडे बघण्याचा अगदी अचूक मार्ग आहे. तू कधी तुझ्या कुटुंबाबरोबर लांबच्या प्रवासाला गेला आहेस का?''

''हो तर. दर उन्हाळ्यात आमच्या गाडीने आम्ही काही आठवड्याकरिता जेनीच्या आईवडिलांबरोबर बेटावर जातो.''

''ठीक आहे. मग तू कधी ह्या प्रवासामध्ये पेट्रोलसाठी गाडी थांबवतोस का?''

''हो जेवणासाठी किंवा मला झोप येत असेल तेव्हा किंवा मागे बसलेल्या माझ्या मुलांची भांडणे सतत पाच सहा तास ऐकल्यावर मी एक छोटीशी झोप काढतो.''

''मग ठीक आहे. तुझी ही पेट्रोलसाठीची विश्रांती म्हणजेच एकांतवास असे समजू या. ह्याचा हेतू स्वतःला नवजीवन द्यायचे हा आहे आणि हे वेळ खर्चूनच येते. स्वतःला निरामय शांततेत बुडवून टाक.''

''शांततेत एवढे काय वैशिष्ट्य आहे ?''

''शांततेत आणि निवांत जागी तुमची कल्पकता जागी होते आणि अमर्याद बुध्दिमत्ता मुक्त होते. जॉन आपले मन हे एखाद्या तळ्यासारखे असते. आपल्या ह्या धावपळीच्या जगात आपले मन स्थिर नसते. आपण आतून खूप प्रक्षुब्ध असतो. पण जेव्हा आपण शांत राहण्यासाठी वेळ काढतो, तेव्हा आपले मन एखाद्या काचेच्या बशीसारखे स्थिर असते. अंतर्मनाच्या शांततेचे खूप फायदे आहेत आणि आपल्याला खूप बरे वाटत असल्याची जाणीव होते. मनःशांती आणि शक्ती मिळते. आपल्याला झोप चांगली लागते आणि रोजच्या दैनंदिन जीवनात आनंद आणि नवचैतन्य प्राप्त होते.''

''ह्या एकांतवासासाठी मी कुठे जाऊ?''

"तसे पाहायला गेले तर तू कुठेही जाऊ शकतोस. अगदी तुझ्या झोपायच्या खोलीत किंवा तुझ्या ऑफीसमध्ये तुला तशी निवांत आणि सुंदर जागा मिळणे हे महत्त्वाचे आहे."

"ह्यात सुंदर जागेचा काय संबंध?"

"सुंदर प्रतिमा आपल्या अस्वस्थ आत्म्याला शांत करते." ज्युलियननी एक दीर्घ श्वास घेतला आणि परत म्हणाला "एक साधा गुलाबाचा गुच्छ किंवा एक साधे फूल सुध्दा आपल्या जाणिवांवर अतिशय चांगला परिणाम साध्य करतात आणि आपली गात्रे शिथिल करतात. खरे सांगायचे तर तुम्ही असे सुंदर ठिकाण किंवा असे आश्रयस्थान आपल्या स्वतःसाठी शोधून ठेवले पाहिजे."

"पण कुठले ?"

"प्रथमतः आपल्या मानसिक विकासासाठी असे गुप्त ठिकाण पाहिजे. ते म्हणजे तुमच्या घरातील एक जास्तीची खोली किंवा तुमच्या छोट्या घरातील एखादा शांत कोपरा. ध्यान मनन, चिंतनासाठी एखादा असा कोपरा राखून ठेवायचा जो शांत बसून तुझ्या येण्याची वाट पाहत असेल."

"मला आवडली ही कल्पना. मला वाटते की ऑफीसमधुन घरी आल्यावर अशी एखादी निवांत जागा पाहिजे, ज्याने खूप फरक पडेल. अशा ठिकाणी मी बसल्यावर दिवसभराचे ताणतणाव निघून जातील. ह्या पध्दतीमुळे मी कदाचित एक चांगला माणूस समजला जाईन."

"ह्यात आणखी एक महत्त्वाचा मुद्दा आहे. एकांतवासाची पध्दत ही जेव्हा आपण रोज एकाच वेळी एकाच जागी बसतो तेव्हा जास्त परिणामकारक ठरते."

"का ?"

"कारण ही मग तुमच्या दैनंदिन कार्यक्रमाचा एक भाग होऊन जाते. दररोज त्याच वेळेला शांततेचा सराव केला की मग ही सवय होऊन जाते. जी तुम्ही दुर्लक्षित करू शकत नाही. ही सकारात्मक सवय तुमचे भवितव्य घडविण्यात मार्गदर्शक ठरते."

"अजून काही ?"

"हो शक्य असेल तर निसर्गाशी सान्निध्य साधायचा प्रयत्न कर. निसर्गाशी हितगुज कर. दररोज सकाळी बागेत किंवा शेतात फिरायला जा

किंवा अगदी थोडा वेळ तुझ्या टोमॅटोच्या वाफ्यात काम कर. हे एव्हढे केलेस तरी तुला मनःशांती लाभेल. तुझ्यातले ज्ञान, बुध्दिमत्ता ही उच्च पातळीवर जाईल. जेव्हा तू निसर्गाच्या सान्निध्यात असतोस तेव्हा तुझे स्वतः बद्दलचे ज्ञान, वैयक्तिक सामर्थ्य वेगवेगळ्या दिशा गाठेल. हे कधीही विसरू नकोस'' ज्युलियनचा आवाज भावनेने ओथंबला होता.

''ही आचारपध्दती तुझ्यासाठी परिणामकारक ठरली का ज्युलियन?''

''अर्थातच. मी सूर्योदयाबरोबर उठतो आणि माझ्या गुप्त एकांत जागी पहिल्यांदा जातो. तिथे गुलाबाच्या हृदयाचा सराव जितका वेळ गरज असेल तितका वेळ करतो. कधी कधी मी तासनतास शांततेत घालवतो. कधी फक्त दहा मिनिटे सुध्दा बसतो त्याचा फायदा सारखाच असतो. एक आंतरिक सुख आणि अमर्याद शारीरिक ऊर्जा मिळते. ही ऊर्जा मला दुसऱ्या आचारपध्दतीकडे नेते. 'शारीरिक आचारपध्दती'''

''मजेदार आहे ! हे काय आहे ?''

''हे शारीरिक निगेबद्दल, सामर्थ्याबद्दल आहे.''

''हं''

''अगदी सोपे आहे ! जशी तुम्ही तुमच्या मनाची काळजी घेता तशीच शरीराची काळजी घ्या'' ह्या तत्त्वावर ही शारीरिक आचारपध्दती आधारित आहे. जसे तुम्ही मनाला शिकवता तसेच शरीराला शिकवा. आपल्या शरीराची काळजी घेण्यासाठी दररोज थोडा वेळ व्यायाम करा. तुमचा रक्त प्रवाह जोरदार वाहू दे आणि शरीर हिंदकाळू दे. तुला माहीत आहे एका आठवड्यात एकशे अडुसष्ट तास येतात.''

''मला माहीत नाही.''

''हे खरं आहे. त्यातले कमीत कमी पाच तास शारीरिक व्यायामासाठी गुंतवले पाहिजे. शिवानातल्या साधूंनी योगाच्या निरनिराळ्या प्रकारांचा सराव करून त्यांची शारीरिक क्षमता जागृत केली. शिवानातले एकूण एक साधू हे उत्तम आरोग्याचे एक एक नमुने, चिरतारूण्याचे उदाहरण असायचे. ते दृश्य असामान्य असायचे.''

''ज्युलियन तू योगा करण्याचा प्रयत्न केलास ? जेनीनी गेल्यावर्षीच्या उन्हाळ्यात सुरुवात केली आणि ती म्हणते की तिचे आयुष्य पाच वर्षांनी वाढले आहे.''

“जीवनात बदल घडवणारी कुठलीही एक पध्दत नाही आणि तुला हे मी सांगणारा पहिलाच आहे. शेवटपर्यंत टिकणारा बदल हा सातत्याने सगळ्या पध्दती आचरणात आणल्याने होतो ज्या सर्व मी तुला आता सांगितल्या. पण योगविद्या ही तुमच्यातल्या चैतन्याचा ऊर्जेचा साठा उघडण्याची अतिशय परिणामकारक पध्दत आहे. मी रोज सकाळी योगा करतो आणि सगळ्या पध्दतीत ही पध्दत माझ्यासाठी चांगली आहे. योगविद्या ही नुसतीच नवजीवन देत नाही तर माझ्या मनाला एकाग्रता देते. माझ्या कल्पनाशक्तीतले अडथळे दूर करते. ती खरोखर भन्नाट आहे.”

“शिवानातले योगी अजून काही करत होते का शारीरिक व्यायामासाठी?”

“नैसर्गिक वातावरणात जोरजोरात चालणे, डोंगर किंवा पर्वतावर चढणे किंवा दाट वनराईत चालणे हे सर्व थकवा घालण्यासाठी आणि शरीराला पूर्वस्थितीत आणण्यासाठी अतिशय उत्तम उपाय आहेत असे योगी रामन आणि त्यांच्या भाऊबहिणींचे मत होते. जर वातावरण जास्त कडक असेल तर ते त्यांच्या झोपड्यांमध्ये व्यायाम करायचे. एकवेळेस ते त्यांचे जेवण सोडतील पण रोजचा व्यायाम सोडणार नाहीत.”

“त्यांच्या झोपडीत काय होते ? अत्याधुनिक व्यायामाच्या सुविधा होत्या का?” मी विचारले.

“नाही. कधी ते योगाचे प्रकार करत असत तर कधी कधी मी त्यांना जोर बैठका काढताना बघितले आहे. जोवर ते शरीर हालवत असतात आणि त्यांना शुध्द नैसर्गिक हवा आजूबाजूच्या वातावरणातून मिळत असते तोवर ते कशा प्रकारे व्यायाम करतात ह्याला ते महत्त्व देत नाहीत असे मला वाटते.”

“शुध्द हवा श्वासोच्छवासाठी मिळणे ह्याचा काय संबंध ?”

“मी ह्याचे उत्तर योगी रामनच्या म्हणीतून देईन. योग्य तऱ्हेने जगण्यासाठी योग्य तऱ्हेने श्वासोच्छ्वास करा.”

“श्वासोच्छ्वास करणे हे इतके महत्त्वाचे आहे ?” मी आश्चर्याने विचारले.

“शिवानामध्ये जेव्हा मी गेलो तेव्हा सुरुवातीला तिथल्या योग्यांनी मला आपल्यातली ऊर्जा दुप्पट किंवा तिप्पट करण्यासाठी परिणामकारक

श्वासोच्छ्वास कसा करायचा हे तंत्र शिकविले होते.''

''पण श्वासोच्छ्वास कसा करायचा हे सर्वांनाच माहिती आहे नाही का? अगदी जन्मलेल्या बाळालाही?''

''नाही जॉन ! आपणा सर्वांनाच जगण्यासाठी श्वासोच्छ्वास कसा करायचा याचे ज्ञान आहे पण आपल्याला जोमाने जगण्यासाठी श्वासोच्छ्वास कसा करायचा हे माहीत नाही. पुष्कळसे लोक वर वर श्वासोच्छ्वास करतात मग आपल्या शारीरिक क्षमतेच्या उच्च स्तरावर जाण्यासाठी लागणारा प्राणवायू घेत नाहीत.''

''म्हणजे योग्य तऱ्हेने श्वासोच्छ्वास घेणे हे एक शास्त्र आहे तर.''

''हो तर. त्या साधूंनी श्वासोच्छ्वासाचे तंत्र विज्ञानाच्या मार्गानेच नेले आहे त्यांचे म्हणणे अगदी सोपे आहे. योग्य मार्गाने श्वासोच्छ्वास करून जास्तीत जास्त प्राण वायू आत घ्या आणि अगदी नैसर्गिकरीत्या आपल्या ऊर्जेचा साठा मुक्त सोडा.''

''मी सुरुवात कुठून करू?''

''अगदीच सोपे आहे ते. दिवसातून एक किंवा दोन मिनिटे खोल आणि परिणामकारक श्वासोच्छ्वास कसा करायचा ह्यावर विचार कर.''

''मला कसे कळणार की मी बरोबर श्वासोच्छ्वास करतो आहे की नाही?''

''श्वास आत घेतांना तुझे पोट थोडेसे हलले पाहिजे. म्हणजे याचा अर्थ तू पोटातून श्वासोच्छ्वास करतो आहेस आणि ते चांगले आहे. यासाठी योगीं रामननी मला एक युक्ती शिकविली. हाताची ओंजळ करून आपल्या पोटावर ठेवायची. आपण श्वास आत घेतल्यावर हात हलले तर श्वासोच्छ्वासाचे हे तंत्र बरोबर आहे.''

''खूपच मनोरंजक आहे हे तंत्र.''

''हे तुला आवडले असेल तर चैतन्यपूर्ण जगण्याची तिसरी आचारपध्दती सुध्दा तुला आवडेल'' ज्युलियन म्हणाला.

''ती काय आहे?''

''तिसरी आचारपध्दती आहे 'सजीव खाद्य'. मी जेव्हा वकील होतो तेव्हा मी तळलेले मासे आणि दुसरे निरुपयोगी पदार्थ खाल्ले. अगदी ह्या देशातल्या चांगल्यात चांगल्या हॉटेलमध्ये खाल्ले पण मी सर्व निरुपयोगी

पदार्थ खाल्ले. त्यावेळी मला हे माहीत नव्हते की असे खाणेच माझ्या असमाधानाचे कारण आहे.''

''खरंच ?''

''हो. निकृष्ट जेवणाचा परिणाम तुमच्या आयुष्यावर नक्कीच होतो. त्यामुळे तुमची मानसिक आणि शारीरिक ऊर्जा तुमच्या शरीरातून वाहून जाते. तुमच्या मानसिक संतुलनावर त्याचा परिणाम होतो आणि कल्पनाशक्तीवरही परिणाम होतो. योगी रामननी सांगितले आहे की तुमच्या मनाचे जसे पालनपोषण कराल तसे शरीराचे करा.''

''मी असे गृहीत धरतो की तू तुझा आहार बदलला आहेस !''

''मुळापासून बदलला आहे. ह्याचा परिणाम मला कसे वाटतेय आणि मी कसा दिसतोय ह्यावर झालाय. मला असे वाटायचे की मी रोजच्या कामाच्या ताणामुळे थकून जातोय पण शिवानामध्ये गेल्यावर मला कळले की निःसत्त्व अन्न जे मी माझ्या पोटात ढकलत होतो त्यामुळेच मला सुस्ती येत होती.''

''शिवानामधले लोक तारुण्य टिकवायला आणि उत्साहात राहण्यासाठी काय खात होते ?''

''सजीव खाद्य'' त्वरित उत्तर आले.

''ओहो ज्युलियन. सजीव खाद्य म्हणजे काय ?'' मी उत्सुकतेने विचारले.

''सजीव खाद्य म्हणजे नैसर्गिक तऱ्हेने बनलेले, सूर्य, हवा, माती आणि पाणी ह्याच्या कृतीतून बनलेले अन्न, म्हणजे शाकाहारी जेवण. दीर्घायुष्यासाठी तुझ्या आहारात ताजी फळे, ताज्या कच्च्या भाज्या आणि कडधान्य असावीत.''

''हे शक्य आहे?''

''शिवानातले पुष्कळसे योगी शंभरवर्षापेक्षा जास्त वयाचे आहेत आणि आयुष्य कमी होण्याची कुठलीही खूण त्यांच्यात दिसत नाही. चीनमधील पूर्वेकडील समुद्रात 'ओकीनावा' नावाच्या एका छोट्या बेटावर जे लोक राहतात त्याबद्दल मी गेल्याच आठवड्यात एका वर्तमानपत्रात वाचले. संशोधक लोक ह्या बेटावर गर्दी करत आहेत. कारण त्यांना एक चमत्कारिक सत्य कळले आहे की जगात ह्या बेटावर शंभरी गाठलेले

सगळ्यात जास्त लोक आहेत.''

''संशोधकांना काय कारण मिळाले?''

''शाकाहार हाच त्यांच्या दीर्घायुष्याच्या रहस्यांपैकी एक महत्त्वाचा घटक आहे.''

''पण शाकाहार सकस आहार आहे का? आपल्याला ह्या आहारातून काही शक्ती मिळेल असे वाटत नाही. मी अजूनही एक वकील म्हणून काम करतो ज्युलियन.''

''हा नैसर्गिक आहार आहे. हा महत्त्वाचा सजीव आणि अतिशय सकस आहार आहे. योगी लोक ह्या आहारावर हजारो वर्षांपासून जगत आहेत. ते त्याला 'सात्त्विक' आहार म्हणतात. तुझ्या शक्ती विषयीच्या प्रश्नाबद्दल म्हणशील तर ह्या ग्रहावरचे सगळ्यात शक्तिशाली प्राणी गोरिलापासून हत्तीपर्यंत सर्वजण शाकाहारी संप्रदायात येतात. तुला हे माहीत आहे का की गोरिलामध्ये माणसाच्या तीसपट जास्त शक्ती असते?''

''आभारी आहे या महत्त्वाच्या माहितीबद्दल !''

''शिवानातले योगी हे अगदी टोकाकडची भूमिका घेणारे नव्हते. त्यांचे हे सर्व ज्ञान हे एका अमूल्य तत्त्वावर आधारित होते की, कुठलीही कृती माफकपणे करायची आणि 'कुठलीही गोष्ट अति करायची नाही' तसेच जर तुला मांसाहार करायचा असेल तर तू कर. पण हे लक्षात ठेव की तू सजीव खाद्य खात नाहीस. तू जो मांसाहार करतोस त्यातले 'रेड मिट' म्हणजे बकरीच्या, म्हशीच्या मांसाचे प्रमाण कमी कर. ते पचायला अतिशय जड आहे आणि आपली जास्तीत जास्त शक्ती पचनक्रियेत खर्च होते. आपली अमूल्य शक्ती गरज नसताना ह्या रेड मिट मुळे खर्च होते. तुला लक्षात आलेय का मी काय म्हणतोय ते? कच्च्या फळभाज्या खाल्यानंतरची तुझी उर्जाशक्तीची पातळी आणि मांस खाल्यानंतरची ऊर्जेची पातळी ह्याच्यात तुलना कर. तुला पूर्ण शाकाहारी व्हायचे नसेल तर फक्त दररोज 'सॅलड' म्हणजे कच्चा फळभाज्यांचे काप आणि फळे प्रत्येक जेवणाबरोबर घेत जा. ह्या पध्दतीने सुध्दा तुझ्या शारीरिक गुणवत्तेत खूप फरक पडेल.''

''हे फार अवघड नाही करायला'' मी उत्तरलो. ''मी सुध्दा शाकाहारी जेवणातल्या फायद्याबद्दल पुष्कळसे ऐकतो आहे. जेनीने मला गेल्याच आठवड्यात सांगितले की फिनलँड मध्ये जे एक सर्वेक्षण केले

त्यात ३८% नवीन शाकाहारी लोकांना केवळ सात महिने हे शाकाहारी जीवन सुरू केल्यापासून खूप कमी थकवा आला आणि उत्साही वाटले. मी आता प्रत्येक जेवणाबरोबर सॅलड घ्यायला सुरू करेन. खरंतर ज्युलियन तुझ्याकडे पाहून मला असे वाटते आहे की जेवण म्हणून सॅलडच घ्यावे.''

''एक महिना प्रयत्न कर आणि त्याचे आश्चर्यजनक फायदे बघ.''

''ठीक आहे जे त्या योग्यांसाठी चांगले आहे ते माझ्यासाठीही चांगले आहे. मी तुला वचन देतो की मी हा प्रयत्न करेन. हे काही खूप अवघड नाही आणि दररोज रात्री मला प्राणी भाजण्यासाठी आग पेटवण्याचा कंटाळाच आला आहे.''

''सजीव खाद्य ही कल्पना मी तुला पटवली असली तर तुला चौथी आचारपध्दती निश्चित आवडेल.''

''तुझा विद्यार्थी त्याचा रिकामा कप धरून उभा आहे !''

''चौथी आचारपध्दती आहे 'ज्ञानाची समृध्दी'. तुमच्या ज्ञानात वृध्दी करण्यासाठी तुमच्या चांगल्यासाठी आणि तुमच्या सभोवतालच्या माणसांसाठी आयुष्यभर शिकत राहणे ही ह्याची मध्यवर्ती कल्पना आहे.''

''ती जुनी 'ज्ञानातच सामर्थ्य आहे' ही कल्पना ?''

''ह्याच्यात त्याहीपेक्षा काहीतरी जास्त आहे. ज्ञानात फक्त अव्यक्त सामर्थ्य आहे पण ते सामर्थ्य कृतीत आणावे लागते. वापरावे लागते. पुष्कळ लोकांना एखाद्या प्रसंगी काय करायचे असते हे माहीत असते. पण हे ज्ञान ते रोजच्या जीवनात वापरत नाहीत आणि म्हणूनच त्यांची स्वप्न वास्तवात येत नाहीत. ज्ञानाची समृध्दी ह्या आचारपध्दतीत आपण जन्मभर विद्यार्थीच राहिले पाहिजे आणि त्याही पेक्षा महत्त्वाचे म्हणजे वर्गात जे शिकले ते रोजच्या जीवनात वापरले पाहिजे.''

''योगी रामन आणि दुसरे साधू ही आचारपध्दती कशी आचरणात आणत होते?''

''ह्या आचार पध्दतीत पुष्कळ उपविभाग होते. ते सर्वजण याचा सराव करायचे. ह्या ज्ञानाच्या समृध्दीसाठी एक सगळ्यात महत्त्वाचा आणि सोपा मार्ग ही होता. तू अगदी आज सुध्दा सुरू करू शकशील.''

''त्याला जास्त वेळ नाही लागणार ना?''

ज्युलियन हसला. ''ह्या सर्व पध्दती, प्रकार, तत्त्व मी जे सांगतोय

त्यामुळे तुझी कल्पकता आणि परिणामकारकता वाढेल. तर इंग्रजी म्हणीप्रमाणे Penny Wise, Pound Foolish (एक पेन्नी वाचविण्याचा प्रयत्न करायचा, पण पाउंड घालवण्याचा मूर्खपणा करायचा) असे करू नकोस.''

''कसे काय?''

''जेव्हा लोक संगणकावर काम करतात तेव्हा जे असे म्हणतील की आम्हांला इतके सतत संगणकावर काम आहे की जे केलेय ते 'सेव्ह' (रक्षण) करायलाही वेळ नाही, आणि मग जेव्हा मशीन बंद पडते तेव्हा महिनोन् महिन्यांचे महत्त्वाचे काम वाया जाते. मग त्यावेळी ते सगळे आपण काही सेकंद सेव्ह करण्यात घालविले नाही म्हणून पश्चात्ताप करतात. तुला पटला का माझा मुद्दा?''

''म्हणजे प्राधान्य कशाला द्यायचे हे ओळखायचे?''

''हो बरोबर. तुझ्या वेळापत्रकाप्रमाणे वागण्याच्या बेड्या तोडून बाहेर ये. अशा गोष्टी कर ज्या तुझी सदसद्विवेक बुध्दी आणि मन सांगतेय की कर. जेव्हा तू स्वतःवर वेळ गुंतवशील तेव्हा मन, शरीर आणि स्वभाव विशेष ह्या गोष्टी उच्च स्तरावर जातील. विचार कर की तू एक वैमानिक किंवा गलबत चालवणारा आहेस मग ठरव कुठल्या गोष्टी तू केल्यास की तुला चांगले आणि उच्च प्रतीचे फायदे मिळतील. मग तू किती वाजले ह्याची काळजी करणार नाहीस आणि तुझ्या पध्दतीने आयुष्य जगशील.''

''मुद्दा लक्षात आला. तर तो उपविभाग कोणता जो तू मला शिकवणार होतास?'' मी विचारले.

''रोज वाच. रोज तीस मिनिटाचे वाचन तुला अचंबित करेल. पण एक खबरदारी घे. नुसते काहीही वाचू नकोस. तुझ्या मनाच्या बागेत तू निवडक माहितीच घातली पाहिजेस. जी माहिती घालशील त्याचे योग्य पोषण झाले पाहिजे. अशी माहिती वाच की जी तुला सुधारेल व तुझे आयुष्य सुधारू शकेल.''

''योगी लोक काय वाचत होते ?''

''ते योगी प्राचीन काळातील त्यांच्या पूर्वजांनी लिहून ठेवलेली शिकवण वाचत असायचे आणि परत परत वाचायचे. हे तत्त्वज्ञान ते तन्मयतेने आत्मसात करायचे. मला अजून आठवतेय त्यांच्या छोट्या वेताच्या

खुर्च्यांवर बसून ते त्यांची पुस्तके वाचीत त्यावेळेला ते आनंदाने हसत असायचे. शिवानामध्ये मी पुस्तकांची शक्ती आणि सामर्थ्य शिकलो. हे ही शिकलो की पुस्तक हे ज्ञानी माणसाचा घनिष्ठ मित्र असतो.''

''मग मला मिळालेले प्रत्येक पुस्तक मी वाचायला सुरुवात करू का ?''

''हो आणि नाही'' उत्तर आले. ''तू जितकी जास्त पुस्तके वाचू शकशील तितकी वाच असे मी तुला कधीच सांगणार नाही. पण लक्षात ठेव. काही पुस्तकांची फक्त चव बघायची असते. काही पुस्तके चघळायची असतात आणि काही संपूर्ण गिळून टाकायची असतात. हा दुसरा मुद्दा आहे.''

''तुला भूक लागली आहे का ?''

''नाही जॉन'' ज्युलियन हसायला लागला. ''मला फक्त एवढेच सांगायचे आहे की जी एकदम चांगली पुस्तके असतील त्यांचा अभ्यास कर. नुसती वाचू नकोस. तू जसे तुझ्या मोठ्या अशिलांचे केस पेपर्स काळजीपूर्वक वाचतोस तसे वाच. त्याच्यावर विचार कर. त्याच्या विचारांवर जग. शिवानातले योगी त्यांच्या वाचनालयातली पुष्कळशी पुस्तके दहा पंधरा वेळा वाचतात. ते चांगल्या पुस्तकांना त्यांचा पवित्र ग्रंथ मानतात. पोथ्या पुराणासारखे.''

''वाचन हे इतके महत्त्वाचे आहे का?''

''दररोज तीस मिनिटात तुला तुझ्या जीवनात सुखदायक फरक पडलेला दिसेल. कारण तुझ्याकडे ज्ञानाचा बराच मोठा साठा तुला वापरायला उपलब्ध व्हायला सुरुवात होईल. तुझ्या प्रत्येक प्रश्नाचे तुला छापील उत्तर मिळेल. तुला जर एक चांगला वकील व्हायचे असेल, चांगला पिता व्हायचे असेल, चांगला मित्र, चांगला प्रियकर व्हायचे असेल तर आपली ध्येयपूर्ती कशी करायची ह्याची पुस्तके उपलब्ध आहेत. तुझ्या आयुष्यात तू ज्या चुका केल्या असतील त्याच चुका तुझ्या आधी त्या मार्गावर जाणाऱ्या लोकांनी सुद्धा केल्या असतील. सध्या ज्या आव्हानांना तू तोंड देतो आहे ती आव्हाने काय फक्त तुझ्याच आयुष्यात आली आहेत?''

''मी ह्याचा कधी विचारच केला नाही. ज्युलियन पण तू म्हणतोयस ते पटतेय मला.''

“एखाद्याचे त्याच्या आयुष्यात त्याला आलेले सगळे प्रश्न आणि येणारे सर्व प्रश्न मांडले गेले आहेत” ज्युलियन म्हणाला. “आणि ते सगळे प्रश्न आणि त्यावरचे उपाय हे पुस्तकात लिहिले गेले आहेत. फक्त चांगली पुस्तके वाच. आता जी तू आव्हाने पेलतोयस तीच आव्हाने तुझ्या आधीच्या लोकांनी कशी पेलली ते शीक. यश मिळवण्यासाठी त्यांचे उपाय अमलात आण आणि तुझ्यातल्या सुधारणेचे तुलाच आश्चर्य वाटेल.”

“चांगली पुस्तके म्हणजे कुठली ?” ज्युलियनच्या म्हणण्यातला मुद्दा मला लगेच जाणवला.

“त्याची निवड तू स्वतः करायची आहे माझ्या मित्रा. मी मात्र पूर्वेकडून आलो तेव्हापासून ज्यांची मी नेहमी प्रशंसा करत आलो त्या महान स्त्री पुरुषांचे जीवन चरित्र वाचतो आहे. अतिशय महान साहित्य आहे ते !”

“अशा कुठल्या पुस्तकाची नावे तू सुचवू शकतोस का ?” मी हसून विचारले.

“नक्कीच महान अमेरिकन बैजामिन फ्रँकलीन यांचे आत्मचरित्र आहे. महात्मा गांधींचे आत्मचरित्र आहे ‘द स्टोरी ऑफ माय एक्सपरिमेंटस वीथ ट्रुथ’ हरमन हेस चे ‘सिध्दार्थ’ जे रोजच्या जीवनात अमलात आणण्यासारखे आहे. मार्कस ऑरेलियसचे आणि सेनेका नावाच्या लेखकाचे पुस्तक हे मी तुला सुचवू शकतो. आणखीन नेपोलियन हिलचे ‘थिंक अँड ग्रो रिच’ वगैरे. मी ते मागच्या आठवड्यात वाचले आणि मला ते अगदी सखोल ज्ञान वाटले.”

“पण तुझ्या हृदयविकारानंतर तू सर्व मागे ठेवून गेलास ना. मी आता ‘त्या कमी वेळात भरपूर पैसा कमवा’ वगैरे पुस्तकांना कंटाळलोय” मी एकदम म्हणालो.

“शांत हो ! मी तुझ्याशी सहमत नाही” ज्युलियन म्हणाला. त्याच्या चेहऱ्यावर एखाद्या प्रेमळ आजोबांसारखी चिकाटी, जिव्हाळा दिसत होता. “ते जे छोटे पुस्तक आहे ते खूप पैसा कमवण्यासाठी नाही तर जास्त अर्थपूर्ण आयुष्य जगण्यासाठी आहे. मी तुला सांगतो की सुखात असणे आणि सुखात लोळणे यात खूप फरक आहे. मी ते आयुष्य जगलोय आणि खूप श्रीमंतीत असण्याच्या वेदनाही मी जाणतो. ‘थिंक अॅन्ड ग्रो रिच’ ह्या

पुस्तकात तुमच्या आयुष्यात चांगल्या गोष्टींचा समावेश तुम्ही कसा करू शकता ह्यावर प्रकाश टाकला आहे. तू हे वाचावेस अशी मी तुझ्यावर सक्ती करत नाही.''

''सॉरी ज्युलियन मला अगदी एखाद्या आग्रही वकिलासारखे माझे मत मांडायचे नव्हते'' मी दिलगिरीच्या सुरात म्हणालो. ''कदाचित माझी मनःस्थिती कधी कधी माझ्यातले चांगले सगळे शोषून घेते. अजून ह्या गोष्टीवर मला सुधारले पाहिजे. हे सगळे जे ज्ञान तू मला देतो आहे त्यासाठी मी खरच तुझा फार ऋणी आहे.''

''काही बिघडत नाही. आता पुलाखालून बरेच पाणी गेले आहे. माझा मुद्दा एवढाच आहे की वाच आणि वाचत राहा. तुला अजून एक मजेशीर गोष्ट सांगू का?''

''काय?''

''जे तुम्हांला पुस्तकातून मिळते ते ज्ञान माणसाला समृध्द करत नसते, तर पुस्तके तुमच्यातून काय आणि किती घेतात त्यावर तुमचे बदलणे अवलंबून असते. खरं सांगायचे तर जॉन पुस्तके तुम्हांला नवीन काहीच शिकवत नसतात.''

''खरंच''

''खरंच, पुस्तके तुमच्यात अगोदरच जे आहे ते तुम्हांला शोधायला मदत करतात आणि त्यालाच ज्ञान म्हणतात. जेव्हा मी हा सर्व प्रवास केला, स्वतःला शोधले तेव्हा मी फिरत फिरत एखाद्या गोलासारखे परत त्याच बिंदूपाशी आलो, जिथून मी तरुण असताना सुरुवात केली होती. पण आता मला मी कोण आहे, मी काय करू शकतो, आणि असू शकतो ते पूर्णपणे कळाले आहे.''

''तर ही ज्ञान मिळवण्याची आचारपध्दती वाचनाबद्दल आहे आणि त्यातून जी माहिती मिळते त्याने ज्ञानाची समृध्दता येते म्हणून रोज तीस मिनिटे वाच. बाकीचे आपोआपच येईल'' ज्युलियन म्हणाला.

''ठीक आहे आता तेजस्वी आयुष्य जगण्याची पाचवी आचारपध्दती कुठली आहे?''

''ती आहे आत्मचिंतन. योगी लोकांचा आत्मचिंतन करण्याच्या सामर्थ्यावर दृढ विश्वास होता. आत्मचिंतन आणि स्वतःला एका अनोख्या

दिशेने वाटचाल करण्यावर आपण वेळ द्यायचा !''

''फारच सखोल ज्ञान आहे हे.''

''हे खरं तर एक प्रत्यक्षात उतरवण्याजोगे तत्त्व आहे. आपणा सर्वांना माहीत आहे की आपल्यात प्रत्येकात खूप सुप्त कलागुण असतात. त्यावर विचार करायला वेळ देऊन आपण त्याला जागृत करतो आणि एकांतवासात आपण विचार केला तर त्याचा जास्त फायदा होतो. ही पध्दत तुम्हांला जास्त कणखर आणि जास्त हुशार बनवेल. तुमच्या मनाच्या शक्तीचा तुम्हांला फायदेशीर वापर करता येतो.''

''मी ह्या बाबतीत साशंक आहे, ज्युलियन.''

''ठीक आहे. जेव्हा मी हे पहिल्यांदा ऐकले तेव्हा मला सुध्दा हे नवीन होते. आत्मचिंतन म्हणजे दुसरे तिसरे काहीही नसून विचार करण्याची सवय हे ह्याचे मूळ रूप आहे.''

''पण आपण सगळेच जण विचार करतो. आपल्या मनुष्य असण्याचा तो एक भाग आहे नाही का ?''

''हो पुष्कळसे लोक विचार करतात. पण काही लोक फक्त जरुरी पुरताच विचार करतात. मी जे म्हणतोय ते स्वतःच्या समृध्दीसाठी विकासासाठी विचार करणे. जेव्हा तू बेंजामिन फ्रँकलीनचे आत्मचरित्र वाचशील तेव्हा मी काय म्हणतो आहे ते तुला कळेल. दिवसभराच्या कामानंतर तो त्याच्या घराच्या एका कोपऱ्यात संध्याकाळी बसायचा आणि दिवसभरात काय घडले ह्याचा विचार करायचा. त्याच्या स्वतःच्या कामाबद्दल तो विचार करायचा, त्याच्या चांगल्या कामाबद्दलही आणि चुकीच्या कामाबद्दलही विचार करायचा आणि मग त्याच्या काय चुका झाल्या ह्याचा आढावा घेतल्यावर त्या ताबडतोब सुधारण्याच्या प्रयत्न करायचा. आत्मपरीक्षण आणि आत्मसंयमनाच्या मार्गावर तो पुढे चालायचा. शिवानातले योगीसुध्दा हेच करत होते. दररोज रात्री त्यांच्या सुगंधी गुलाबाच्या पाकळ्यांच्या झोपडीत ते एकांतवासात विचार करायचे. योगी रामन तर हा सर्व आढावा लिहून ठेवायचे.''

''ते कुठल्या प्रकारच्या गोष्टी लिहायचे ?'' मी विचारले.

''पहिले ते आपल्या कामांची यादी करायचे. अगदी स्वतःच्या वैयक्तिक कामांपासून ते इतर योगींशी जो संवाद झाला त्यापासून ते जंगलात

जळणासाठी लाकडे आणायला किंवा ताजी फळे आणायला जाण्यापर्यंत सर्व काही. आणखीन एक मजेशीर गोष्ट म्हणजे त्यादिवशी त्यांच्या मनात कोणकोणते विचार आले हे सुध्दा ते लिहून ठेवायचे.''

''पण हे तर किती अवघड आहे ? मला तर पाच मिनिटांपूर्वी मी काय विचार केला ते सुध्दा आठवत नाही, तर बारा तासांची बातच सोडा.''

''अवघड नाही जर तुम्ही रोज ह्याचा सराव केला तर कुणीही इथपर्यंत पोहोचू शकतो तिथे मी पण पोहोचलोय. आपली खरी अडचण ही आहे की पुष्कळसे लोक 'क्षमस्व' ह्या भयंकर रोगाने पछाडलेले आहेत.''

''बहुतेक मला सुध्दा पूर्वी ह्या रोगाची लागण झाली असली पाहिजे.'' माझा हा ज्ञानी मित्र कशाबद्दल सांगतोय ह्याची पूर्ण माहिती असूनही मी म्हणालो.

''क्षमा मागून सुटका करून घेणे सोडून दे आणि कामाला लाग.'' ज्युलियन उद्गारला. त्याच्या आवाजातला ठामपणा मला जाणवला.

''काय करू?''

''विचार करण्यासाठी वेळ दे. स्वतःवर विचार करण्याची रोजची सवय लाव. योगी रामन एका दिवसात काय काम केले ते वहीच्या एका भागात आणि काय विचार केला ते दुसऱ्या भागात लिहीत असत. मग त्याचे सर्वेक्षण किंवा आढावा तिसऱ्या भागात लिहीत असत. मग त्यांच्या हातात जी लिखित प्रत होती ती वाचून ते स्वतःला विचारायचे हे सर्व सकारात्मक आहे का ? आणि जर सकारात्मक असले तरच त्या कामांना ते स्वतःची शक्ती खर्च करीत असत. मग हीच कामे त्यांना जीवनाच्या प्रदीर्घ वाटेवर जास्त परतफेड करत असत.''

''आणि जर ते नकारात्मक असले तर ?''

''मग योगी रामन ते काम किंवा त्या सवयी स्पष्टपणे सोडून देण्यासाठी काय क्रिया करायची ह्याचा आराखडा तयार करत.''

''मला वाटते एखादे उदाहरण मला समजायला मदत करेल.''

''ते वैयक्तिक असले तर चालेल?'' ज्युलियनने विचारले.

''चालेल. मला तुझ्या मनाच्या तळाशी काय विचार चाललेत ते ऐकायला आवडेल.''

“खरं सांगायचे तर मी तुझ्याबद्दलच विचार करत होतो.” आम्ही दोघेही शाळकरी मुलांसारखे खिदळायला लागलो.

“ठीक आहे तुला नेहमीच मार्ग सापडतो?”

“आता आपण आज तू काय काय काम केलेस त्यावर विचार करू. त्या टेबलावर जो कागद आहे त्यावर सर्व लिहून काढ” ज्युलियनने आज्ञा केली.

मला जाणवले की काहीतरी महत्त्वाची गोष्ट घडणार आहे. पुष्कळ वर्षात पहिल्यांदाच मी आज काय केले आणि माझ्या मनात काय विचार आहेत ह्यावर विचार करण्यासाठी मी वेळ काढला होता. हे सर्व अगदी अजब होते तरीही खूपच उपयुक्त होते. जर मी कुठल्या बाबतीत प्रगती करायची हेच ठरवले नाहीतर माझी प्रगती कशी होणार?

“मी कुठून सुरुवात करू?” मी विचारले.

“आज सकाळी काय केले ह्यापासून सुरुवात कर आणि फक्त महत्त्वाच्या गोष्टी लिही. अजून आपल्याला खूप पुढे जायचे आहे. योगी रामनची दंतकथा काही मिनिटात पुढे सांगायची आहे.”

“बरं. मी आज सकाळी साडे सहा वाजता आमच्या घरच्या यांत्रिक कोंबड्यांच्या आवाजाने उठलो” मी म्हणालो.

“गंभीरपणे सांग आणि सुरू ठेव” ज्युलियन ठामपणे म्हणाला.

“मग मी आंघोळ केली, दाढी केली, एक छोटासा केक खाल्ला आणि कामावर गेलो.”

“तुझ्या कुटुंबाचे काय?”

“ते सर्व गाढ झोपेत होते. मग मी ऑफीसमध्ये गेलो तर साडेसातला ज्या माणसाला मी वेळ दिली होती तो सातपासून माझी वाट बघत बसला होता आणि रागावला होता.”

“मग तू काय केलेस?”

“मग मी पण त्याच्याशी भांडलो, मी काय त्याचे ऐकून घेऊन गप्प बसणार होतो?”

“ठीक आहे. मग काय झाले?”

“मग काय गोष्टी वाईटातून अतिवाईटाकडे गेल्या. मग मला निरोप मिळाला की न्यायाधीश वाईल्डाबेस्टना मला भेटायचे आहे. दहा मिनिटात

मला तिथे जायला सांगितले होते. तुला आठवते आहे का त्याच्या पार्किंगच्या जागेत तू तुझी फेरारी उभी केलीस म्हणून त्याने तुला कोर्टात खेचले होते त्याचा अपमान झाला म्हणून. तूच तर त्याचे नवीन बारसे केले होतेस. 'वाईल्ड बीस्ट' (जंगली अस्वल) म्हणून'' मी हसत हसत त्याला आठवण करून दिली.

''ते नाव तू पुढे सुरू ठेवायला हवे होतेस.'' खट्याळपणे हसत ज्युलियन म्हणाला.

''जाऊ दे. मग मी कोर्ट हाउसमध्ये गेलो आणि दुसरा वाद तिथल्या कारकुनाबरोबर घातला. जेव्हा मी ऑफीसमध्ये परत आलो तेव्हा माझ्यासाठी ऑफीसमध्ये सत्तावीस फोन येऊन गेले होते. सगळे तातडीचे होते अजून पुढे सांगू?''

''हो !''

''ऑफीसमधून घरी येतांना गाडीत जेनीने फोन करून मला तिच्या आईच्या घरून 'पाईज' (एक मांसाहारी पक्वान्न) घेऊन ये म्हणून सांगितले, जे माझ्या सासूबाई फार छान करतात. जेव्हा मी तिथून निघालो तेव्हा रस्ता दुभाजकामुळे मी खूप पुढे आलो. मी वाहतुकीच्या कोंडीमध्ये फसलो. इतकी गरमी, तणाव आणि इथे आणखीन वेळ वाया चालला होता.''

''मग तू त्याला सामोरा कसा गेलास.''

''मी मग वाहतुकीला खूप शिव्या घातल्या'' मी प्रामाणिकपणे सांगितले ''मी माझ्या गाडीत बसून मोठमोठ्याने ओरडत होतो. तुला ऐकायचे आहे मी काय ओरडत होतो ते ?''

''नाही, माझ्या मनाच्या बागेचे पोषण करणारे ते शब्द नाहीत'' ज्युलियन हसत म्हणाला.

''पण त्याचा खत म्हणून चांगला उपयोग होईल.''

''नक्को आभारी आहे. आता आपण इथे थांबू या. जर यावर विचार केला तर आणि तुला दुसरी संधी मिळाली तर ह्यातल्या काही गोष्टी तू टाळू शकला असतास.''

''अर्थातच !''

''कुठल्या ?'' ज्युलियन म्हणाला.

''मी जर सकाळी लवकर उठलो असतो तर, सकाळी थोड्यावेळ

स्वस्थ बसून विचार केला असता तर, कदाचित गुलाबाच्या हृदयाची पध्दत जी तू मला सांगितली आहे ती आचरणात आणली असती किंवा मी जर माझा नाश्ता माझ्या कुटुंबाच्या सोबत घेतला असता तर मी थोडा संयमाने वागलो असतो. मला नेहमी वाटते की मी जेनी आणि मुलांबरोबर पुरेसा वेळ घालवत नाही.''

''पण हे सगळे कसे अगदी योग्य जीवन आहे. तुला तुझा दिवस नियंत्रित करता येतो आहे तुला सकारात्मक विचार करता येतो आहे आणि तुझी स्वप्नही सत्यात आणण्याची तुझ्यात शक्ती आहे'' ज्युलियन जोरात म्हणाला.

''मला हे सर्व जाणवते आहे. मला असे वाटायला लागले आहे की मी बदलू शकतो'' मी म्हणालो.

''वा! उत्तम आहे. अजून तुझ्या दिवसावर विचार कर.''

''आता वाटतेय की मी त्या अशिलावर ओरडायला नको होते. कारकुनाशी वाद घालायला नको होता आणि मी वाहतुकीवरही ओरडायला नको होते.''

''वाहतुकीला काही देणेघेणे नसते.''

''वाहतूक ही फक्त वाहतूक आहे'' मी म्हणालो.

''आता तू आत्मचिंतनाचे सामर्थ्य बघ. तू आज काय केलेस ह्यावर विचार करून तुझ्या प्रगतीची रूपरेखा आखू शकतोस. उद्या ह्यात सुधारणा करायचा एकमेव मार्ग म्हणजे आज ज्या चुका केल्या त्या करायच्या नाहीत.''

''आणि एक स्पष्ट नियोजन करून परत हे होऊ द्यायचे नाही ह्याची काळजी घ्यायची'' मी त्यात भर घातली.

''थोडक्यात सांगायचे म्हणजे चुका करण्यात काहीही चूक नाही. चुका ह्या आपल्या जीवनाचा एक अविभाज्य भाग आहे आणि प्रगतीसाठी त्याची गरज आहे. त्याप्रमाणे एक म्हण आहे. 'सुख हे चांगल्या निर्णयातून मिळते. चांगला निर्णय आपण अनुभवामुळे घेऊ शकतो, आणि अनुभव हा चुकीच्या निर्णयामुळेच येतो.' पण एकच चूक परत परत करणे हीच सगळ्यात मोठी चूक आहे. ह्यामुळे स्वतःबद्दलच्या ज्ञानाचा पूर्ण अभाव दिसून येतो. माणसाचे हेच गुण आहेत जे माणसाला प्राण्यांपासून वेगळे

काढतात.''

''मी हे पूर्वी कधीच ऐकले नाही !''

''हे खरं आहे. माणूस हाच फक्त ह्यातून बाहेर येऊ शकतो, विचार करू शकतो, परीक्षण करू शकतो की हे चांगले आहे का वाईट आहे. एखादे कुत्रे हे निश्चितच नाही करू शकणार. एखादा पक्षी नाही करू शकणार किंवा एखादे माकड सुध्दा नाही करू शकणार पण तू करू शकशील. हेच आत्मचिंतन किंवा वैयक्तिक विचार करणे आहे. काय चूक आहे, काय बरोबर आहे ह्याचा प्रत्येक दिवशी आढावा घे. मग तू ह्यात ताबडतोब सुधारण्याचा प्रयत्न कर.''

''खूप विचार करावा लागेल ज्युलियन '' मी म्हणालो.

''जी सहावी आचारपध्दती आहे, ती आहे लवकर उठण्याची, त्याबद्दल जर विचार केला तर?''

''हो मला माहिती आहे तुझ्या मनात काय आहे ते''

''शिवानामध्ये शिकलेल्या सगळ्या पध्दतीपैकी सर्वात चांगली पध्दत आहे ती म्हणजे सूर्याबरोबर उठायचे आणि दिवसाची सुरुवात चांगली करायची. आपल्या पैकी पुष्कळजण जरुरीपेक्षा जास्त झोपतात. एका निरोगी माणसाला सहा तास झोप पुरेशी असते. मग तो निरोगी आणि सतर्क राहतो. झोप ही सवयीपेक्षा दुसरे काहीही नाही. दुसऱ्या सवयीसारखी ही पण तुम्ही कमी करू शकता आणि परिणाम साधू शकता.''

''पण मी जर लवकर उठलो तर मला फार थकल्यासारखे होते'' मी म्हणालो.

''मी हे कबूल करतो की पहिले काही दिवस तुला थकल्यासारखे जाणवेल. सकाळी उठताना सुध्दा पहिला आठवडा तुला थकल्यासारखे जाणवेल. ह्या छोट्या वेदना आहेत मोठ्या फायद्यासाठी असे समज. जेव्हा तू ही नवीन सवय अंगी बाणवशील त्यावेळी थोडे बेचैन होणारच. जशा नवीन चपला सवय होईपर्यंत काही दिवस चावतात, पण लवकरच एखाद्या पायमोज्यासारख्या त्या तुम्हांला चपखल बसतात. मी आधी सांगितल्याप्रमाणे वेदना ही तुमच्या वैयक्तिक विकासाची पहिली पायरी आहे. तिला घाबरू नका उलट तिला आलिंगन द्या.''

''स्वतःवर नियंत्रण ठेवण्यासाठी लवकर उठायची ही कल्पना

आवडली तरी पण लवकर म्हणजे किती लवकर?''

''त्यासाठी अशी निश्चित वेळ नाही. पण बाकीच्या गोष्टीसारखे जे बरोबर आहे जे आपल्यासाठी योग्य आहे ते करणे. योगी रामनची शिकवण आठव. 'कुठलीच गोष्ट अति नाही, सगळे माफक प्रमाणात.'''

''पण सूर्याबरोबर उठणे हे अति वाटते आहे.''

''अजिबात नाही. काही गोष्टी नवीन दिवसाच्या सूर्यकिरणांपेक्षाही जास्त नैसर्गिक असतात. योगी लोक सूर्यप्रकाशाला स्वर्गाची देणगी मानत होते. ते रोज सूर्यस्नान घ्यायचे पण जास्त प्रमाणात नाही. कधी कधी पहाटेच्या सूर्यप्रकाशात खेळत आणि नाचत असायचे. ही पण त्यांच्या दीर्घायुष्यांची गुरुकिल्ली आहे असा माझा ठाम समज आहे.''

''तू सूर्यस्नान घेतलेस !'' मी विचारले.

''अर्थातच. सूर्यप्रकाश मला नवजीवन देतो. जेव्हा मी खूप थकलेला असतो तेव्हा तो माझा मुड चांगला करतो. पूर्वेकडील प्राचीन लोक तर सूर्याचा संबंध आत्म्याशी आहे असे मानतात. सूर्यामुळे त्यांची पिके मनाप्रमाणे बहरतात. सूर्यप्रकाश आपल्यात जोम निर्माण करतो, मानसिक आणि शारीरिक चैतन्य देऊन तुम्हांला पुनरूत्जीवीत करतो. जर त्याचा योग्य प्रमाणात उपयोग केला तर सूर्यप्रकाश हा चांगला डॉक्टर आहे. अरेच्चा! मी विषयांतर केले पण मूळ मुद्दा असा की दररोज लवकर उठले पाहिजे.''

''ही आचारपध्दती मी माझ्या रोजच्या व्यवहारात कशी अमलात आणू?''

''हे काही त्वरित करण्याचे उपाय आहेत. एक आपण किती वेळ झोपलो ह्यापेक्षा कसे झोपलो हे महत्त्वाचे आहे हे कधीही विसरू नकोस. दहा तासांच्या खंडित झोपेपेक्षा सहा तासांची अखंड झोप जास्त चांगली. तुमच्या शरीराला विश्रांती मिळणे आणि रोजच्या कामामुळे जी शारीरिक झीज होते ती भरून काढणे व शरीर परत नैसर्गिक अवस्थेला आणणे हे काम झोपेचे असते. शिवानातल्या योग्यांच्या मते झोपेचा काळ महत्त्वाचा नसून झोपेची अवस्था महत्त्वाची आहे. उदाहरणार्थ योगी रामन कधीही रात्री आठनंतर जेवत नसत. जर आठनंतर खाल्ले तर ते अन्न पचण्यासाठी जी पचन क्रिया चालू राहते त्याने गाढ झोप लागण्यात बाधा येते असे ते म्हणत.

अजून एक उदाहरण म्हणजे सगळ्या योग्यांना रात्री झोपायला जाण्यापूर्वी सारंगीच्या आवाजावर ध्यान धारणा करण्याची सवय होती.''

''ह्यामागचे कारण काय होते?''

''मी तुला विचारतो जॉन की दररोज रात्री झोपायला जाण्यापूर्वी तू काय करतोस?''

''मी जेनीबरोबर बातम्या बघतो. मला माहीत असलेले बहुतांश लोक जे करतात तेच.''

''मला वाटलेच होते'' ज्युलियनच्या डोळ्यात एक प्रकारची चमक आली.

''मला कळत नाही की रात्री झोपण्यापूर्वी बातम्या ऐकण्यात काय वाईट आहे?'' मी म्हणालो.

''झोपण्यापूर्वीचा तुझा दहा मिनिटांचा काळ आणि उठल्यानंतरचा दहा मिनिटाचा काळ हा अत्यंत महत्त्वाचा असून तो आपल्या सुप्त मनावर प्रभाव पाडतो. म्हणून ह्या वेळेला नेहमी काहीतरी स्फूर्तिदायक आणि पवित्र विचार आपल्या मनात आणायचे.''

''तू तर असे म्हणतोयस की मन हे संगणकासारखे आहे.''

''ही एक उत्तम उपमा आहे.''

''तुम्ही त्यात जे घालाल तेच तुम्हांला मिळते. तुम्ही स्वतःच ह्या संगणकाचे प्रोग्रॅमर आहात. तुम्ही आत काय घातले आहे ह्याचा आढावा घेतला की तुम्हांला काय मिळणार आहे हे ही माहीत असते. म्हणून झोपायला जाण्याअगोदर कधीही बातम्या पाहू नयेत किंवा कोणाबरोबर वादविवाद घालू नयेत किंवा दिवसभराच्या घडामोडी डोळ्यांपुढे आणू नयेत. आरामात एखादा कप चहा घे. वाटल्यास शास्त्रीय संगीत किंवा साधे संगीत ऐक आणि स्वतःला गाढ झोपेसाठी तयार कर.''

''जितकी गाढ झोप मला लागेल तितकी ती मला कमी वेळ पुरेशी होईल.''

''अगदी बरोबर आणि आपला २१ दिवसाचा नियम लक्षात ठेव. कुठलीही गोष्ट सतत एकवीस दिवस केली की ती सवयीमध्ये बदलेल म्हणून लवकर उठण्याची सवय ती कंटाळून सोडून देण्याअगोदर तीन आठवडे कर. तीन आठवड्यानंतर तुझ्या आयुष्याची ती अविभाज्य अंग होऊन जाईल.

थोड्याच दिवसात तू साडेपाच किंवा पाचला सहजगत्या उठू शकशील आणि दिवसभर ताजातवाना राहशील.''

''ठीक आहे. मी दररोज साडेपाचला उठेन. पण मी करू काय?''

''तुझे प्रश्नच सांगत आहेत की तू ह्यावर विचार करीत आहे. एकदा तू उठलास की पुष्कळशा गोष्टी तुला करण्यासारख्या आहेत. ह्याचा मूळ हेतू इतकाच आहे की तुमची दिवसाची सुरुवात चांगली झाली पाहिजे. मी तुला आधी सांगितल्याप्रमाणे सकाळी उठल्याबरोबर पहिल्या दहा मिनिटात तू जे विचार करतोस किंवा क्रिया करतोस त्याचा प्रभाव तुझ्या उरलेल्या दिवसावर असतो.''

''अर्थातच सकारात्मक विचार कर. तुझ्याकडे जे आहे त्याबद्दल आभार मानण्यासाठी एखादी प्रार्थना कर. दर्जेदार संगीत ऐक. सूर्योदय होताना बघ किंवा तुझी इच्छा असल्यास तू सकाळी निसर्गाच्या सान्निध्यात फिरायला जा. योगी लोक तर हसू आले नाही तरी प्रयत्नपूर्वक खूप हसायचे म्हणजे मग तो 'आनंदी रस' पहाटे आपल्या शरीरात वाहतो.''

''ज्युलियन, माझा कप रिकामा ठेवण्याचा मी अटोकाट प्रयत्न करतोय आणि मी अननुभवी असलो तरी पुष्कळ शिकायचा प्रयत्न केला आहे हे तुलाही पटते आहे. पण योगी असले तरीही आणि हिमालयात इतक्या वरती राहत असले तरीही हे काहीतरी विचित्रच आहे.''

''पण हे विचित्र नाही. एक निरोगी चार वर्षाचा मुलगा दिवसातून किती वेळा हसतो ह्याचा अंदाज आहे तुला?''

''काय माहीत?''

''मी अंदाज केलाय. तीनशेवेळा. आता एक प्रौढ माणूस दिवसातून किती वेळा हसतो ह्याचा अंदाज कर.''

''पन्नास वेळा'' मी प्रयत्न केला.

''पंधरा वेळा प्रयत्न करून बघ.'' ज्युलियन समाधानाने हसत म्हणाला. ''माझा मुद्दा लक्षात आला का ? हसणे हे आपल्या अंतरात्म्याचे औषध आहे. जरी हसू येत नसले तरीही आरशात पाहा आणि काही वेळ हसायचा प्रयत्न कर. तू एकदम विलक्षण उत्तेजित होशील. विलीयम जेम्स म्हणाले आहेत की, 'आपण आनंदी आहोत म्हणून आपण हसत नाही तर आपण हसतो म्हणून आनंदी आहोत.' आनंदात दिवसाची सुरुवात कर.

हास, खेळ आणि जे तुझ्याकडे आहे त्याबद्दल आभार मान. प्रत्येक दिवस हा सर्वोत्कृष्ट बक्षीस म्हणून मिळेल."

"तुझा दिवस चांगला जाण्यासाठी तू दिवसाची सुरुवात कशी करतोस?"

"मी रोज सकाळी माझी ठरलेली आचारपध्दती आचरणात आणतो. अगदी गुलाबाच्या हृदयापासून ते सकाळी काही ताज्या फळांचा रस पिण्यापर्यंत पण त्या सगळ्यात एक अतिशय महत्त्वाची गोष्ट मी रोज करतो."

"कोणती?"

"उठल्याबरोबर थोड्या वेळाने मी एकांतवासात जातो. शांत आणि स्थिर चित्त बसतो. नंतर स्वतःला एक प्रश्न विचारतो "आज जर माझ्या आयुष्यातला शेवटचा दिवस असला तर मी आज काय करेन? ह्या प्रश्नाच्या उत्तरातच खूप अर्थ आहे. मनात सर्व कामांची यादी करतो. जे क्षण आपल्या जीवनाची लज्जत वाढवतील त्याचा आस्वाद घ्यायचा आणि आपण ह्या गोष्टी करतोय ह्याचे चित्र डोळ्यांपुढे आणायचे. तू तुझ्या कुटुंबाशी, मित्र मैत्रिणींशी कसा वागशील हे चित्र डोळ्यांपुढे आण. जर तुझा आजचा दिवस शेवटचा आहे तर तू अनोळखी लोकांशी कसे वागशील हे चित्र डोळ्यांपुढे आण. जसे मी तुला सांगितल्याप्रमाणे आजचा आपला दिवस शेवटचा आहे असे समजून वागशील तर तुझे आयुष्य उच्च दर्जाच्या पातळीवर येऊन ठेपेल आणि आता सातवी तेजस्वी जीवनाची आचारपध्दती 'संगीत उपचार.'''

"मला ही आचारपध्दती आवडेल?" मी उत्तरलो.

"मला खात्री आहे तुला आवडेल. योग्यांना संगीत खूप आवडायचे. सूर्याप्रमाणे संगीत त्यांना हसवायचे, नाचवायचे आणि गायलाही लावायचे. संगीत तुलाही तेच करील. संगीतात जे सामर्थ्य आहे त्याला विसरू नकोस. संगीताबरोबर दररोज थोडा वेळ घालव. अगदी तू ऑफीसला जाताना गाडीत बसून ऐकलेस तरी चालेल. जेव्हा तू काळजीत असशील त्यावेळी संगीत ऐक. हे एक मला माहीत असलेले सर्वात जास्त उत्तेजना देणारे स्फूर्तिदायी साधन आहे."

"हे तुझे संगीताबद्दलचे विचार ऐकतानाच किती बरे वाटते आहे."

मी प्रामाणिकपणे म्हणालो "तू खरंच बदलला आहे ज्युलियन, फक्त बाह्यरूपानेच नाही. ती तुझी पूर्वीची उपहासीक वृत्ती गेली. पूर्वीचा नकारात्मक दृष्टिकोन गेला. पूर्वीची तुझी आग्रही वृत्ती सुध्दा गेली. तुला खरोखरीच मनःशांती मिळालेली दिसते आहे. तू माझ्या हृदयाचा ठाव घेतला आहे आज रात्री ज्युलियन" मी म्हणालो.

"अरे, पण मला अजून जास्त सांगायचे आहे" ज्युलियन हवेत हातवारे करत म्हणाला. "आपण पुढे जाऊ या."

"मला ही माहिती दुसरीकडून मिळणार नाही"

"ठीक आहे. आठवी आचारपध्दती आहे 'शब्दोच्चाराची' साधूंनी काही मंत्र शिकले होते ते मंत्र रोज सकाळी, दुपारी आणि रात्री म्हणायचे ही सवय त्यांना आनंदी, कणखर, आणि एकाग्र बनायला मदत करते."

"मंत्र म्हणजे काय ?" मी विचारले.

"मंत्र म्हणजे काही शब्दांचा समूह एकत्रितपणे म्हणाल्यावर त्याचा परिणाम साधतो. संस्कृत मध्ये 'मं' म्हणजे "मन" आणि 'त्र' म्हणजे 'मुक्त करणे' तर मंत्र हे मनाला मुक्त करण्यासाठी बनविले आहेत. माझ्यावर विश्वास ठेव. जॉन हे मंत्र आपल्या ध्येयपूर्तीसाठी फार परिणामकारक ठरतात."

"तू रोज मंत्राचा उपयोग करतोस का ?"

"हो तर. ते तर मी कुठेही गेलो तरी माझे विश्वासू साथीदार आहेत. मी बसमध्ये असलो तरी, मी वाचनालयात जात असलो तरी, बागेत असलो तरी माझ्या आयुष्यात जे जे काय चांगले आहे त्याचा मी मंत्रामध्ये समावेश करतो."

"मंत्र म्हणायचे असतात?"

"असेच काही नाही. आपण मंत्र लिहू पण शकतो. आपण मंत्र जेव्हा मोठ्याने म्हणतो तेव्हा त्यांचा जास्त परिणाम आपल्या आत्म्यावर होतो असे मला समजले आहे. जेव्हा मला स्फूर्ती किंवा चेतना हवी असते तेव्हा 'मी पूर्णतः प्रेरणादायी शिस्तबध्द आणि सामर्थ्यवान आहे' हे परत परत दोनशे ते तीनशे वेळा मोठ्याने म्हणतो. माझा आत्मविश्वास जो मी उच्चपातळीवर नेऊन ठेवला आहे तो टिकवण्यासाठी 'मी खूप सामर्थ्यवान, कार्यक्षम आणि शांत चित्त आहे' असे मी परत परत म्हणतो. मला

तारूण्यपूर्ण आणि जोशपूर्ण ठेवण्यासाठी मी मंत्राचा उपयोग करतो'' ज्युलियनने कबूल केले.

''हे मंत्र तुला कसे काय तरुण ठेवत असतील?''

''शब्द हे मनावर स्पष्टपणे परिणाम करतात. मग ते उच्चारलेले असू देत नाही तर लिहिलेले असू देत ते प्रभावी असतात. जे तू दुसऱ्यांना सांगतोस ते तर महत्त्वाचे असतेच पण जे तू स्वतःला सांगतोस ते जास्त महत्त्वाचे असते.''

''स्वतःशी बोलणे?''

''बरोबर आहे. दिवसभर तू काय विचार करतोस त्यापेक्षाही तू स्वतःशी काय बोलतोस हे जास्त महत्त्वाचे आहे. तू जर दिवसभर स्वतःशी म्हणत राहशील की तू म्हातारा आहे, तू आता थकला आहे तर हा मंत्र वास्तवात येईल. जर तू दिवसभर मनाशी म्हणत राहिलास की तू कमजोर आहे आणि तुझ्यात उत्साहाचा अभाव आहे तर तसेच होईल. पण 'तू जर मी निरोगी, चैतन्यपूर्ण आणि रसरशीत आहे असे दिवसभर घोकलेस की त्याचे रूपांतर तुझ्या जीवनात होईल.' जे शब्द तू स्वतःशी बोलतोस त्याचा परिणाम तुझ्या प्रतिमेवर होतो आणि तू जी क्रिया करतोस त्यावर तुझी प्रतिमा ठरविली जाते. उदाहरणार्थ जर तुझ्यात आत्मविश्वासाचा अभाव आहे तर तुझ्याकडून क्रिया सुध्दा ह्या गुणविशेषानुसार होणार पण ह्या उलट जर तुझी प्रतिमा निर्भयी बिनधास्त आणि तेजस्वी आहे तर ह्या गुण विशेषाप्रमाणे तुझ्याकडून क्रिया होईल. आपली प्रतिमा ही आपल्या विचारांची पूर्तता करते असे भाकीतच आहे.''

''कसे काय ?''

''जर एखादी गोष्ट करायला तू स्वतःला अकार्यक्षम समजत असशील तर, गृहीत धरू की तू स्वतःला एक योग्य जोडीदार शोधायला अकार्यक्षम समजत असशील किंवा तणावरहित जीवन जगण्यास अकार्यक्षम समजत असशील तर तुझी प्रतिमा तुला योग्य जोडीदार शोधण्याची क्रिया करण्यास बाधा आणील किंवा साधे जीवन जगण्यासाठी बाधा आणील. या दिशेने केलेले कुठलेही प्रयत्न यामुळे नष्ट होतील.''

''हे असे का?''

''अगदी सोपे आहे ते. तुमची स्वतःची प्रतिमा ही एक प्रकारची

प्रशासकीय कार्य करते. ती प्रतिमा तिला विसंगत असलेली कुठलीही गोष्ट आपल्याला करू देत नाही. पण ह्यात एक चांगली गोष्ट अशी आहे की जर एखादी गोष्ट आपल्या फायद्याची नसली तर आपण आपल्या जीवनातील दुसऱ्या वस्तू बदलू शकतो तशी आपण आपली प्रतिमा बदलू शकतो. ह्या अशा ध्येयपूर्तीसाठी मंत्राचा फार उपयोग होतो.''

''जेव्हा माझे आतले जग बदलेल तेव्हाच माझे बाहेरचे जग बदलेल'' मी आज्ञाधारकपणे म्हणालो.

''तू तर फारच लवकर शिकायला लागलास'' ज्युलियन जेव्हा मोठा वकील होता तेव्हा जसा थम्सअपचा अंगठा दाखवायचा तसा दाखवून म्हणाला.

''आता तेजस्वी जीवन जगण्याची नववी आचारपध्दती शिकायची ती म्हणजे 'समान स्वभाव विशेष.' ही आठव्या आचारपध्दती पेक्षा थोडी वेगळी आहे. थोडक्यात सांगायचे तर ह्या आचारपध्दतीत आपल्याला दररोज आपली वृत्ती सुधारण्यासाठी काहीतरी सुधारित क्रिया करावी लागेल, कार्य करावे लागेल. तुमच्या स्वभावातल्या सामर्थ्याचा परिणाम तुम्ही स्वतःकडे ज्या पध्दतीने पाहता व त्यावर काय कृत्य करता ह्यावर अवलंबून असते. तुम्ही जे कार्य करता त्या सवयी बनतात आणि त्या सवयी म्हणजे तुमचे विधिलिखित असते. योगी रामनने हे सूत्र अतिशय चांगल्या रितीने समजावले आहे. 'तुम्ही एक विचार पेरला की क्रियेचे फळ उगवते. क्रिया करण्याचे फळ घ्या आणि सवयीचे बीज पेरा. सवयीचे बीज पेरलेत की तुम्हांला स्वभाव विशेषाचे फळ मिळते. स्वभाव पेरा की तुमचे विधिलिखित फळाच्या रूपात मिळते.'''

''माझे चारित्र्य उज्वल करण्याकरता मी कोणत्या गोष्टी केल्या पाहिजेत.''

''कुठलीही गोष्ट कर जी तुझ्या सद्गुणांना खतपाणी घालेल. सद्गुण म्हणजे काय हे विचारण्याआधीच सद्गुण म्हणजे माझ्या दृष्टीने काय हे सांगतो. शिवानातल्या योग्यांच्या मते सद्गुण म्हणजे अर्थपूर्ण आयुष्य, म्हणून त्यांच्या क्रिया ह्या प्राचीन तत्त्वांवर आधारीत होत्या.''

''पण त्यांच्या क्रिया ह्या त्यांच्या हेतूंवर आधारित होत्या ना?''

''हो पण ह्या तत्त्वांना समांतर अशी त्यांच्या जीवनाची शैली होती.

ही तत्त्वे त्यांच्या पूर्वजांनी हजारो वर्षांपूर्वीपासून अमलात आणली आहेत.''

''ही कुठली तत्त्वे आहेत?''

''ती एकदम सोपी तत्त्वे आहेत. उद्यमशीलता, विनयशीलता, क्षमाशीलता, सहनशीलता, प्रामाणिकपणा आणि धैर्य ही ती तत्त्वे आहेत. जेव्हा तुझी प्रत्येक क्रिया ही या तत्त्वांना समांतर असेल तेव्हा तुला आंतरिक सुख आणि शांतता वाटेल. ह्या तऱ्हेने जगल्यावर तुला आत्मिक समाधान मिळेल कारण तू जे योग्य आहे तेच करशील आणि तू विश्वाच्या आणि निसर्गाच्या नियमाप्रमाणेच वागत असशील. ह्या तत्त्वाप्रमाणे वागल्यावर दुसऱ्या दिशेने तुझी वाटचाल सुरू होईल. ह्या पातळीवर पोहोचल्यावर तुला सामान्य ते असामान्यत्व प्राप्त होईल आणि तुला त्यातले पावित्र्य कळेल. चिरंतन सुख मिळवण्याचा हा पहिला टप्पा आहे.''

''तू हा अनुभव कधी घेतला आहे ?'' मी विचारले.

''हो आणि माझा विश्वास आहे की तू सुध्दा घेशील. योग्य गोष्टी कर. तुझ्या स्वभावविशेषाशी समांतर अशा सर्व गोष्टी कर. प्रामाणिकपणाने कार्य कर. तुझ्या मनाला पटतील अशा गोष्टी कर. बाकीचे आपोआप येईल. तू कधीही एकटा नाहीस, समजले ?'' ज्युलियन म्हणाला.

''म्हणजे काय ?''

''ते मी तुला परत कधीतरी सांगेन. तुझे चारित्र्य संपन्न करण्यासाठी लागणाऱ्या छोट्या छोट्या गोष्टी तू दररोज करत जा. इमर्सनने म्हटले आहे की : 'बुध्दिमत्तेपेक्षाही चारित्र्य श्रेष्ठ आहे.' ह्या तत्त्वांप्रमाणे जर तू क्रिया केलीस तर तुझे जीवन चारित्र्यसंपन्न बनेल आणि जर तू ह्यात अयशस्वी झालास तर खरा आनंद तुझ्यापासून दूर जाईल.''

''सगळ्यात शेवटची आचारपध्दती कुठली आहे?''

''ती सगळ्यात महत्त्वाची आहे. ती म्हणजे 'साधेपणा', 'निष्कपटीपणा'. ह्या आचारपध्दतीमध्ये तुला अगदी साधे आयुष्य जगायचे आहे. योगी रामन म्हणतात तुम्ही ज्या गोष्टींना प्राधान्य देता त्या अर्थपूर्ण असल्या पाहिजेत. त्यावर लक्ष केंद्रित करा. मग तुमचे आयुष्य सुरळीत सर्वोत्तम आणि शांततामय होईल. ते अगदी बरोबर म्हणत होते. ज्या क्षणी मी गव्हापासून भुसकट बाजूला केले तेव्हापासून माझ्या जीवनात शांतता आहे. धावपळीच्या जीवनाचा मी आदी होतो. आता मी ते जीवन जगणे

बंद केले आहे. एखाद्या वावटळीसारखे माझे आयुष्य मी जगणे बंद केले आहे. त्याउलट ते धिम्या गतीने चालले आहे. आता एखाद्या सुवासिक गुलाबाचा आस्वाद घ्यायलाही मी वेळ काढतो.''

''साधेपणाने जगण्यासाठी तू कोणकोणत्या गोष्टी केल्यास?''

''मी महागडे कपडे घालणे सोडून दिले, दररोज मी सहासहा वर्तमानपत्र वाचायचो ती सवय मी सोडली. ज्यांना माझी गरज भासते त्या प्रत्येकवेळी त्यांना मी उपलब्ध होत नाही. मी पूर्ण शाकाहारी झालो आहे आणि मी कमी खातो. माझ्या गरजा मी मुख्यतः खूप कमी केल्या आहेत. जॉन, जोपर्यंत तुम्ही तुमच्या गरजा कमी करत नाहीत तोपर्यंत तुम्हांला समाधान वाटत नाही. 'लासवेगास' मधल्या त्या जुगाऱ्यासारखे 'अजून एक प्रयत्न' करू म्हणजे आपला लकी नंबर लागेल ह्या भरवशावर जो खेळतो तसे तुमचे होते. आपल्याकडे जितके आहे त्यापेक्षा कायम माणसाला जास्तच हवे असते. मग माणूस सुखी कसा होणार ?''

''पण आधी तू मला सांगितलेस की खरा आनंद हा काहीतरी साध्य केल्यावर मिळतो. आता तू मला सांगतोस की माझ्या गरजा मी कमी करू आणि आहे त्यात समाधान मानू. हा विरोधाभास नाही का?''

''अतिशय चांगला प्रश्न विचारलास. हा जरी विरोधाभास वाटत असला तरी तो तसा नाही. चिरंतन सुख हे तुमची स्वप्ने साकार करण्यातच आहे. जेव्हा तुम्ही काहीतरी मिळवण्याच्या खटपटीत असता तेव्हा तुम्ही सर्वात चांगल्या स्थितीत असता. तुम्हांला जर सोन्याच्या मोहरांनी भरलेला हंडा मिळाला तर तुम्ही त्यात समाधान मानता तसे आनंदात कधीही समाधान मानू नका. उदाहरणार्थ मी पूर्वी लक्षाधीश होतो तरीही मी स्वतःला बजावत होतो की तीनशे दशलक्ष डॉलर्स माझ्या बँकेत असले तरच मी यशस्वी झालो आहे असे समजेन. पण हा मार्ग मला रसातळाला घेऊन चालला होता.''

'' तीनशे दशलक्ष डॉलर्स?'' मी अविश्वासाने विचारले.

''हो तीनशे दशलक्ष डॉलर्स. पण माझ्याकडे कितीही असले तरी मी समाधानी नव्हतो. मी नेहमी दुःखी असायचो. याचे कारण माझी हाव हेच होते. माझे मिडास राजाच्या गोष्टीसारखे झाले होते. माझी खात्री आहे तू ती ऐकली असशीलच.''

“हो तर. ह्या राजाला सोने खूप आवडत होते. मग त्याने प्रार्थना केली की तो ज्या वस्तूला हात लावेल त्याचे सोने होईल. मग त्याची प्रार्थना जेव्हा खरी झाली तेव्हा त्याला खूप आनंद झाला. पण जोपर्यंत त्याला हे समजले नाही की तो खाऊ शकत नव्हता कारण त्याचे अन्नही सोने झाले होते.”

“हो अगदी बरोबर आहे. मी इतका पैशाच्या मागे लागलो होतो की मी कुठल्याही गोष्टीचा आनंद लुटू शकलो नाही. मग अशी वेळ आली की मी पाणी आणि ब्रेड ह्या व्यतिरिक्त काहीच खाऊ शकत नव्हतो.” ज्युलियन भावना प्रधान होत म्हणाला.

“बाप रे! तू खरंच सांगतो आहे? मी नेहमी विचार करायचो की तू तुझ्या सुप्रसिध्द मित्र मैत्रिणींबरोबर चांगल्यातल्या चांगल्या हॉटेलमध्ये जेवायचास.”

“पण ते आधीच्या दिवसात. माझ्या त्या धकाधकीच्या जीवनाच्या मर्यादेबाहेरच्या व्यस्त दैनंदिनीत मला अल्सर झाला. मग एखादा पिझ्झासुध्दा खाल्ला तरी मी आजारी पडत होतो. एवढा पैसा होता पण मी ब्रेड खात होतो आणि पाणी पित होतो. खरोखरच ती फार करूणाजनक परिस्थिती होती. मी भूतकाळात जगणारा माणूस नाही. पण आयुष्यात जे मला मोठे धडे मिळाले त्यापैकी हा एक होता. मी तुला आधी सांगितल्याप्रमाणे वेदना ही एक महान गुरू आहे आणि वेदना शमवण्यासाठी त्याचा मला पहिल्यांदा अनुभव घ्यावा लागला. त्याशिवाय मी आज जिथे आहे तिथपर्यंत पोहोचू शकलो नसतो” ज्युलियन म्हणाला.

“साधेपणाचे आयुष्य जगायचे म्हणजे मी नेमके काय करायचे?” मी विचारले.

“तुला करण्यासारख्या पुष्कळ गोष्टी आहेत अगदी छोट्या छोट्या गोष्टींनी सुध्दा फरक पडतो.”

“कुठल्या?”

“प्रत्येक वेळेला फोनची रिंग वाजली की तो उचलू नकोस. रोजच्या ज्या बिनमहत्वाच्या मेलस् आहेत त्या सगळ्या वाचण्यात वेळ घालवू नकोस. आठवड्यातून तीन वेळा तू जे बाहेर जेवतोस ते बंद कर. गोल्फ क्लबची मेंबरशीपही बंद करून टाक. मुलांबरोबर जास्त वेळ घालव. आठवड्यातून

एक दिवस घड्याळाशिवाय घालव. दररोज सूर्योदय बघ. पेजर आणि मोबाईल विकून टाक. अजून सांगू.''

''मला त्यातला महत्त्वाचा मुद्दा कळला. पण मोबाईल विकू?'' मी उत्सुकतेने विचारले. जसे काही एखाद्या बाळाची नाळ काप असे डॉक्टरांनी सांगितल्यावर वाटते तसे.

''मी आधी सांगितल्याप्रमाणे तुला हे ज्ञान देणे हे माझे कर्तव्य आहे. त्या सगळ्याच गोष्टींचे तू पालन केले पाहिजेस असे नाही. तुला ज्या गोष्टी योग्य वाटतील त्या कर.''

''हो बरोबर आहे. कुठलीही गोष्ट अति नाही. प्रत्येक गोष्ट माफकपणे करायची.''

''हो.''

''पण मला हे मान्य करायला लागेल ह्या सगळ्या आचारपध्दती अगदी सर्वोत्तम आहेत. पण त्या खरेच माझ्या जीवनात तीस दिवसात बदल घडवू शकतील?'' मी विचारले.

''त्याला तीस दिवसांपेक्षा कमी दिवसही लागतील किंवा कदाचित जास्तही लागू शकतील'' ज्युलियन खट्याळपणे हसत म्हणाला.

''मला स्पष्ट करून सांग !''

''मी म्हणालो की तीस दिवसांपेक्षा कमी लागतील. कारण जीवनातला बदल हा ऐच्छिक असतो'' ज्युलियन

''ऐच्छिक?''

''हो. ज्या क्षणी तू अगदी मनापासून ठरवशील की आपण आपले आयुष्य अगदी अत्युच्च पातळीवर नेऊन ठेवायचे, त्याक्षणी डोळ्याचे पाते लवते ना लवते तोच हा बदल घडतो आणि त्याक्षणी तू बदललेला असशील हे विधिलिखित आहे'' ज्युलियन

''मग तीस दिवसांपेक्षा जास्त वेळ का लागतो?''

''ह्या आचार पध्दतीचा सराव केल्यामुळे तुला तीस दिवसात त्याचे फळ दिसायला लागते. जास्त शक्ती, ऊर्जा मिळते, काळज्या ताण तणाव कमी होतात आणि जास्त कलात्मकता येते. योग्यांची ही पध्दत 'तात्कालिक' नाही हे मी तुला आधीच सांगितले आहे. ह्या आचारपध्दती हजारो वर्षांपासूनच्या आहेत. उर्वरित आयुष्यात त्या दररोज अमलात आणायच्या

आहेत. जर त्या तू थांबवल्यास तर हळूहळू तू जुन्या वळणावर येशील.''

ज्युलियनने आत्तापर्यंत तेजस्वी जीवनाच्या दहा आचारपध्दती सांगितल्या. मग थोडावेळ थांबून तो म्हणाला ''मी अजून पुढे सांगावे असे तुला वाटते आहे. मी सांगणारच आहे. तुला रात्रभर जागरण झाले आहे ह्या गोष्टीचा मला अजिबात खेद होत नाहीये. कारण हीच वेळ आहे जरा सखोल विचार करण्याची.''

''म्हणजे तुला काय म्हणायचे आहे? मला तर वाटले होते की आत्तापर्यंत मी जे ऐकले ते सर्व सखोल तत्त्वज्ञानच आहे?'' मी आश्चर्याने म्हणालो.

''जे तत्त्वज्ञान मी तुला सांगितले त्याने तुझ्या आणि तुझ्या सहवासातल्या लोकांच्या आयुष्यात तू जे इच्छिले आहे ते मिळेल. पण शिवानातल्या साधूंचे तंत्र जे मी तुला शिकवले आहे ते तत्त्वज्ञान ते ज्या आध्यात्मिक प्रवाहावर अवलंबून आहे ते आता मी तुला सांगेन. तुला जरी कळले नाही तरी हरकत नाही फक्त आता ऐक, नंतर चघळ आणि मग ते पचव.''

''जेव्हा विद्यार्थी तयार असतो तेव्हाच गुरू प्रकट होतो.''

''बरोबर आहे'' ज्युलियन हसत म्हणाला ''तू नेहमीच एकपाठी होतास. लवकर शिकायचास.''

''आता तो तुझा तत्त्वज्ञानाचा प्रवाह सांग'' रात्रीचे अडीच वाजले होते. तरीही मी उत्साहपूर्ण आवाजात म्हणालो.

''तुझ्यामध्ये सूर्य आहे, चंद्र आहे आकाश आहे आणि विश्वातले जे काही आश्चर्य आहे ते सुध्दा तुझ्यामध्येच आहेत. ज्या सर्वज्ञ शक्तीने हे आश्चर्य बनवले आहेत त्याच शक्तीने तुला पण बनवले आहे. तुझ्या आजूबाजूच्या सर्व वस्तू किंवा सर्व गोष्टींचा उगम सारख्याच मार्गाने झाला आहे. आपण सर्व एक आहोत.''

''मला तू काय म्हणतोस ते काही कळतच नाही'' मी म्हणालो.

''जगातल्या प्रत्येक वस्तूला, प्रत्येक माणसाला आत्मा आहे. हे सर्व आत्मे एका वैश्विक आत्म्यातून येतात. जॉन, जेव्हा तू तुझ्या मनाचे आणि आत्म्याचे पोषण करतोस तेव्हा तुला असे वाटेल की तू वैश्विक आत्म्यांचे पोषण करतो आहे. जेव्हा तू सुधारतोस तेव्हा तुझ्या आजूबाजूचे

विश्व सुधारत असते. जेव्हा तू तुझ्या स्वप्नपूर्तीसाठी साहस गोळा करतोस तेव्हा तुझ्यात वैश्विक शक्ती निर्माण झालेली असते. मी आधी सांगितल्याप्रमाणे जे तू इच्छिले आहेस ते सर्व तुला मिळेल. ती वैश्विक शक्ती सर्व ऐकत असते'' ज्युलियन.

''म्हणजे कैझन आणि स्वतःवर प्रभुत्व ह्या गोष्टी मला स्वतःची मदत करायला इतरांना मदत करतील.''

''असेच आहे ते. जशी तू तुझ्या शरीराची काळजी घेशील तशी मनाची घे.''

''ज्युलियन तू काय म्हणतोस ते मला कळते आहे पण एक सव्वा दोनशे पाउंड वजनाच्या, घर गृहस्थी करणाऱ्या सामान्य माणसाला जो व्यक्तिमत्त्व विकास वगैरे पेक्षाही फक्त वकिली करतो त्याला हे स्वतःवर नियंत्रण फार डोक्यावरून जाते आहे. मी ह्यात अपयशी झालो तर?''

''प्रयत्न करायला न धजावणे म्हणजे अपयश. पुष्कळ लोकांच्या ध्येयामध्ये आणि त्यांच्यात, अपयशाच्या भीतीचा बागुलबुवा उभा असतो. तरीही अपयश यशाची पहिली पायरी आहे असे म्हणतात. अपयश ही आपली परीक्षा घेते आणि आपला विकास व्हायला मदत करते. अपयश हे आपल्याला धडाही शिकवते आणि ज्ञान मिळवण्यासाठी मार्गदर्शनही करते. पूर्वेकडचे गुरू म्हणतात की प्रत्येक बाण जो लक्ष्याचा वेध घेतो त्यामागे शंभर अयशस्वी बाणाचे प्रयत्न असतात. तो तोट्यातून नफा असतो हे एक त्रिकालाबाधित सत्य आहे म्हणून प्रयत्न करायला कधीही घाबरायचे नाही. अपयश हा तुझा मित्र आहे.''

''अपयशाला आलिंगन द्यायचे'' मी म्हणालो.

''जग हे साहसावर प्रेम करते. एकदा तू ठरवलेस की आपले आयुष्य आपण सुधारायचे इतक्या उच्चतम पातळीवर नेऊन ठेवायचे की तुझी आंतरिक शक्तीच तुला मार्गदर्शन करेल. योगी रामन म्हणतात की प्रत्येकाचे विधिलिखित हे त्याच्या जन्मापासून ठरलेलेच असते. ह्या आचार पध्दतींचा मार्ग सुखाकडे व समृध्दीकडे जातो. ह्या मार्गावरून चालायचे साहस बांधले पाहिजे. योगी रामनने ह्यावर मला एक गोष्ट सांगितली जी तुला सांगावीशी वाटते. एकदा प्राचीन काळी भारतात समुद्रकाठी एका अतिशय सुंदर महालामध्ये एक राक्षस राहत होता. हा राक्षस खूप वर्ष

सगळीकडे युध्द करत फिरत होता म्हणून त्याच्या महालातल्या बागेत वाजूच्या गावातली मुले येऊन खेळत असत. एक दिवस तो परत आला आणि त्याने सगळ्या मुलांना बागेच्या बाहेर फेकून दिले आणि रागारागाने 'इथे परत कधी यायचे नाही' म्हणून सांगितले व रागाने बागेचे दार लावून घेतले. नंतर त्या राक्षसाने मुलांनी येऊ नये म्हणून त्या बागेभोवती एक मोठी भिंत बांधून घेतली.''

''कडाक्याची थंडी पडायला लागली. राक्षसाला वाटले की लवकरच थंडी जाईल वातावरणात थोडी गरमी येईल. पण बाजूच्या गावात वसंत ऋतू आला तरी त्याच्या बागेत बर्फच बर्फ होता. पुष्कळ दिवस थंडी हटण्याचे नावच घेत नव्हती आणि एक दिवस त्या राक्षसाला फुलांचा सुगंध आला आणि खिडकीतून सूर्याचे किरण आत आले. वसंत ऋतू आला अखेर असे जोरात ओरडून तो बागेत धावला पण तिथे जे दृश्य त्याला दिसले त्याची त्याच्या मनाची तयारी नव्हती. गावातल्या मुलांनी भिंत चढून आत प्रवेश मिळवला होता आणि ती मुले बागेत आरामात खेळत होती. असे वाटत होते की त्या मुलांच्या उपस्थितीमुळे कडाक्याची थंडी जाऊन वसंत ऋतू आला होता. सगळीकडे हिरवेगार गवत आणि सुवासिक फुले वाऱ्याच्या झुळुकीबरोबर डोलत होती. सगळी मुले हसत खिदळत आनंदात होती पण एक मुलगा जो बाकी सर्वांपेक्षा लहान होता तो बागेच्या बाहेर एका जागी बसून रडत होता. कारण त्याला ती उंच बागेची भिंत ओलांडता येत नव्हती. आयुष्यात पहिल्यांदाच त्या राक्षसाला त्या मुलासाठी फार वाईट वाटले. आपल्या दुष्टपणाबद्दलही वाईट वाटले. 'मी त्याला मदत करीन' म्हणत तो त्या मुलाकडे धावला. पण राक्षस येतो आहे हे बाकीच्या सर्वांनी पाहिले आणि तो मारेल म्हणून ते पळाले. पण तो छोटा मुलगा मनातल्या मनात म्हणाला 'मी त्या राक्षसाला मारीन आणि आमच्या खेळाच्या मैदानासाठी मी लढेन' तो धैर्याने तिथेच उभा राहिला.''

''तो राक्षस जेव्हा त्या मुलापाशी पोहोचला तेव्हा त्याने दोन्ही हात लांब करून त्याला जवळ घेतले 'मी तुझा मित्र आहे. मी तुला भिंत ओलांडायला मदत करीन आणि बागेत जायला मदत करीन. आजपासून ही बाग तुझी आहे.' तो धीट लहान मुलगा जो आता सगळ्यांचा नायक झाला होता त्याला खूप आनंद झाला आणि त्याने राक्षसाला आपल्या

गळ्यातली सोन्याची साखळी भेट म्हणून दिली. 'ही माझी आवडती साखळी आहे. शुभ शकुनाची आहे ती तू नेहमी घाल' त्या दिवसापासून ती मुले बागेत राक्षसाबरोबर खेळायला लागली. पण तो धीट मुलगा जो राक्षसाला आवडायचा तो परत कधीच दिसला नाही. अशीच काही वर्ष गेली. तो राक्षस आता म्हातारा झाला आणि आजारी पडला. मुले बागेत खेळायची पण त्यांच्यात आता राक्षस नसायचा. त्या दिवसात तो त्या छोट्या मुलाचीच आठवण खूप काढायचा, त्याचाच विचार करायचा. एक दिवस जेव्हा कडाक्याची थंडी पडली तेव्हा राक्षसाने खिडकीतून डोकावून बाहेर पाहिले आणि त्याला एक अचंबित करणारे दृश्य दिसले जरी पूर्ण बाग बर्फांनी झाकली गेली होती तरी बागेच्या मध्यभागी एक सुंदर गुलाबाच्या फुलाचे रोपटे उगवले होते. त्याला अतिशय मनमोहक रंगाची फुले आली होती. त्या झाडाजवळ तो धीट मुलगा उभा होता. तो लहान मुलगा अगदी गोड हसत होता. राक्षस अत्यानंदाने नाचायला लागला आणि त्या मुलाला घेण्यासाठी बाहेर धावला 'तू इतकी वर्ष कुठे होतास माझ्या छोट्या दोस्ता. मला तुझी किती आठवण आली.'''

''त्या मुलाने अगदी विचारपूर्वक उत्तर दिले. 'खूप वर्षापूर्वी मला तू उचलून ही भिंत ओलांडून ह्या सुंदर बागेत आणलेस. आता मी आलोय तुला माझ्या बागेत न्यायला' नंतर त्या दिवशी सगळी मुले बागेत खेळायला आली. तेव्हा त्यांना तो राक्षस जमिनीवर मरून पडलेला आढळला. अगदी डोक्यापासून पायापर्यंत त्याच्या शरीरावर हजारो सुंदर गुलाबाची फुले घातली होती.''

''जॉन, त्या छोट्या मुलासारखा धीट हो. तुझ्या मैदानावर तू अगदी घट्ट पाय रोवून उभा राहा. ध्येयाचा पाठलाग कर. तेच तुझे विधिलिखित बनेल, विधिलिखिताचा पाठलाग कर आणि विश्वातल्या चमत्कारांना सामोरा जा. चमत्कारांचा पाठलाग कर, ते तुला गुलाबांच्या सुंदर बागेत नेतील.''

ही गोष्ट खूपच चांगली आहे ती माझ्या मनाला खूप भिडली हे सांगण्यासाठी मी ज्युलियनकडे पाहिले तेव्हा तो एवढा मोठा वकील, जो श्रीमंत आणि सुप्रसिध्द लोकांच्या केसेस लढवायचा तो चक्क रडत होता.

प्रकरण नववे

सारांश	-	ज्युलियनचे चातुर्य
प्रतीक	-	
सदाचार	-	कैझनचा वापर
चातुर्य	-	आत्मनियंत्रण ही जीवनाच्या मालकीची गुरुकिल्ली आहे. बाहेरच्या यशाची सुरुवात आतल्या यशातून होते. शरीर, मन आणि आत्म्याची मशागत केल्यावर प्रकाशमय जीवन प्राप्त होते.
प्रात्यक्षिक	-	ज्या गोष्टी आपण करायला घाबरतो त्या करा. तेजस्वी जीवनाच्या दहा पध्दती.
महत्त्वाचा उतारा	-	जग हे साहसावर प्रेम करते. एकदा आपण ठरवले की आपले आयुष्य उच्चतम पातळीवर न्यायचे की आपला आत्माच त्या जादूई नगरीत प्रवेश करण्यासाठी मार्गदर्शन करतो.

प्रकरण दहावे

नियमांचे काटेकोर पालन

"मला खात्री आहे की माझे भवितव्य घडविण्यात मी यशस्वी होईन. जे कार्य मी हाती घेतले आहे ते पूर्ण करण्यास मी समर्थ आहे त्यासाठी घ्यावा लागणारा त्रास किंवा कळा सोसण्याची सहनशक्ती माझ्यात आहे जोपर्यंत माझा माझ्या स्वतःवर विश्वास आहे आणि जिंकण्याची दुर्दम्य इच्छाशक्ती आहे तोवर यशश्री मला नाकारू शकत नाही".

- *विन्स्टन चर्चील*

ज्युलियन योगी रामनची दंतकथा जसे काही ज्ञानासाठी पायाभरणीचा दगड असल्यासारखा मला सांगत होता. मी मनाच्या बागेविषयी शिकलो जिच्यात अमर्याद क्षमता आणि ऊर्जा असते. मानवाच्या जीवनातले एक निश्चित ध्येय मी दीपगृहापासून शिकलो. ध्येय निश्चित झाल्यावर ध्येयपूर्तीबद्दल शिकलो. नऊ फूट उंच नऊशे पाउंडाच्या सुमोचे उदाहरण घेऊन कैझनबद्दल शिकलो. कैझन आणि स्वतःवर नियंत्रण करण्याचे फायदे शिकलो. पण सगळ्यात उत्तम तर अजून यायचेच होते ह्याची मला कल्पना नव्हती.

"तुला आठवतेय की हा सुमो नग्न होता आणि त्याच्या कमरेला एक गुलाबी रंगाची तार बांधली होती."

"तर ही गुलाबी तार आपल्याला कायम स्वतःवर नियंत्रण ठेवण्याचे आणि नियमांचे पालन करण्याचे आणि त्यामुळे मिळणारे सुख आणि आनंदी आयुष्य याची आठवण करून देते. मला भेटलेले शिवानातले सर्व गुरू निःसंशय अतिशय समाधानी निरोगी आणि पवित्र लोक होते व ते नियमांचे पालन करणारे होते. ह्या योगींनी मला शिकवले की नियमांचे पालन करणे हे त्या तारेसारखे आहे. तू कधी विजेच्या तारेला निरखून पाहिले आहेस ?" ज्युलियन.

"मी कधी तिला इतके महत्त्व दिलेच नाही" मी हसत कबुली दिली.

''मग ती तार पाहा कधीतरी. तुला त्या तारेमध्ये अगदी छोट्या छोट्या तारा एकावर एक ठेवल्यासारख्या दिसतील. प्रत्येक तार जेव्हा आपण वेगळी पाहतो तेव्हा ती खूप पातळ आणि कमकुवत असते. पण जेव्हा त्यांची बेरीज होते तेव्हा त्यांच्यात जास्त शक्ती निर्माण होते व ती तार लोखंडापेक्षाही जास्त मजबूत बनते. स्वतःवर नियंत्रण आणि इच्छाशक्तीचे पण असेच आहे. योग्यांसारखी मजबूत इच्छाशक्ती बनवायची असेल तर वैयक्तिक नियमांचे पालन करणाऱ्या छोट्या छोट्या क्रिया करणे गरजेचे असते. ह्या छोट्या छोट्या क्रिया जर रोजच्या सरावाप्रमाणे एकानंतर एक केल्या तर अंतर्मनाचे अमर्याद सामर्थ्य मिळते. एक जुनी आफ्रीकन म्हण आहे 'कोळ्याचे जाळे जर एकसंघ झाले तर त्याने सिंहाला सुध्दा बांधता येते' जेव्हा तुम्ही तुमची इच्छाशक्ती मुक्त करता तेव्हा तुमच्या स्वतःच्या जगाचे तुम्ही मालक बनता, जेव्हा तुम्ही स्वतःवर प्रशासन करण्याच्या प्राचीन पध्दतीचा दररोज सराव करता तेव्हा तुम्हांला उच्च पातळीवर जाण्यास कुठलाही अडथळा येणार नाही. कुठलेही आव्हान तुम्हांला पेलायला जास्त अवघड जात नाही. कुठलेही संकट तुम्हांला जास्त तणाव देऊ शकणार नाही. तुम्ही लगेच शांत व्हाल. जीवनात धोकादायक वळणे जेव्हा येतात तेव्हा शिस्तप्रियता ही आपल्याला मानसिक शक्ती देते.''

''अजून एका वास्तवतेबद्दल तुला सांगावेसे वाटते ते म्हणजे इच्छाशक्ती कमी असणे हा एक प्रकारचा आजारच आहे'' ज्युलियननी सांगितले. ''ह्या आजाराने जर तुम्ही पछाडलेले असाल तर ताबडतोब ह्या दुबळेपणाला दूर सारा. अमर्याद इच्छाशक्ती आणि नियमांचे काटेकोर पालन केल्यास व्यक्तिमत्त्व कणखर होते आणि उच्चप्रतीचे जीवन प्राप्त होते. तुम्ही जे बनणार असे सांगता ते बनायला इच्छाशक्ती मदत करते. जेव्हा तुम्ही म्हणता की ध्यानधारणा करण्यासाठी किंवा सकाळी फिरायला जाण्यासाठी पाच वाजता उठणार जेव्हा कडाक्याच्या थंडीत तुम्हांला बिछान्यातून उठावेसे वाटत नसतांना ही इच्छाशक्तीच असते जी तुम्हांला उठवते. जेव्हा एखादा माणूस तुमचा अपमान करतो किंवा तो असे कृत्य करतो की तुम्ही त्याच्याशी अजिबात सहमत नसता तेव्हा तुमच्या जिभेला आवर घालण्याचे काम ही इच्छाशक्ती करते. जेव्हा तुमचे स्वप्न साकार करण्यात अडथळे येतात. ते पार करता येणार नाहीत असे वाटते तेव्हा ही इच्छाशक्तीच तुम्हांला

पुढे ढकलते. तुम्ही दुसऱ्यांना दिलेले आश्वासन आणि तुमचे स्वतःचे आश्वासन पूर्ण करण्यास ही इच्छाशक्तीच तुम्हांला आंतरिक शक्ती देते.''

''ही इतकी महत्त्वाची आहे का ?''

''अर्थातच मित्रा, ज्यांनी आपले आयुष्य उत्कटतेने आणि शांततेने समृध्द केले आहे त्यांच्यासाठी हा गुण अतिशय महत्त्वाचा आहे.''

प्राचीन काळी इजिप्तमध्ये वस्तुसंग्रहालयात पाहायला मिळत असतील, असे एक चकाकते चांदीचे लॉकेट ज्युलियनने त्याच्या भगव्या कफनीच्या खिशातून बाहेर काढले.

''हे तुझ्याकडे कसे आले?'' मी विचारले.

''शिवानातल्या योग्यांनी मला ही भेट माझ्या तिथल्या मुक्कामातल्या शेवटच्या संध्याकाळी दिली. त्या रात्रीचा शिवानातल्या सर्व योग्यांबरोबरचा तो समारंभ अगदी आनंददायक होता आणि त्यांनी मला प्रेमळ निरोप दिला. ती संध्याकाळ माझ्यासाठी सर्वात चांगली आणि सर्वात वाईटही होती. मला शिवाना सोडायचे नव्हते. ती जागा म्हणजे माझा एकांतवास होता. माझ्या जीवनाच्या वाळवंटातील हिरवळीचा प्रदेश होता. ते सर्व योगी माझे आध्यात्मिक बंधू आणि भगिनी झाले होते. मी माझ्या शरीराचा अर्धा भाग त्या दिवशी हिमालयात ठेवला'' ज्युलियन म्हणाला.

''त्या लॉकेटवर काय लिहिले आहे?''

''मी तुला ते वाचून दाखवीन. ते तू कधीही विसरू नकोस. मी संकटात असतांना किंवा कठीण परिस्थितीत असतांना ह्या वाक्यांनी मला मदत केली आहे. मी अशी प्रार्थना करतो की ते शब्द तुलाही अडचणीच्या वेळी मदत करतील. ते असे :-

'पोलादी शिस्तीने तुम्ही तुमचे व्यक्तिमत्त्व, साहस आणि धैर्याने समृध्द कराल. तुमच्यातल्या इच्छाशक्तीमुळे तुम्ही जीवनाची उच्चतम पातळी गाठाल. सगळ्या उत्तमोत्तम वस्तू असलेल्या स्वर्गीय महालात तुम्ही आनंदाने वास्तव्य करू शकाल. इच्छाशक्ती आणि धैर्य याशिवाय मात्र तुम्ही एखाद्या होकायंत्राशिवाय भरकटलेल्या दिशाहीन खलाश्यांप्रमाणे आहात जो जहाजांबरोबर स्वतःही बुडतो.'''

''मी स्वतः नियंत्रण, इच्छाशक्ती वगैरे गोष्टींना कधी एवढे महत्त्व दिलेच नाही पण पुष्कळवेळा मला वाटायचे की माझ्या अंगी जास्त शिस्त

असती तर'' मी म्हणालो. ''तुला असे सुचवायचे आहे का ही शिस्त माझ्यात हळूहळू आकार घेऊ लागेल जसे माझा तरुण मुलगा जवळच्या जिममध्ये जाऊन दंडाचे स्नायू वाढवतो तसे.''

''तू फारच सुरेख उपमा दिलीस. तुझी इच्छा शक्ती तू अशी वाढव जसा तुझा मुलगा जिममध्ये जाऊन त्याचे दंडाचे स्नायू वाढवतो. एखादा माणूस कितीही आळशी किंवा निरुत्साही असला तरीही अगदी कमी वेळात तो शिस्तीचा भोक्ता बनू शकतो. महात्मा गांधींचे उदाहरण ह्यासाठी उत्तम आहे. जेव्हा लोक ह्या आधुनिक संताची आठवण करतात तेव्हा त्यांना आठवतो हा आपल्या ध्येयपूर्तीसाठी काही आठवडे उपवास करणारा किंवा आपल्या कार्यपूर्तीसाठी अतोनात वेदना सहन करणारा माणूस पण जेव्हा तू त्यांच्या जीवनाचा अभ्यास करशील तेव्हा तुला लक्षात येईल की हा माणूस पहिल्यापासून असा नव्हता.''

''आता तू मला हे नको सांगूस की त्यांना चॉकलेट खूप आवडत होते.''

''नाही जॉन. दक्षिण आफ्रिकेत ते एक तरुण वकील होते. हे भावनेचा उमाळा, उपवास वगैरे गोष्टी त्यांच्या खादी सारख्याच त्यांना नवीन होत्या. नंतर खादी, सत्याग्रह वगैरे गोष्टी ह्या त्यांची वैयक्तिक निशाणी झाली होती.''

''म्हणजे तुला असे सुचवायचे आहे का की योग्य पध्दतीचे प्रशिक्षण आणि पूर्वतयारी ह्याने मी गांधीजींच्या इच्छाशक्तीच्या इतक्या पातळीवर पोहोचू शकेन.''

''प्रत्येकाची प्रकृती वेगळी असते. योगी रामननी सांगितलेल्या गोष्टींमध्ये एक महत्त्वाची गोष्ट म्हणजे जे खरोखरचे ज्ञानी लोक असतात ते दुसऱ्यासारखे होण्याची इच्छा करत नाहीत. ह्याउलट ते स्वतः आधी जसे होते त्यापेक्षा वरचढ बनायचा प्रयत्न करतात. दुसऱ्यासारखे बनायची शर्यत करू नकोस तर तुझ्या तू स्वतःशीच शर्यत लाव.'' ज्युलियन म्हणाला.

''जेव्हा तुझा स्वतःवर अंकुश राहील तेव्हा ज्या गोष्टी तुला करायच्या होत्या त्या तू करू शकशील. तुझ्यासाठी एखाद्या धावण्याच्या शर्यतीची पूर्वतयारी असो किंवा तराफ्याने लाकडाचे ओंडके वाहून नेण्याचे काम असो, वकिली सोडून काहीतरी कलाकृती घडवायची असो, जे स्वप्न

तू बघत असशील ते पुरे होईल मग ते ऐहिक सुख असो नाहीतर आध्यात्मिक सुख असो. त्यावेळी मी तुझा परीक्षक असणार नाही. मी फक्त एवढेच सांगेन ही सर्व क्षमता तुझ्यात होतीच. तुझ्या आवाक्यात होती फक्त ती निद्रिस्त इच्छाशक्ती तू जागृत केलीस'' ज्युलियन म्हणाला.

''स्वतःवर नियंत्रण आणि नियमांचे काटेकोर पालन केल्यामुळे तुला अमर्याद स्वातंत्र्य मिळेल. हेच घटक तुझे आयुष्य बदलवून टाकतील.''

''म्हणजे काय?''

''काही लोकांना कुठेही जायचे, काहीही करायचे स्वातंत्र्य असते पण बरेचसे लोक त्यांच्या भावनांचे गुलाम असतात. दोन्ही अंगाने विचार करायचा सोडून ते एकच बाजू बघतात आणि प्रतिक्रिया व्यक्त करतात. असे लोक समुद्रातल्या पाण्याच्या प्रवाहासारखे आहेत जे खडकावर आदळतात आणि लाट ज्या दिशेने नेईल तिथे जातात. अशी माणसे जेव्हा आपल्या कुटुंबासमवेत आनंदात वेळ घालवत असतांना जर कामाच्या ठिकाणाहून फोन आला तर ते तत्परतेने कामाच्या ठिकाणी जातात. आपल्या जीवनात कुठले काम महत्त्वाचे आहे ह्याचा जरा सुध्दा विचार करत नाहीत. इथे पश्चिमेकडे आणि पूर्वेकडेही असे लोक मी पाहिले आहेत. असे लोक स्वतंत्र तर असतात पण ते मुक्त नसतात. अशा लोकांचे आयुष्य अर्थपूर्ण आणि परिपूर्ण असू शकत नाही. स्वातंत्र्य म्हणजे ज्या गोष्टीवर दबाव आहे ते करण्यापेक्षाही जे योग्य आहे ते करणे.''

ज्युलियनचे म्हणणे मला पूर्णपणे पटले होते. मला तक्रार करायला जागाच नव्हती. माझे एक चांगले कुटुंब होते. एक छानसे घरकुल आणि उत्तम व्यवसाय. पण तरीही मी मुक्त आहे, स्वतंत्र आहे असे मी म्हणू शकत नव्हतो. माझा पेजर म्हणजे जसा काही माझ्या उजव्या हाताचा एक जास्तीचा अवयव होता. मी कायम धावपळीतच असतो. जेनीशी कधी आरामात वेळ काढून गप्पा मारत बसलो नाही. स्वतःसाठी वेळ काढून एकांतात निवांत बसणे म्हणजे माझ्यासाठी एखादी मॅरेथॉन शर्यत जिंकण्यासारखे होते. ह्याबद्दल मी जितका विचार करत होतो तितकेच मला जास्त जाणवले की मी तरुण असताना सुध्दा अमर्याद स्वातंत्र्य अनुभवलेच नाही. खरोखरीच हा माझा मानसिक दुबळेपणाच होता. सर्वांनी मला जे करायला सांगितले तेच मी केले.

"इच्छाशक्ती वाढवून मी असे स्वातंत्र्य मिळवू शकेन का ?"

"स्वातंत्र्य हे घर बांधण्यासारखे आहे. ते एका विटेवर दुसरी वीट ठेवून बांधायचे असते. पहिली वीट असते इच्छाशक्तीची. ही इच्छाशक्ती तुम्हांला जे योग्य आहे ते करण्यासाठी उद्युक्त करते. ही इच्छाशक्ती तुम्हांला धैर्याने काम करण्यासाठी ऊर्जा पुरवते. जे चालले आहे ते स्वीकारण्यापेक्षा जे तुम्हांला हवे आहे ते मिळवण्यासाठी लागणारे आत्मनियंत्रण देते."

ज्युलियनने शिस्तप्रियता अंगी बाणल्याने आणखीही बरेच फायदे होतात हे सांगितले.

"तू विश्वास ठेव अगर ठेवू नकोस पण आपल्या इच्छेमध्ये जे सामर्थ्य आहे त्याने काळजी करण्याची सवय सुध्दा जाते. ही इच्छाशक्ती तुम्हांला निरोगी ठेवते आणि तुम्हांला पहिल्यापेक्षा जास्त उत्साह देते. स्वतःवर नियंत्रण म्हणजे दुसरे तिसरे काहीही नसून मनावर नियंत्रण आहे. इच्छा ही मनाच्या सामर्थ्याचा राजा आहे. जेव्हा तुम्ही मनावर नियंत्रण ठेवाल तेव्हा तुम्ही तुमच्या जीवनावर अंकुश ठेवाल आणि मनावर नियंत्रण ठेवण्याची सुरुवात तुमच्या प्रत्येक विचारापासून होते. जेव्हा तुम्ही कमकुवतपणाचे विचार करण्याचे सोडून द्याल आणि सकारात्मक विचार मनात आणाल तेव्हा तुम्ही जीवनात ज्या सर्वात चांगल्या गोष्टी आहेत त्याकडे खेचले जाल."

"मी तुला एक उदाहरण देतो. तुझ्या ध्येयांमध्ये एक वैयक्तिक विकासाचे ध्येय आहे. सकाळी सहा वाजता उठायचे आणि जवळच्या बागेत धावायला जायचे. असे गृहीत धर की आता हिवाळा अगदी मध्यावर आहे आणि तुझ्या घड्याळाचा गजर तुला अगदी गाढ झोपेतून उठवतो आहे. तुझ्या मनात पहिला विचार हाच येतो की गजर बंद करावा आणि परत झोपून जावे आणि उद्यापासून फिरायला जायला सुरुवात करू या. असेच काही दिवस चालत राहते. मग असेच अजून काही दिवस चालले की ह्या सवयी बदलायला तू खूप म्हातारा आहेस आणि तुझ्या शारीरिक तंदुरुस्तीचे जे ध्येय होते ते अवास्तव होते असा तुझ्या मनाचा पक्का निर्णय होतो."

"तू मला खूपच जास्त ओळखले आहेस" मी प्रामाणिकपणे म्हणालो.

"आता ह्याच्या उलट चित्र बघू या ! तसाच हिवाळा आहे, गजर

होतो आणि तू अजून अंथरुणात झोपून राहायचा विचार करतोस. पण सवयींचा गुलाम होण्यापेक्षा तू तुझ्या सवयींना जर आव्हान केलेस आणि प्रभावी विचार मनात आणले आणि तू तुझ्या मनःपटलावर एक चित्र बघायला सुरुवात केलीस की तू अत्यंत तंदुरुस्त अतिशय बारीक अंगकाठी असलेला आणि आरोग्याच्या शिखरावर आहेस. तू कसा दिसशील, कसा काम करशील ? तुला काय वाटेल ? कामाच्या ठिकाणी तुझ्या बारीक होण्याचे आणि तंदुरुस्त उत्साहपूर्ण राहण्याचे सर्व जण कौतुक करतील. रोजच्या व्यायामामुळे मिळणाऱ्या जादा शक्तीवर तुझे लक्ष केंद्रित होईल. रात्री तू जास्त वेळ टि. व्ही. पुढे बसूच शकणार नाहीस कारण तू दिवसभर खूप थकलेला असशील. तुझे दिवस अत्यंत उत्साहात, आनंदात जात आहेत.''

''पण समजा हे सर्व असेच घडले आणि तरीही मला असे वाटले की पळण्यापेक्षा परत झोपायला जावे तर.''

''सुरुवातीला काही दिवस जड जाईल आणि परत आपल्या जुन्या सवयींकडे जावे असेही वाटेल पण योगी रामनचे एक तत्त्व असेही आहे की 'नेहमी नकारात्मक गोष्टींवर मात करून सकारात्मक गोष्टी वर येतात.' जर तू तुझ्या कमकुवत विचारांशी जे तुझ्या मनाच्या चोरकप्प्यामध्ये वर्षानुवर्षे बंदिस्त आहेत त्यांच्याशी लढशील तर त्या विचारांना असे वाटेल की त्यांना इथे थारा नाही आणि मग नको असलेल्या पाहुण्यासारखे ते निघून जातात.''

''म्हणजे तुला असे म्हणायचे आहे का विचारांना सुध्दा अस्तित्व असते.''

''हो आणि ते तुमच्या नियंत्रणाखाली राहू शकतात. जसे आपल्या मनात नकारात्मक विचार सहजगत्या येतात तसे सकारात्मक विचारही येऊ शकतात.''

''मग पुष्कळसे लोक सतत काळजी का करत असतात आणि कायम जगातल्या नकारात्मक माहितीवर का भर देतात?''

''कारण स्वतःच्या मनावर नियंत्रण ठेवण्याची कला त्यांना अवगत नसते. त्यांच्या विचारांना शिस्त नसते. पुष्कळशा लोकांशी जेव्हां मी ह्या विषयावर बोललो तेव्हा त्यांना हे माहिती सुध्दा नव्हते की प्रत्येक क्षणी प्रत्येक सेकंदाला प्रत्येक मिनिटाला दर दिवशी जे विचार आपल्या मनात

येतात त्यांच्यावर आपण नियंत्रण ठेवू शकतो. ती शक्ती आपल्यात आहे. त्यांना असे वाटते की विचार असे येतच असतात आणि त्यांना हे ही लक्षात आलेले नाही जर आपण आपल्या विचारांवर नियंत्रण ठेवले नाहीतर ते आपल्यावर नियंत्रण ठेवतात. जेव्हा तू सकारात्मक विचारांवर भर देशील आणि वाईट विचार मनात न येऊ देण्याचा प्रयत्न करशील तेव्हा ते लगेच पळतील मी सांगतो.''

''म्हणजे मला सकाळी लवकर उठण्याची, कमी खाण्याची, जास्त वाचण्याची, काळजी कमी करण्याची, चिकाटीने काम करण्याची आणि जास्त प्रेम करण्याची इच्छाशक्ती असली पाहिजे आणि त्यासाठी माझ्या नकारात्मक विचारांना मी घालवले पाहिजे.''

''जेव्हा तुम्ही विचारांवर ताबा मिळवता तेव्हा तुमच्या मनावर तुम्हांला ताबा मिळतो आणि मनावर ताबा मिळाला की तुमच्या जीवनावर तुमचा ताबा राहतो. जेव्हा तुम्ही तुमचे जीवन पूर्ण ताब्यात मिळवता तेव्हा तुम्ही नशिबावर ताबा मिळवता.''

मला हे ऐकण्याची गरज होती. ह्या अनोख्या आणि स्फूर्तीदायी संध्याकाळी मी एका चिकित्सक वकिलापासून ते ह्या सगळ्यात मोठ्या वकील कम योग्यावर विश्वास ठेवणारा असा बदल माझ्यात झाला ज्याचे डोळे खूप वर्षानंतर उघडले होते. मला असे वाटते आहे की हे सर्व जेनीने ऐकायला पाहिजे होते. खरेतर माझ्या मुलांनी ऐकायला पाहिजे होते. त्यांच्यावरही माझ्यासारख्या गहिरा परिणाम झाला असता. मी नेहमी खूप चांगला माणूस व्हायचे, कौटुंबिक स्वास्थ मिळवायचे असे ठरवत आलो आहे. पण मी नेहमी रोजच्या दैनंदिनीत गुरफटून जायचो. कामाच्या रगाड्यात बुडून जायचो. कदाचित हा माझा दुबळेपणाही असेल स्वतःवर नियंत्रण नसल्याचा परिणाम असेल आणि आयुष्य असेच पळत होते. अगदी कालपर्यंत मी उत्साहाने ओतप्रोत भरलेला एक तरुण वकील होतो त्यावेळी मी नेता व्हायचे ठरवले होते किंवा सर्वोच्च न्यायालयात न्यायाधीश व्हायचे ठरवले होते. पण जसजसा काळ गेला तसा मी रोजच्या कामामध्ये बुडून गेलो. ज्युलियनसुध्दा एक वकील म्हणून मला सांगायचा की अल्पसंतुष्टपणा माणसाचे नुकसान करतो. जेव्हढा मी जास्त विचार केला तेव्हढे मला समजले की माझी भूकच मंद झाली आहे. पण ही भूक पैशाची नव्हती, मोठ्या

बंगल्याची नव्हती, चांगल्या गाडीची नव्हती तर ही भूक अर्थपूर्ण आयुष्य जगण्याची होती. जास्त आनंदोत्सव, जास्त समाधान ह्याची भूक होती.

ज्युलियन बोलत होता तेव्हा मी दिवसाढवळ्या स्वप्न पाहत होतो. तो आता काय सांगतोय ह्याकडे माझे लक्षच नव्हते. मी पाहत होतो मला स्वतःला पन्नास किंवा साठ वर्षाचा झालेला. त्याही वेळेस मी असाच वकिली करत असेन काय. तीच कामे करत त्याच लोकांबरोबर झगडत असेन काय त्याचा मी धसकाच घेतला. जगात काहीतरी चांगले काम करून दाखवायचे माझे नेहमीचे स्वप्न होते आणि मी तेच करत नव्हतो. मला वाटते त्याच क्षणी जेव्हा ज्युलियन माझ्या बाजूला बसलेला होता त्या रात्री माझ्या घरात, तेव्हाच मी बदललो. जपानी भाषेत ह्याला 'सटोरी' म्हणतात. म्हणजे त्याक्षणाला जागृतावस्था येणे आणि माझी अवस्था तशीच होती. मी ठरवले की माझे स्वप्न मी साकार करणारच आणि आयुष्यात काहीतरी करून दाखवणारच. आपण आपल्या पध्दतीने आयुष्य जगायचे असे मी जेव्हा ठरवले तेव्हा मला मुक्ततेची पहिली चाहूल लागली.

"इच्छाशक्ती वाढवण्यासाठी मी तुला एक सूत्र सांगतो" ज्युलियन म्हणाला. त्याला अर्थातच माझ्या मनात काय खळबळ चालली होती ह्याची काही कल्पना नव्हती. "ज्ञान सुध्दा योग्य साधनांशिवाय उपयुक्त ठरत नाही".

"दररोज जेव्हा तू कामाला जाशील तेव्हा काही सोपी, साधी वाक्य म्हण" ज्युलियन म्हणाला.

"हे तेच मंत्र आहेत का ज्याच्याबद्दल तू मला आधी सांगितले होतेस?" मी विचारले.

"हो. हे तेच आहेत. पाचहजार वर्षांपासूनचे हे मंत्र आहेत. शिवानातल्या फार थोड्या लोकांना हे मंत्र माहिती आहेत. योगी रामननी सांगितले की ह्या मंत्राचे वारंवार पठण केल्यामुळे आपण स्वतःवर नियंत्रण करू शकतो आणि थोड्याच काळात अमर्याद इच्छाशक्ती वाढीस लागते. लक्षात ठेव शब्दांमध्ये फार ताकद असते, वर्चस्व असते. शब्द हे शक्तीला मूर्त स्वरूप देतात. तुझ्या मनात तू फार दयाळू आहेस असे शब्द आण आणि तू दयाळू होशील. आशेचा किरण तुझ्या मनात आला की तू आशावादी होशील. धैर्याचा विचार कर की तू साहसी होशील. शब्दांमध्ये

फार जादू आहे'' ज्युलियन म्हणाला.

''उत्तम ! मी ऐकतो आहे.''

''तो मंत्र दिवसातून कमीत कमी तीस वेळा तरी तू म्हण असे मी तुला सुचवतो. तो मंत्र असा आहे की 'मी जसा दिसतो त्यापेक्षा कितीतरी पटीने जास्त शक्ती माझ्यात आहे. साऱ्या विश्वातली शक्ती आणि सामर्थ्य माझ्यात सामावले आहे.' ह्या मंत्रामध्ये तुझे जीवन बदलून टाकण्याचे सामर्थ्य आहे. त्वरित परिणाम साधण्यासाठी ह्या मंत्राचा वापर कर आणि मी आधी सांगितल्याप्रमाणे ह्याचे दृश्य डोळ्यापुढे आण. उदा. एकांत ठिकाणी जा. डोळे मिटून ध्यानस्थ बस. मन कुठेही भरकटू देऊ नकोस. शरीर ताठ ठेव! स्थिर शरीर न ठेवता येणे हे कमकुवत मन असल्याचे लक्षण आहे. आता हा मंत्र वारंवार म्हण. हा मंत्र म्हणतांना तू एक शिस्तप्रिय, कणखर, शरीर आणि आत्म्यावर पूर्ण ताबा मिळवलेला माणूस आहेस असे चित्र डोळ्यापुढे आण, अगदी महात्मा गांधी नाहीतर, मदर टेरेसा आव्हानात्मक भूमिकेत कसे वागतील तसे आपण वागत आहोत असे चित्र डोळ्यापुढे आण. त्याचे परिणाम फारच अचंबित करणारे ठरतील'' ज्युलियननी सांगितले.

''एवढेच?'' इतक्या साध्या सहज सूत्राबद्दल मला फार आश्चर्य वाटले. ''ह्या इतक्या साध्या सोप्या सरळ पध्दतीने मी माझी इच्छाशक्ती वाढवू शकतो का?''

''ही पध्दत पूर्वेकडील लोकांनी शतकानुशतके वापरली आहे. शिकवली आहे. ती आजही प्रचलित आहे. कारण ही पध्दत लागू पडते. नेहमीप्रमाणे आपल्याला त्याच्या परिणामावरून कळते. जर तुला रस असला तर इच्छा शक्तीचे सामर्थ्य वाढविण्याची आणि शिस्तीची अजून काही प्रात्यक्षिके मी तुला सांगेन. पण सुरुवातीला ती अगदी विचित्र वाटतील.''

''ज्युलियन मी जे काय तुझ्याकडून ऐकतो आहे त्याने मी फारच प्रभावित झालो आहे तर तू आता थांबू नकोस !''

''ठीक आहे. पहिली गोष्ट जी गोष्ट करायला आपल्याला अजिबात आवडत नाही ती करणे. ती गोष्ट कदाचित गाद्या घालणे आणि गाद्या काढणे हे असू शकते किंवा कामाच्या ठिकाणी गाडीने जाण्यापेक्षा पायी जाणे हे ही असू शकते. इच्छाशक्तीवर जोर देऊन तुझ्या ह्या सवयींना मुरड घालून तू तुझ्या कमकुवत मनाचा गुलाम होणे बंद करशील.''

“वापरा नाहीतर विसरा हे तंत्र?”

“अगदी बरोबर. इच्छाशक्तीचे सामर्थ्य वाढविण्यासाठी आधी ती वापरायला हवी. जेव्हढी जास्त मेहनत तू नियमाचे पालन करण्यावर घेशील तितक्या लवकर तुला परिपक्वता येईल, आणि इच्छित परिणाम दिसायला लागतील. दुसरी पध्दत योगी रामनची आवडती पध्दत आहे. एक दिवसाचे संपूर्ण मौन. जर फक्त एखादा प्रश्न सरळ त्यांनाच विचारला असला तरच ते उत्तर द्यायचे.”

“मौनाचे व्रत घेतल्यासारखे दिसते आहे.”

“खरेतर हे व्रतच आहे जॉन. ही मौनाची प्रथा तिबेटी साधूंनी पाडली आहे. जिभेला आवर घालून आपण आपला दृढ निश्चयाचा परिणाम साधू शकतो.”

“पण कसा?”

“एक दिवस मौन पाळून तुम्ही तुमच्या इच्छेला तुम्हांला हवे तसे वळवण्याची आज्ञा देता. जेव्हा तुम्हांला बोलण्याची जबरदस्त ऊर्मी येते त्याच वेळेला ती दाबून तुम्ही गप्प बसता. तुमच्या इच्छेला स्वतःचे असे मन किंवा मेंदू नसतो. ती तुम्ही सूचना देईपर्यंत थांबते मग क्रिया करते. म्हणूनच जेवढी जास्त मेहनत तुम्ही यावर घ्याल तेव्हढी जास्त सामर्थ्यवान तुमची इच्छाशक्ती बनेल. लोक त्यांची इच्छाशक्ती वापरत नाही हीच अडचण आहे.”

“असे का?”

“कदाचित पुष्कळशा लोकांना ती असते हेच माहीत नाही. ह्या स्वतःच्या कमकुवत पणासाठी ते दुसऱ्यांना आणि परिस्थितीला दोष देतात. जे अतिशय शीघ्रकोपी असतात किंवा संतापी असतात ते म्हणतात ‘मी काही करू शकत नाही त्यात, माझे वडीलही असेच होते.’ जे जास्त काळजी करतात ते म्हणतात ‘हा माझा दोष नाही आहे माझी नोकरीच अशी तणावपूर्ण आहे.’ जे जास्त झोपतात ते म्हणतात ‘मी काय करू. माझ्या शरीराला दहा तास शांत झोपेची गरजच आहे.’ अशा माणसांना स्वतःच्या जबाबदारीची जाण कमी असते. आपल्या प्रत्येकात असलेली असामान्य क्षमता कृतीमध्ये बदलायची गरज असते. निसर्गाचे एक एक चमत्कार तू जवळून पाहिलेस तर विश्वाची जी एक अत्युच्च्य शक्ती आहे त्याप्रमाणे

तर तुम्ही जे आयुष्य जगता त्यापेक्षाही किती तरी पटीने जास्त चांगल्या प्रमाणात जगण्याचा तुम्हांला अधिकार आहे. तुमच्या भूतकाळाचे कैदी होण्यापेक्षा जादा क्षमतेचा वापर करा आणि हे करण्यासाठी तुम्ही तुमच्या इच्छेचे मालक व्हा.''

''अगदी जास्त सखोल आहे हे.''

''हो अगदी प्रत्यक्षात उतरवण्यासाठी योग्य पध्दती आहे ही. समजा तुझी इच्छाशक्ती सध्या जितकी आहे त्यापेक्षा तू दुप्पट किंवा त्यापेक्षा तिप्पट वाढवली आहे. तू व्यायामाची सुरुवात करशील जो करायची तुझी इच्छा होती. कदाचित तुझ्या वेळेचा तू जास्त चांगल्या प्रमाणात उपयोग करशील. काळजी करण्याची तुझी सवय जाईल. तू एक चांगला आदर्श नवरा होशील. तुझ्या इच्छाशक्तीचे सामर्थ्य, तू म्हणत असतोस की ती तुला सोडून गेली आहे तिला प्रज्वलित करून तुला हवी ती गोष्ट तू घडवून आणू शकतोस. हा एक महत्त्वाचा घटक आहे.''

''म्हणजे तात्पर्य हे की मी माझी इच्छा शक्ती दररोज वापरायला सुरुवात केली पाहिजे.''

''हो. आरामाच्या मार्गावरून न जाता तू ज्या मार्गावरून जायचे ठरविले आहेस त्या मार्गावरून जा. जसे एखादे क्षेपणास्त्र जमिनीच्या गुरुत्वाकर्षण शक्तीचा सर्व जोर झुगारून आकाशात झेप घेते त्याप्रमाणे तुझ्या वाईट सवयींचा आणि कमकुवत मनाचा जोर झुगारायला सुरुवात कर. त्याविरूध्द झगडायला सुरुवात कर. ह्या सर्वांविरुध्द झगड आणि मग काही आठवड्यात तू फरक बघ.''

''आणि त्याला हा मंत्र मदत करेल?''

''निश्चितच ! तुला सांगितलेला तो मंत्र वारंवार म्हण आणि ह्या बरोबरच तुला जे व्हायचे आहे त्याचे दृश्य डोळ्यापुढे आणण्याचा सराव दररोज कर आणि हीच पध्दत तुला एक तत्त्वनिष्ठ, शिस्तप्रिय, आयुष्य जगायला मदत करील. एका दिवसात तुझे आयुष्य बदलायची तुला गरज नाही. लहान लहान गोष्टींपासून सुरुवात कर. हजारो मैलांच्या प्रवासाची सुरुवात ही पहिली पायरी ओलांडल्यावर होते. आपण टप्प्याटप्याने मोठे होतो. अगदी तुझे जे ध्येय होते एक तास लवकर उठायचे त्यावर इच्छाशक्तीचा जोर लावून ही सवय दररोज आचरणात आणल्यास तुझा

आत्मविश्वास वाढेल. तू उच्च स्तरावर पोहोचू शकशील.''

''पण ह्याचा संबंध कसा?'' मी विचारले.

''लहान लहान विजय हे मोठ्या विजयाकडे नेतात. मोठ्या गोष्टींची सुरुवात लहान लहान गोष्टींमधून होते. अगदी दररोज तासभर लवकर उठण्याचा छोटासा मानस करून तू मोठ्या गोष्टी साध्य करू शकतोस. हेच ध्येय तू आपल्यापुढे ठेव. तुला खूप उत्साही वाटेल. ह्यात युक्ती अशी आहे की दररोज आपल्या एका विशिष्ट खुणेच्या थोडे पुढे जायचे. मग हीच पध्दत एक जादूई चमत्कार करून तुला तुझ्या अमर्याद क्षमतेपाशी पोहोचण्याची स्फूर्ती देईल. तुला बर्फावर घसरगुंडी खेळायला आवडते का?'' ज्युलियनने विचारले.

''हो मला अतिशय आवडते. जेनी आणि मी मुलांना घेऊन क्वचित कधीतरी, जेव्हा शक्य असेल तेव्हा जातो, नेहमी जात नाही म्हणून ती निराश होते'' मी त्वरित उत्तरलो.

''ठीक आहे. विचार कर जेव्हा तू डोंगराच्या शिखरावरून सुरुवात करतोस तू तेव्हा अगदी हळू सुरुवात करतोस आणि एका मिनिटात वेगाने डोंगराच्या शिखरावरून खाली घसरायला लागतोस. बरोबर ?''

''हो अगदी बरोबर. मला अतिशय आवडते.''

''तू इतका वेगाने कसा येऊ शकतोस?'' ज्युलियन म्हणाला.

''माझी हवेच्या गतीशी साधर्म्य साधणारी शारीरिक क्षमता'' मी सांगितले.

''हा चांगला प्रयत्न आहे.'' ज्युलियन हसला आणि म्हणाला ''मला असे वाटते की याचे उत्तर 'चालना' असे देता येईल. तसेच स्वतःला शिस्त लावायची असल्यास महत्त्वाचा घटक म्हणजे चालना आहे. जसे मी सांगितल्याप्रमाणे तू लहान लहान गोष्टींपासून सुरुवात कर. मग ते अगदी सकाळी लवकर उठण्याचे असू दे नाहीतर रात्री शतपावली करण्याचे असू दे किंवा खूप वेळ टीव्ही पाहून झाल्यावर त्याचे बटण बंद करण्याचे असू दे, असे छोटे छोटे विजय आपल्याला चालना देतात. मग मोठ्या क्रिया करण्यासाठी उद्युक्त करतात. लवकरच तू कल्पनाही करू शकणार नाही अशा गोष्टी जास्त उत्साहात करशील. ही पध्दत तुला सुखावेल आणि आनंद देईल जॉन. खरोखरच आनन्दमयी प्रवास आहे हा. योगी रामनच्या

दंतकथेतील ती गुलाबी तार तुला कायम इच्छाशक्तीची आठवण देत राहील.''

इच्छाशक्ती आणि नियमांचे पालन ह्यावरचे विचार ज्युलियननी सांगायचे थांबवले तेव्हा पहिली सूर्य किरणे माझ्या घरात अंधाराला ढकलत खिडकीतून डोकावत होती, जसे काही एखादा लहान मुलगा नको असलेले पांघरूण ढकलून देतो तसे. 'आजचा दिवस खूपच चांगला असेल.' मी मनातल्या मनात म्हणालो. 'माझ्या उर्वरित जीवनाचा पहिला दिवस.'

प्रकरण दहावे

सारांश	-	ज्युलियनचे चातुर्य
प्रतीक	-	~(((((((((()~
सदाचार	-	शिस्तीत जगा
चातुर्य	-	धाडसाच्या छोट्या छोट्या क्रिया करण्यामुळेच शिस्तप्रियता वाढते. नियमांचे पालन करण्याच्या सवयीला जितके जास्त तुम्ही खतपाणी घालाल तितकी ती परिपक्व होते. वास्तवातले जीवन जगण्यासाठी इच्छाशक्ती हा सद्गुण असणे आवश्यक असते.
प्रात्यक्षिक	-	मंत्रपठण आणि कल्पक दूरदृष्टी मौनव्रत
महत्त्वाचा उतारा	-	दुबळे विचार जे आपल्या मनाच्या राजवाड्यात ठाण मांडून बसले आहेत त्या विरुध्द लढा. त्या विचारांना वाटेल की इथे आपण नकोसे आहोत आणि नको असलेल्या पाहुण्यांसारखे ते निघून जातील.

प्रकरण अकरावे

सर्वात अमूल्य घटक

"वेळेचे योग्य नियोजन हे उत्तम मानसिक घडणीचे प्रतीक आहे."

- सर आयझॅक पिटमॅन

"तुला जीवनाबद्दलची एक मजेशीर गोष्ट माहीत आहे?" ज्युलियनने मला विचारले.

"सांग."

"पुष्कळसे लोक आपल्याला खरंच काय हवे आहे आणि ते कसे मिळवायचे हे जोपर्यंत ठरवितात तोपर्यंत खूप उशीर झालेला असतो. 'तारुण्यात हे समजले असते तर आणि उतारवयात जमले असते तर' ही म्हण खरी आहे."

"हे योगी रामनच्या दंतकथेतील स्टॉपवॉचबद्दल आहे का?" मी विचारले.

"हो त्या नग्न नऊ फूट उंचीच्या आणि नऊशे पाउंड वजनाच्या सुमोनी त्याच्या कमरेभोवती गुलाबी तार गुंडाळली होती. तो ह्या घड्याळावरून घसरून पडतो. हे घड्याळ कुणीतरी त्या सुंदर बागेत विसरलेले असते" ज्युलियनने मला आठवण करून दिली.

"मी कसा विसरेन ?" मी म्हणालो.

"सुखी जीवनाची प्राचीन तत्त्व लक्षात राहण्यासाठी ही मेख आहे जी योगी रामनच्या दंतकथेतून सांगितली आहे. ती लक्षात ठेवण्यास सोपी जावी म्हणून दंतकथेतून सांगितली आहेत हे मी ज्युलियनच्याही लक्षात आणून दिले."

तसा तो म्हणाला, "वकिलाचे हे सहावे इंद्रिय आहे. अगदी बरोबर आहे. माझ्या विद्वान गुरूंच्या ह्या पध्दती मलाही पहिल्यांदा खूपच जुन्या आणि विचित्र वाटल्या. जेव्हा मी तुला पहिले सांगितले तेव्हा अगदी तुला

वाटल्या तशा. पण नंतर मी त्यावर खूप विचार केला. मी तुला एक सांगतो, जॉन, त्या कथेतली सगळी सात मूलतत्त्वे अगदी बागेपासून ते सुमो पैलवान पर्यंत किंवा पिवळ्या गुलाबापासून ते हिरेजडित मार्गापर्यंत ज्याबद्दल लवकरच मी तुला सांगणार आहे, ह्या सगळ्या पध्दती ज्या मी शिवानात शिकलो, आपल्याला समृध्द ज्ञान देतात. ती बाग मला कायम स्फूर्ती देते, ते दीपगृह मला माझ्या ध्येयाची आठवण करून देते, सुमो मला सतत स्वतःवर नियंत्रण कसे ठेवायचे ह्याचे स्मरण देतो, ती गुलाबी तार मला इच्छाशक्तीचे अचंबित करणारे तंत्र आत्मसात करायची आहे हे लक्षात आणून देते. योगीरामनच्या तत्त्वज्ञानाबद्दल विचार केला नाही असा माझा एकही दिवस जात नाही.''

''मग ते चकाकणारे सोन्याचे घड्याळ नक्की कशाचे प्रतीक आहे?''

''ते एका अतिशय महत्त्वाच्या घटकाचे प्रतीक आहे, ''वेळ''.

''पण मग, सकारात्मक विचार, ध्येयपूर्ती, स्वतःवर नियंत्रण वगैरे?''

''वेळेअभावी ते सर्व अर्थहीन आहेत. सहा महिन्यांनंतर शिवानामध्ये माझ्या गुलाबाच्या झोपडीत जे माझे तात्पुरते घर होते, तिथे मी अभ्यास करत बसलो होतो तेव्हा एक दिवस त्या योग्यांपैकी एक माझ्या झोपडीत आली. तिचे नाव 'दिव्या' होते. ती दिसायला अतिशय सुंदर होती. कमरेपर्यंत रुळणारे काळेभोर केस आणि तिच्या आवाजात अतिशय गोडवा होता. तिने सांगितले की योगी रामनच्या सांगण्यावरून ती तिथे आली आहे. योगी रामननी तिला सांगितले की त्यांच्या आत्तापर्यंतच्या सर्व विद्यार्थ्यांमध्ये मी सर्वोत्तम विद्यार्थी आहे.''

''कदाचित तुझ्या पूर्वायुष्यात तू सर्वात जास्त भोगले आहेस म्हणून तू आमची ही सारी तत्त्वे आणि पध्दतींचे खुल्या दिलाने स्वागत केले आहेस'' ती म्हणाली. ''मी आमच्या सर्व योग्यांमध्ये सर्वात लहान आहे. मी आम्हा सर्वांच्यावतीने तुला एक भेट आणली आहे. कारण तू खूप लांबून आमच्याकडे आमच्या पध्दती शिकायला आला आहेस. ही भेट आम्हा सर्वांकडून तुझ्याबद्दलच्या आदराचे प्रतीक म्हणून आणली आहे तिचा स्वीकार कर. तू कधीही आमच्या तत्त्वांची चेष्टा किंवा टिंगल केली नाहीस. तू आता काही आठवड्यात परत जाण्याचा विचार करत आहेस. तू

आम्हाला आमच्यातलाच एक वाटतोस. तुला जी भेट आम्ही देणार आहोत ती आत्तापर्यंत बाहेरच्या कुठल्याही माणसाला कधीही मिळाली नाही.''

''ती भेट वस्तू काय होती?'' मी उत्सुकतेने विचारले.

''दिव्यानी तिच्या घरी शिवलेल्या सुती पिशवीतून एक वस्तू बाहेर ओढून काढली. एका सुंदर रंगीबेरंगी वेष्टणात एक वस्तू होती. वेष्टणाचा कागद सुध्दा फार अप्रतिम होता मी असा कागद कधीही पाहिला नाही. आतमध्ये एक अतिशय सुंदर चंदनाचे आणि काचेचे छोटेसे पेल्याचे घड्याळ होते. माझ्या चेहऱ्याचे हावभाव पाहत दिव्या म्हणाली की आम्हा सर्व साधूंना हे एक घड्याळ मिळते. जरी आमच्याकडे काही संपत्ती नसली तरी आणि आम्ही अगदी साधे आयुष्य जगत असलो तरीही आम्ही वेळेचा खूप आदर करतो. ही छोटी घड्याळे आम्हाला आपले जीवन किती क्षणभंगुर आहे आणि परिपूर्ण, ध्येयपूर्ण आयुष्याचे महत्त्व ह्या गोष्टींची आठवण करून देतात.''

''हिमालयात इतक्या वरती हे योगी लोक वेळ पाळत होते?''

''प्रत्येकाला वेळेचे महत्त्व समजले होते. प्रत्येकाने वेळेचे नियोजन योग्य रितीने केले होते. वाळूचे कण जसे हातातून निसटून जातात तसा वेळ निसटून जातो परत कधीही न येण्यासाठी. जो वेळेचे सुरुवातीपासूनच योग्य नियोजन करतो, तोच समाधानी समृध्द आयुष्य जगतो. जो वेळेवर योग्य नियंत्रण ठेवू शकत नाही त्याला मानवाची क्षमता किती अफाट आहे हे कधीही कळणार नाही. वेळ हा एक मोठा घटक आहे. जरी आपण फायद्यात असलो काय किंवा तोट्यात असलो काय, आपण टेक्सासमध्ये असलो काय किंवा टोकीयोत असलो काय, आपल्या सर्वांना दिवसाचे चोवीस तासच दिलेले आहेत. असामान्य जीवन जगणारी माणसे आणि सामान्य माणसे वेळेचा वापर कशा प्रकारे करतात ह्यातच त्यांचे वेगळेपण आहे.''

''जो माणूस सगळ्यात जास्त कामात व्यग्र आहे त्यालाच वेळ वाचवावा लागतो असे माझे वडील म्हणताना मी ऐकले आहे ह्यावर तुझे काय म्हणणे आहे ?'' मी विचारले.

''हो मलाही ते पटते. जी माणसे सगळ्यात जास्त कामात बुडून गेलेली असतात ती जास्त कार्यक्षम असतात. त्यांना तसे राहावे लागते.

पण ह्याचा अर्थ असा नाही की वेळेचा योग्य वापर करणारा माणूस जास्त काम करतो. ह्या उलट वेळेचे नियोजन करणाऱ्या माणसाला दुसरे आपल्या आवडीचे काम करायला वेळ मिळतो. वेळेचे योग्य नियोजन करून माणूस आपल्या आयुष्याचा मालक बनतो. वेळ वाचव. लक्षात ठेव हा कधीही भरून न येणारा घटक आहे.''

''मी तुला एक उदाहरण देतो'' ज्युलियन म्हणाला, ''असे गृहीत धर की आज सोमवारची सकाळची वेळ आहे. तुझी आजच्या दिवसात करायच्या कामाची यादी फार मोठी आहे. भेटायला येणारे, मिटींग, कोर्टातल्या केसेस वगैरे अशावेळी सकाळी साडेसहाला उठून एककप चहा पिऊन धावत कामावर जाऊन तिथे तणावपूर्ण दिवस घालवण्यापेक्षा, तू आदल्या दिवशी रात्री फक्त पंधरा मिनिटे काढलीस व दुसऱ्या दिवसाच्या कामाची योजना आखलीस किंवा असे गृहीत धर की रविवारी सकाळी तू एक तास बाजूला काढून संपूर्ण आठवड्याची योजनाबध्द आखणी केलीस तर तू जास्त कार्यक्षम होशील. तू कुठल्या अशिलाला केव्हा भेटणार आहेस, केव्हा कायद्याचा अभ्यास करणार आहेस, सगळ्या फोन्सना उत्तरे केव्हा देणार आहेस, हे नोंदवहीत लिही. सगळ्यात महत्त्वाचे ह्या नोंद वहीत त्या आठवड्यातील तुझी स्वतःची वैयक्तिक, सामाजिक आणि आध्यात्मिक ध्येय काय, स्वतःचा व्यक्तिमत्त्व विकास कसा करायचा हे ही लिही. ह्या छोट्याशा गोष्टीत संतुलित जीवनाचे रहस्य आहे. तुझ्या ह्या रोजनिशीमध्ये आपल्या जीवनाची सगळी महत्त्वाची ध्येय लिहून रोजच्या कामांची योजनापूर्वक आखणी केलीस की तो आठवडा शांततेत जाईल आणि तुझ्या आयुष्याला अर्थ प्राप्त होईल.''

''तू असे तर सुचवत नाहीस ना की कामाच्या ह्या रामरगाड्यात मी विश्रांती घेऊन बागेत जावे किंवा ध्यानधारणा करावी ?'' मी म्हणालो.

''हो. मी तेच तर सांगतो आहे. तू परंपरा आणि रूढींना का एवढे बांधून घेतले आहेस? दुसऱ्यांनी जे केले ते मी केले पाहिजे असे तुला का वाटते? तुझी लढाई तू लढ. कामाला एक तास लवकर सुरुवात करून सकाळच्या प्रसन्न वेळी एखाद्या सुंदर बागेत फिरायला का जात नाहीस? किंवा आठवड्याच्या सुरुवातीलाच एखादा तास जास्त काम केलेस तर शुक्रवारी तुझे काम लवकर संपेल, तेव्हा तुला मुलांना प्राणी संग्रहालयाला

घेऊन जाता येईल? किंवा आठवड्यातले दोन दिवस घरी काम केले तर तुला तुझ्या कुटुंबाबरोबर राहता येईल. मी तुला फक्त एवढेच सांगतो आहे की तुझ्या आठवड्याची योजनाबध्द आखणी आणि वेळेचा योग्य वापर कर. तुला ज्या गोष्टींना प्राधान्य द्यायचे असेल त्यावर वेळ खर्च करण्याची स्वतःला सवय लाव. कमी महत्त्वाच्या गोष्टी करण्यात वेळ घालवून महत्त्वाच्या गोष्टींना तिलांजली देऊ नकोस. लक्षात ठेव 'योजनाबध्द आखणी न करणे म्हणजे अपयशी होण्याची योजना आखणे.' तुझ्या भेटायला येणाऱ्या लोकांचीच फक्त यादी न करता महत्त्वाच्या लोकांची सुध्दा यादी नोंद वहीत करून किंवा तुझ्या बायकोला एक प्रेमपत्र लिहून सुध्दा तू जास्त कार्यक्षम राहू शकशील. कामाव्यतिरिक्त घालवलेला वेळ निरुपयोगी नसतो हे कधीही विसरू नकोस. ह्या गोष्टी तुला जास्त कार्यक्षम करतील. आगगाडीच्या डब्यासारखे कप्प्याकप्प्यामध्ये आपले जीवन जगणे सोडून दे. जे काय तू करतोस ते एकसंघ आहे. तू घरी जसे वागतोस त्याचा परिणाम तुझ्या कामावर होतो आणि कामाच्या ठिकाणी तू लोकांशी कसे वागतोस त्याचा परिणाम तू घरी आणि मित्रांशी कसा वागतोस त्यावर होतो'' ज्युलियन.

''मला पटते आहे ते, ज्युलियन मला खरोखरीच दिवसात थोडीशी विश्रांती घ्यायलाही वेळ नाही. तसे तर रोजच संध्याकाळी मी काम करतो. माझे आजकालचे वेळापत्रक फारच जोरदार आहे'' मी म्हणालो. ''माझ्या कामाचा डोंगर आठवून माझ्या पोटात गोळा उठतो.''

''कामात गर्क असणे हे काही त्याचे समर्थन असू शकत नाही. तू कुठल्या कामात एव्हढा गर्क आहेस ? ऐंशी टक्के परिणाम हा फक्त वीस टक्के केलेल्या कामांवर अवलंबून असतो. हे मी त्या प्राचीन योग्यांकडून शिकलो आहे. योगी रामन ह्याला 'प्राचीन वीसचा नियम' असे म्हणत असत.''

''मला समजले नाही !''

''ठीक आहे. अगोदर आपण तुझा सोमवारचा कामाचा दिवस घेऊ. सकाळपासून रात्रीपर्यंत तू तुझी सर्व कामे करतोस, अगदी अशिलाचे फोन घेण्यापासून वकिली कैफियत कोर्टात मांडण्यापासून, ते तुझ्या धाकट्या मुलाला रात्री गोष्ट वाचून दाखवण्यापर्यंत किंवा बायकोबरोबर बुध्दिबळ खेळण्यापर्यंत सर्व कामांवर वेळ दवडतोस. बरोबर ?'' ज्युलियन

“हो बरोबर”

“ह्या सगळ्या शेकडो कामांमधून फक्त वीस टक्के कामांना तू जो वेळ देतो तीच कामे खरे फळ देतात. तू जे काय करतोस त्यातल्या वीस टक्के कामाचा तुझ्या जीवनावर प्रभाव पडतो. ही कार्य जास्त प्रभावी असतात. उदाहरणार्थ दहा वर्षापासून जो वेळ तू पाणी पिण्याच्या जागी गप्पा मारण्यात घालवला किंवा सिगारेटच्या धुरानी भरलेल्या जेवणाच्या खोलीत जो वेळ घालविला किंवा दूरदर्शन पाहून घालविला तो ह्या वीस टक्क्यात येईल?”

“नाही खरंच नाही.”

“बरोबर मग अशा अजून पुष्कळशा गोष्टी असतील ज्या मोजता येतील !”

“मी माझे कायद्याचे ज्ञान वाढविले तर, माझे सर्वांशी संबंध सुधारले तर, माझ्या अशिलांबरोबरचे संबंध किंवा एखादा कार्यक्षम वकील बनण्यासाठी जो वेळ खर्च केला तो मोजता येईल असे तुला म्हणायचे आहे का?”

“हो. जेनीबरोबरचे आणि मुलांबरोबरचे संबंध सुधारण्यासाठी जो वेळ घालवशील तो, निसर्गाच्या सान्निध्यात जो वेळ घालवशील किंवा तुझ्याकडे जे आहे त्याबद्दल कृतज्ञता व्यक्त करण्यासाठी जो वेळ घालवशील तो किंवा तुझे मन, शरीर आणि आत्मा यांना नवचैतन्य देण्यासाठी जो वेळ घालवशील तो सुध्दा मोजता येईल. ही सर्व कामे तुझ्या जीवनावर खोलवर परिणाम साधणारी आहेत. ह्या सर्वात तुमची पात्रता जशी असेल त्याप्रमाणे आयुष्याला आकार मिळतो. तुझा सगळा वेळ ह्या कामांवर खर्च कर ते मोजता येतील. जे ज्ञानी लोक आहेत ते प्राधान्यांना महत्त्व देतात. हे वेळेचे मालक बनण्याचे रहस्य आहे.”

“योगी रामननी हे सर्व तुला शिकवले ?”

“मी जीवनाचा विद्यार्थी झालोय. जॉन, योगी रामन खचीतच एक ज्ञानी आणि प्रेरणादायी गुरू होते आणि त्याबद्दल त्यांना मी कधीही विसरणार नाही. पण मी हे सर्व धडे माझ्या जीवनातल्या अनुभवावरून एक एक तुकडे एक मोठ्या कोड्याचे उत्तर म्हणून जोडले जे चांगल्या तऱ्हेने जीवन जगण्याचे मार्गदर्शक ठरले.”

ज्युलियन म्हणाला, “ मला अशी आशा आहे की तू माझ्या

पूर्वीच्या चुकांवरून काही शिकशील. काही लोक दुसऱ्यांच्या चुकांवरून शिकतात. ते जास्त हुशार असतात. काहींना असे वाटते की खरी शिकवण ही स्वतःच्या अनुभवावरून येते. असे लोक त्यांच्या जीवनात खूप यातना सहन करतात.''

वकील असल्यामुळे मी पुष्कळशा वेळेच्या नियोजनावरच्या परिसंवादांना गेलो आहे. तरीपण मी ज्युलियनने सांगितलेले हे तत्त्वज्ञान कुठेच ऐकले नव्हते. वेळेचे नियोजन हे फक्त कामाच्या ठिकाणीच करायचे आणि कामाची वेळ संपली की सोडून द्यायचे असे नव्हते, ती एक परिपूर्ण पध्दत आहे जी माझे आयुष्य सगळ्या क्षेत्रात नियंत्रित करेल जर मी योग्य रितीने त्या सर्व गोष्टी आचरणात आणल्या तर. माझ्या रोजच्या दिवसाची योजनाबध्द आखणी करून आणि माझ्या वेळेचा योग्य वापर करून मी नुसताच कार्यक्षम होणार नाही तर सुखीसुध्दा होईन.

''आयुष्य हे एक मांसाचा तुकडा आहे. तुम्हांला जर वेळेची मालकी हवी असेल त्या मांसातली चरबी बाजूला करून टाकायची आहे.''

''अगदी बरोबर ! जरी माझ्यातला शाकाहारी असे म्हणत नसला तरी मला ही उपमा आवडली. हे उदाहरण अगदी चपखल बसते आहे. जेव्हा तुम्ही तुमचा वेळ आणि अमूल्य मानसिक ऊर्जा मांसावर केंद्रित करता तेव्हा तुम्हांला चरबीवर वाया घालवायला वेळ मिळत नाही. ह्याठिकाणी तुमचे आयुष्य सामान्यातून असामान्यत्वाकडे सरकते. ह्याचवेळी तुम्हांला हव्या असलेल्या गोष्टी घडवायला तुम्ही सुरुवात करता आणि ज्ञानाच्या मंदिराची दारे तुमच्यासाठी उघडतात'' ज्युलियन म्हणाला.

''आणखीन एक मुद्दा. दुसऱ्या व्यक्तींना तुझा वेळ चोरू देऊ नकोस. वेळ चोरांपासून सावध राहा. हेच ते लोक आहेत जेव्हा तुम्ही मुलांना झोपवून तुमच्या आवडत्या खुर्चीत एखादे रहस्यमय पुस्तक वाचायला सुरुवात करणार इतक्यात फोन करतात, हेच ते लोक आहेत जेव्हा तुम्ही खूप धावपळीत किंवा कामाच्या गर्दीत असता किंवा कामाच्या गडबडीत तुम्ही क्षणभर विसावला की तुमच्या ऑफीसमध्ये जाता जाता चक्कर टाकतात. अगदी असेच घडते ना?''

''ज्युलियन नेहमीप्रमाणे तुझे बरोबर आहे. माझ्या मवाळपणामुळे मी त्यांना हे सांगू शकत नाही की तुम्ही आता जा किंवा माझा दरवाजा

बंद करता येत नाही'' मी मनातली गोष्ट बोललो.

''तू वेळेच्या बाबतीत अगदी निष्ठुर असले पाहिजेस. ''नाही'' म्हणायला शीक. जेव्हा तू छोट्या गोष्टींना नाही म्हणायचे धाडस दाखवशील तेव्हाच तुझ्यात मोठ्या गोष्टींना ''हो'' म्हणायची शक्ती येईल. जेव्हा तुला एखाद्या मोठ्या केसवर काम करायचे असेल तेव्हा तू ऑफीसचा दरवाजा बंद करून घे. मी जे सांगितले आहे ते लक्षात ठेव. प्रत्येक वेळेला फोनची घंटी वाजली की तू फोन घेऊ नकोस. तुझ्या सोयीसाठी तो आहे दुसऱ्यांच्या सोयीसाठी तो फोन नाही. तू वेळेला किती किंमत देतोस हे जेव्हा लोकांना कळेल तेव्हा ते तुझ्या वेळेचा आदर करतील.''

''मी तर कायम चालढकल करत असतो. जी कामे मला करायला आवडत नाहीत ती मी सारखा पुढे ढकलत असतो. मी टपाल चाळत असतो किंवा कायद्याची पुस्तक वाचत असतो. मी वेळ मारत असतो.''

''वेळ 'मारणे' ही अगदी बरोबर उपमा आहे.''

''जी कामे आपल्याला करायला आवडतात ती आपण करतो आणि जी आवडत नाहीत ती आपण टाळतो. हे माणसाच्या स्वभावातच आहे. पण मी आधी सांगितल्याप्रमाणे ह्या जगातल्या पुष्कळशा उत्पादनक्षम, माणसांनी असे कार्य करण्याची त्यांना स्वतःला आवडत नसली तरी सवय लावली आहे, जी कमी उत्पादनक्षम माणसांना करायला आवडत नाही.''

मी जरा वेळ विचार करत होतो की हे तत्त्व मी आता नुकतेच ऐकले आहे. चालढकल करणे हा माझा प्रश्न नव्हता कदाचित माझे आयुष्यच फार किचकट झाले असेल. ज्युलियनलाही माझे विचार जाणवले.

''योगी रामननी सांगितले की ज्या माणसांनी वेळेवर नियंत्रण ठेवले आहे ती माणसे अगदी साधे आयुष्य जगतात. हे धावपळीचे आणि धकाधकीचे आयुष्य जगणे हा काही निसर्गाचा नियम नाही. ज्यांनी आपल्या आयुष्यात स्वतःचे निश्चित ध्येय ठरवले आहे आणि त्यावर परिणामकारक प्रयत्न केले आहेत तसेच जे चिरंतन सुखापर्यंत पोहोचले आहेत त्यांना हे ध्येय साध्य करण्यासाठी मनःशांतीचा त्याग करावा लागत नाही असा त्यांचा दृढ विश्वास होता. जे ज्ञान मी ऐकत होतो त्याने मी भारावून गेलो होतो. त्यामुळेच मी उत्पादनक्षम ही राहू शकलो व माझी आध्यात्मिक इच्छाही पूर्ण झाली.''

ज्युलियनजवळ मी माझे मन मोकळे केले "तू नेहमी माझ्याशी प्रामाणिकपणे वागत आला आहेस म्हणून मी पण तुझ्याशी तसाच वागतो. मला चिरंतन सुख आणि समाधान मिळण्यासाठी माझी वकिलीची प्रॅक्टिस सोडायची नाही. माझे घर, माझी गाडी मी जे मिळवले आहे ती ऐहिक सुखं मला आवडतात. जेव्हा आपण पहिल्यांदा भेटलो तेव्हापासून आत्तापर्यंत मी जी इतकी वर्ष मेहनत केली त्याचे हे फळ आहे. पण मला पोकळी जाणवते आहे. मी कायद्याच्या शाळेत असताना माझी जी काही स्वप्न होती ती मी तुला सांगितली. मी माझ्या जीवनात पुष्कळ काही करू शकतो. तुला माहिती आहे की माझी चाळीशी आली आहे आणि मी अजून आयफेल टॉवर सुध्दा पाहिला नाही. कधी वाळवंटात फिरलो नाही कधी एखाद्या शांत सरोवरात पडावातून सफर केली नाही, कधी माझे बूट काढून बागेत हिरवळीवर अनवाणी चाललो नाही. कधी मुलांबरोबर हसत खेळत राहिलो नाही. कधी दूरवर हिमवर्षावानंतर पायी फिरून त्याचा आनंद लुटला नाही."

"मग तू साधेपणाने जीवन जग" ज्युलियननी सहानुभूतीपूर्वक सुचवले. "प्रत्येक बाबतीत साधेपणाची आचारपध्दती आचरणात आण. मग असे केल्याने वर सांगितलेल्या चांगल्या गोष्टी करायला तुला वेळ मिळेल. पुष्कळसे लोक असे आहेत की जे आपल्या घरामागच्या परसातल्या बागेचा आनंद लुटण्याऐवजी ते क्षितिजापलीकडे एक गुलाबाची जादूची बाग आहे असे स्वप्न बघतात. काय ही शोकांतिका."

"मग तुझ्या काय सूचना आहेत ?"

"ते तुझे तू ठरवायचे आहेस. मी ह्या आचारपध्दती योग्यांकडून शिकलो त्या तुला मी सांगितल्या. जर तू त्या आचारपध्दती आचरणात आणायचे धाडस केलेस तर त्या तुझ्यासाठी चमत्कार घडवतील. आणखीन एक गोष्ट मला तुला सांगायची आहे की माझे आयुष्य मी शांत आणि साधे ठेवायचा प्रयत्न करतो" ज्युलियन म्हणाला.

"ते कसे काय ?"

"मला दुपारची एक झोप काढायला फार आवडते. त्यामुळे मला जास्त उत्साहपूर्ण आणि ताजेतवाने वाटते. मला वाटते आता तू पण म्हणशील की मला सुध्दा ह्या सुंदर झोपेची गरज आहे" ज्युलियन हसत

म्हणाला.

‘‘सुंदरता हा तुझा कधीच महत्त्वाचा गुण नव्हता.’’

‘‘हा तुझा विनोदी स्वभाव नेहमीच असतो. ह्यासाठी मला तुझे कौतुक वाटते, खळाळून हसण्यातले सामर्थ्य लक्षात घे. संगीतासारखे तणाव घालवण्याचे ते एक उत्साहवर्धक औषध आहे. योगी रामनने ह्यावर फारच सुंदर भाष्य केले आहे. हसण्यामुळे तुमच्या मनाची कवाडे उघडतात आणि तुम्हांला मनःशांती मिळते. कुणीही आयुष्य एवढे गंभीरतेने घेऊ नये की ते स्वतःवर हसणे सुध्दा विसरतील.’’

ज्युलियनला वेळ ह्या विषयावरचा शेवटचा विचार सांगायचा होता. ‘‘जॉन सर्वात महत्त्वाचे म्हणजे आपल्याला अजून पाचशे वर्ष आयुष्य आहे असे समजून वागणे सोडून दे. जेव्हा दिव्याने ते घड्याळ माझ्याकडे आणले तेव्हा तिने मला एक उपदेश केला होता तो मी कधीच विसरणार नाही.’’

‘‘ती काय म्हणाली ?’’

‘‘तिने मला सांगितले की कुठलेही रोपटे लावायचे असेल तर सगळ्यात चांगली वेळ म्हणजे चाळीस वर्षांपूर्वीची आणि दुसरी सर्वात चांगली वेळ म्हणजे आजची म्हणून दिवसाचा एक मिनिट सुध्दा वाया घालवू नकोस. ‘मृत्युशय्येची पध्दत’ आचरणात आण.’’

‘‘काय! काय म्हणालास?’’ मी जोरात विचारले. मला हा शब्द काहीतरी विचित्रच वाटला. ‘‘मृत्युशय्येची पध्दत हा काय प्रकार आहे ?’’

‘‘ही जीवनाकडे बघण्याची नवीन पध्दत आहे. ही जास्त प्रभावी पध्दत आहे जी आपल्याला आजच तुमचा शेवटचा दिवस असू शकेल तेव्हा पूर्णपणे जगा ह्याची कायम आठवण देते.’’

‘‘मला विचारलेस तर मला ही विकृती वाटते. अशाने माझ्या मनात मृत्यूचा विचार येतो.’’

‘‘खर तर हे जीवनाचे फार महत्त्वाचे तत्त्वज्ञान आहे. तू मृत्यशय्येची पध्दती आचरणात आण. प्रत्येक दिवस हा आपला शेवटचा दिवस आहे असे समजून जग. कल्पना कर की दररोज उठल्यावर स्वतःला एक प्रश्न विचारला तर ‘माझा जर आजचा शेवटचा दिवस असेल तर मी काय केले पाहिजे’ मग आपल्या कुटुंबीयांबरोबर, मित्रांबरोबर तू कसा वागशील आणि ज्यांना तू ओळखत नाही त्यांच्याशी सुध्दा कसा वागशील. प्रत्येक क्षण

असा जर जास्तीत जास्त जगलास तर विचार कर की किती उत्पादनक्षमता वाढेल आणि उत्साहवर्धक आयुष्य तू जगू शकशील. एकट्या मृत्यशय्येवरचा प्रश्नात एवढे सामर्थ्य आहे की तुझे आयुष्य बदलू शकेल. ही पध्दत तुझे दिवस जास्त उत्साहवर्धक करतील आणि तू जे करशील त्यात तुला आनंद मिळेल. अर्थपूर्ण गोष्टी ज्या तू आजपर्यंत पुढे ढकलत आला आहेस त्यावर लक्ष केंद्रित कर आणि ज्या गोष्टी तुला अंदाधुंदी आणि पेचप्रसंगाच्या दलदलीत ढकलतात त्यावर वेळ उधळणे थांबव'' ज्युलियन म्हणाला.

ज्युलियन पुढे म्हणाला की ''जास्त काम करण्यावर जोर दे. ते काम तुला जास्त अनुभव देईल. तुझ्या स्वप्नांच्या कक्षा रुंद करण्यावर तुझी ऊर्जा जुंपव, तुझ्या मनाच्या गाभ्यात अमर्याद क्षमता आहे असे असताना सामान्य आयुष्य स्वीकारू नकोस. तुझी महानता जागृत कर. हा तुझा जन्मसिध्द हक्क आहे.''

''फारच चांगली माहिती आहे.''

''हे बघ निराशा किंवा असफलता पुष्कळशा लोकांना ग्रासते पण असफलता घालवायचे एक साधे तत्त्व आहे.''

''माझा कप अजून रिकामा आहे'' मी मृदू स्वरात म्हटले.

''असफलता येणे अशक्य आहे अशा तऱ्हेने वाग आणि तुझे यश निश्चित होईल. ध्येय साध्य न होण्याचे प्रत्येक विचार मनातून पुसून टाक. मग ते ध्येय ऐहिक सुखाचे असो की आध्यात्मिक असो, धाडसी हो आणि तुझ्या कल्पना शक्तीला कुठल्याही मर्यादा ठेवू नकोस. भूतकाळाचा कैदी होऊ नकोस. भविष्याचा शिल्पकार हो. मग तू पूर्वीसारखा राहणार नाहीस.''

जस जशी पहाट होत होती, तशी शहराला हळूहळू जाग येत होती. रात्रभर त्याचे ज्ञान माझ्यासारख्या उत्सुक विद्यार्थ्याला सांगितल्यावर माझ्या ह्या चिरतरुण मित्रामध्ये पहिल्यांदा दमल्या भागल्याच्या खुणा दिसायला लागल्या. ज्युलियनची तग धरण्याची जबरदस्त क्षमता, त्याच्यातले अमर्याद सामर्थ्य आणि अविरत उत्साह पाहून मी अचंबित झालो. तो नुसता उच्चारच करत नव्हता तर उच्चाराप्रमाणे आचरणही करत होता.

''आपण आता योगी रामनच्या दंतकथेतल्या शेवटापर्यंत आलो आहोत आणि आता माझी निघण्याची वेळही झालेली आहे'' तो हळूच म्हणाला ''मला अजून खूप कामे करायची आहेत आणि खूप लोकांना

भेटायचे आहे.''

''तू तुझ्या भागीदारांना परत आल्याचे सांगणार आहेस का?'' माझी उत्सुकता मी दाबू शकत नव्हतो.

''कदाचित नाही'' ज्युलियनने सांगितले ''ते ज्या ज्युलियन मॅन्टलला ओळखत होते त्याच्यापासून मी फार वेगळा आहे. माझ्या मनात तसेच विचार येत नाहीत. मी पूर्वीसारखे कपडे घालत नाही, पूर्वीसारख्या गोष्टी करत नाही. मी संपूर्ण बदललेला माणूस आहे. ते मला ओळखणार नाहीत.''

''तू खरोखरच एक नवीन माणूस झाला आहेस'' मी गालातल्या गालात हसत कबूल केले कारण माझ्या डोळ्यापुढे पूर्वीच्या लाल चकाकत्या फेरारीतून ह्या योग्यांनी, ज्युलियनने, ह्या शिवानातल्या झग्यात स्वतःला सुशोभित केलेले दृश्य तरळले.

''नवीन होणे म्हणजे कदाचित जास्त अचूक असणे'' ज्युलियन म्हणाला.

''मला ह्यातली तफावत नाही दिसली '' मी स्पष्टपणे कबुली दिली.

''प्राचीन भारतात एक म्हण आहे 'आपण आध्यात्मिक अनुभव घेतलेले मानव नसून ज्यांनी मानवी अनुभव घेतलाय अशी आध्यात्मिक माणसे आहोत.' मला आता ह्या जगातली माझी भूमिका समजली आहे. मला मी कोण आहे हे कळले आहे. मी ह्या विश्वात नाही तर सारे विश्व माझ्यात आहे.''

''मला सर्व तत्त्वज्ञान चघळून आत्मसात करायचे आहे'' ज्युलियन काय म्हणत होता ते पुरेसे न समजूनही मी प्रामाणिकपणे म्हणालो.

''मला समजले आहे ते मित्रा. एक वेळ अशी येईल की तुला मी काय म्हणतोय ते स्पष्ट समजेल. मी तुला ज्या पध्दती शिकवल्या त्या तू आत्मसात केल्यास तर तू ह्या प्रकाशाच्या मार्गावर पुढे जाशील. तू ह्या स्वतःवर नियंत्रण मिळवण्याच्या कलेवर विजय मिळवशील. तुझे आयुष्य खरोखरीच अनंत पडद्यावरची छोटी प्रतिमा आहे. ती बघ तुला तू कोण आहेस आणि तुझ्या जीवनाचा हेतू काय ते कळेल.''

''काय आहे?''

''अर्थातच दुसऱ्यांना मदत करणे. तुमचे घर कितीही मोठे असले

तरी, तुमची गाडी कितीही चांगली असली तरी, तुमच्या आयुष्याच्या शेवटी तुम्ही तुमच्या बरोबर फक्त तुमची सदसद्विवेक बुध्दी नेता. तुमच्या अंतःर्मनाची हाक ऐका. तीच तुम्हांला मार्ग दाखवेल. तिला माहीत आहे काय बरोबर आहे. ती तुम्हांला हेच सांगेल की कुठल्या ना कुठल्या रूपात दुसऱ्यांची निःस्वार्थ सेवा करा. हेच माझ्या ह्या साहसपुर्ण प्रदीर्घ प्रवासाने मला शिकविले आहे. मला अजून पुष्कळ लोकांना भेटायचे आहे. त्यांची सेवा करायची आहे. त्यांना बरे करायचे आहे. शिवानाच्या ह्या योगींनी जे ज्ञान मला दिले ते गरजू लोकांपर्यंत पोहचवायचे हा माझा जीवनाचा हेतू आहे. हेच माझे जीवितकार्य आहे.''

ज्ञानाच्या ह्या ज्योतीने ज्युलियनचा आत्मा प्रकाशमान झाला. हे तर माझ्या सारख्या अज्ञानी माणसाच्या बाबतीत सुध्दा झाले असते, मग ज्युलियन तर खूपच भावनाप्रधान होता. तो जे सांगत होता ते खूप कळकळीने सांगत होता. ते त्याच्या शारीरिक आकारमानावरून समजले होते. एका नाजूक, वृध्द वकिलामधून एक उत्साहपूर्ण, चिरतरुण योग्यांमध्ये झालेले त्याचे रूपांतर हे काही फक्त रोजच्या व्यायामामुळे आणि आहारातल्या बदलामुळे नव्हते तर एक सखोल रामबाण उपाय ज्युलियनला त्या हिमालयातल्या डोंगरावर अचानक सापडला होता. लोकांना वर्षानुवर्ष शोधूनही सापडले नसते असे रहस्य त्याला सापडले होते. हे नुसतेच चिरतरुण राहण्याचे व परिपूर्ण, आनंदी आयुष्य जगायचे रहस्य नव्हते तर त्याहीपेक्षा काहीतरी जास्त होते. ज्युलियनला स्वत्वाचे रहस्य सापडले होते.

प्रकरण अकरावे

सारांश	-	ज्युलियनचे चातुर्य
प्रतीक	-	
सदाचार	-	वेळेचा आदर करा.
चातुर्य	-	वेळ हा एक कधीही न भरून येणारा आणि अमूल्य घटक आहे.
		तुमच्या प्राधान्यांवर लक्ष केंद्रित करा आणि संतुलन राखा.
		साधेपणाने आयुष्य जगा.
प्रात्यक्षिक	-	प्राचीन वीसचा नियम
		'नाही' म्हणण्याचे धाडस करा.
		मृत्यशय्येची पध्दत
महत्त्वाचा उतारा	-	वाळूचे कण जसे हातातून निसटून जातात तसा वेळ निसटून जातो, परत कधीही न येण्यासाठी. जो वेळेचे योग्य नियोजन करतो तोच समाधानी, समृध्द आयुष्य जगतो.

प्रकरण बारावे

जीवनाचे अंतिम उद्दिष्ट

"जी व्यक्ती एकटी नसते ती कधीच स्वतःपुरती जगत नसते "'

- विल्यम ब्लेक

"ज्यांना मी भेटलो ते शिवानातले योगी नुसतेच चिरतरुण नव्हते तर ते निःसंशय दयाळू पण होते" ज्युलियन म्हणाला.

"योगी रामननी मला सांगितले की जेव्हा ते लहान होते तेव्हा झोपायची तयारी करताना त्यांचे वडील त्यांच्या या गुलाबाने झाकलेल्या झोपडीत यायचे आणि त्यांना विचारायचे की त्यांनी आजच्या दिवसभरात कुठली चांगली कामे केली. विश्वास ठेव अगर ठेवू नकोस जर योगीरामननी त्यांच्या वडिलांना असे सांगितले की आज कुठलेही चांगले काम केले नाही तर ते योगी रामनला सांगायचे की ऊठ आणि झोपण्यापूर्वी कुठलेतरी चांगले काम करून ये."

ज्युलियन सांगत होता "आनंदमय जीवन घालवण्यासाठी जे महत्त्वाचे गुण असायला पाहिजेत जे मी तुला सांगितले, त्यात तू काय साध्य केलेस ? तुझ्याकडे किती घरे आहेत, किती गाड्या तुझ्या गॅरेज मध्ये आहेत, यापेक्षा तुझ्या आयुष्याची गुणवत्ता ही तू दुसऱ्यांना केलेल्या मदतीवर अवलंबून आहे."

"याचा संबंध योगी रामनच्या दंतकथेमधल्या पिवळ्या गुलाबाशी आहे काय?"

"अर्थातच, ही फुले आपल्याला चिनी लोकांच्या एका प्राचीन म्हणीची आठवण देतात 'जे हात तुम्हाला गुलाबाची फुले देतात त्या हातांना गुलाबाचा सुगंध थोडासा लागलेला असतो' याचा अर्थ स्पष्ट आहे की तू जेव्हा दुसऱ्यांचे आयुष्य सुधारण्यासाठी काही कार्य करतोस तेव्हा तुझ्या नकळत तुझे जीवन ही उंचावलेले असते. जेव्हा तू दररोज कुठलीही अपेक्षा न करता दयाळूपणाचे कार्य करण्याची काळजी घेतोस तेव्हा तुझे आयुष्य समृध्द आणि अर्थपूर्ण झालेले असते. या पवित्र कार्याची आणि कर्तव्याची

दररोज सवय लावण्यासाठी कुठल्या ना कुठल्या मार्गाने दुसऱ्यांची सेवा कर.''

''कुठल्या ना कुठल्या म्हणजे तुला असे सुचवायचे आहे का मी कुठले तरी स्वयंसेवी कार्य करावे ?''

''ही तर फारच छान सुरुवात आहे पण मी जे सखोल तत्त्वज्ञानाबद्दल बोलतो आहे ते यापेक्षा ही काहीतरी जास्त आहे. मी असे सुचवतोय की तू नवीन भूमिका स्वीकारून दुसऱ्यांसाठी एक उदाहरण बन.''

''मला परत समजले नाही. ह्यावर काहीतरी प्रकाश पाड. मला ही पध्दत परिचित नाही.''

''जीवनाकडे किंवा परिस्थितीकडे बघण्याचा एक नवीन दृष्टिकोन म्हणजे नवीन भूमिका. काही लोक जसे अर्ध्या भरलेल्या पेल्याकडे बघून तो अर्धा रिकामा आहे असे समजतात आणि आशावादी लोक याच पेल्याला अर्धा भरलेला आहे असे समजतात. सारख्याच परिस्थितीवर त्यांनी वेगवेगळ्या तऱ्हेने स्पष्टीकरण केले. कारण त्याकडे बघण्याची प्रत्येकाने वेगळी पध्दत अवलंबिली होती. प्रत्येक अंतर्गत किंवा बाह्य घटनेकडे आपण ज्या भिंगातून बघतो ते भिंग.''

''मग जेव्हा तू सांगतोस की मी नवीन पध्दत आचरणात आणायची तेव्हा मी माझा दृष्टिकोनही बदलावा असे तुला वाटते का ?''

''हो तसेच काहीसे. तुझे आयुष्य तुला नाट्यमयरीत्या बदलायचे असेल तर आपले ह्या पृथ्वीतलावर येण्याचे प्रयोजन कोणते हा दृष्टिकोन आपल्यासमोर ठेवावा लागतो. तू ह्या जगात प्रवेश करताना काहीच आणले नाहीस तसेच जातानाही तू काहीही नेऊ शकत नाही हे सत्य तू स्वीकारले पाहिजेस. असा दृष्टिकोन तू तुझ्यापुढे ठेवलास तर तुझ्या इथे असण्याचे एकच प्रयोजन असू शकते.''

''ते कोणते?''

''दुसऱ्यांच्या सेवेत स्वतःला वाहून घेणे आणि त्यांच्या कार्याला अर्थपूर्ण हातभार लावणे'' ज्युलियन म्हणाला. ''मी असे म्हणत नाही की तू तुझी वकिलीची प्रॅक्टिस सोडून दे. तुझ्याजवळ असलेले सर्व सोडून दे आणि तुझे आयुष्य तू अडचणीत असलेल्या लोकांना मदत करण्यात घालव, जरी आजकाल मी पुष्कळशा लोकांना भेटलो आहे जे हे कार्य अतिशय समाधानपूर्वक करत आहेत. ह्या जगात खूप मोठें बदल घडत आहेत. लोक

अर्थपूर्ण कार्यासाठी पैसा लावत आहेत. वकील लोक जे पूर्वी फक्त अशिलाकडे किती मालमत्ता आहे ह्यावरून लोकांना मोजायचे तेच वकील आता दुसऱ्यांनी किती विधायक कार्य केले आहे, त्यांचे मन किती मोठे आहे हे बघतात. पुष्कळसे शिक्षकसुध्दा आपली सुरक्षित नोकरी सोडून गरजू विद्यार्थी जे कानाकोपऱ्यात झगडत असतात त्यांना शिक्षण देण्याचे महान कार्य करतात. लोकांनी आता बदलाची हाक ऐकली आहे. त्यांना आता कळले आहे की आपण काही हेतू धरून इथे आलो आहोत आणि त्यासाठी आपल्याला एक देणगी मिळाली आहे, तिची मदत घ्यावी हे त्यांना समजले आहे.''

''कोणती देणगी ''

''हेच तर मी तुला संध्याकाळपासून सांगतो आहे. मनाची अमर्याद शक्ती, अनिर्बंध ऊर्जा आणि असीम कल्पकता, नियमांचे पालन आणि शांतता. फक्त ह्या सर्वांना बंधमुक्त करणे आणि आपल्या व दुसऱ्यांच्या भल्यासाठी त्या अमलात आणणे बाकी आहे'' ज्युलियन म्हणाला.

''मी तुझ्याबरोबर आहे. ह्या बाबतीत एखाद्याने चांगले कार्य करावयाचे म्हणजे नेमके काय करायचे ?''

''मी फक्त इतकेच म्हणतो आहे की तुझे जग बदलायला तू प्राधान्य दे म्हणजे तू स्वतःला एक व्यक्ती म्हणून बघू नकोस तर समुदायाचा एक भाग म्हणून बघ.''

''मग मी दयाळू आणि मृदू असले पाहिजे.''

''दुसऱ्यांसाठी काहीतरी करणे ह्यातच खरी थोरवी आहे हे कळणे. पूर्वेकडचे साधू ह्या प्रकाराला 'स्वतःच्या बेड्या टाकून मुक्त होणे' असे म्हणतात. हे म्हणजे स्वत्व विसरून उदात्त हेतूवर लक्ष केंद्रित करायचे. तुमच्या अवतीभवती जे असतील त्यांना काहीतरी द्यायचे, मग ते काहीही असो तुमचा वेळ असो किंवा शक्ती असो. ही दोन अतिशय अमूल्य अशी साधने आहेत. मग ते मोठ्यात मोठ एक वर्ष कामाची विश्रांती घेऊन गरजू आणि गरिबांसाठी काम करायचे किंवा छोट्यात छोटे वाहतुकीची कोंडी झाली असताना थोड्या गाड्यांना पुढे जाऊ देणे, इथपर्यंत काहीही असू शकते. जेव्हा तुम्ही जगाला चांगली जागा बनवायचा प्रयत्न करता तेव्हा तुमचे आयुष्य आकर्षकरीत्या पुढे सरकते. ह्यात काही नावीन्य नसेल

कदाचित पण मी ही एक गोष्ट मी शिकलो. योगी रामन म्हणतात की जेव्हा आपण जन्माला येतो तेव्हा रडत येतो आणि सारे जग आनंदात असते, आपण आपले आयुष्य अशा रीतीने जगले पाहिजे की जेव्हा आपण मरू त्यावेळी सारे जग रडले पाहिजे आणि आपण आनंदात मेले पाहिजे.''

ज्युलियनचा मुद्दा मला पटला. वकिली करताना मी काहीतरी चांगल्या कार्याला हातभार लावतो आहे असे मला अजिबात वाटत नव्हते, ह्या गोष्टीची माझ्या मनाला टोचणी होती. काही महत्त्वाच्या किचकट केसेस मी नक्कीच चांगल्या तऱ्हेने लढल्या त्यांचा चांगल्या कार्यासाठी पायंडाही पडला होता. पण तरीही वकिली हा माझ्यासाठी आवडीने करण्याचे काम सोडून एक व्यवसाय झाला होता. माझ्या कायद्याच्या कॉलेजमध्ये मी माझ्याबरोबरच्या विद्यार्थ्यांसारखा ध्येयवादी होतो. कॉलेजमध्ये बसून आम्ही सुध्दा कोल्ड कॉफी आणि शिळा पिझ्झा खाऊन जग बदलायचा निश्चय केला होता. त्यानंतर आता जवळजवळ वीस वर्ष झाली आणि माझी ही बदल घडवून आणण्याची तीव्र इच्छा मी जे गहाण ठेवले होते, त्याचे पैसे भरण्यात आणि माझ्या निवृत्तीनंतरची तरतूद करण्यात निघून गेली. खूप वर्षानंतर मला कळून चुकले की मी माझ्या मध्यमवर्गीय कोशात स्वतःला बंदिस्त करून घेतले आहे. त्यामुळे मी समाजापासून लांब राहिलो आणि मग मला त्याची सवय झाली.

''मी तुला एक जुनी गोष्ट सांगतो. ती कदाचित फार उपयुक्त ठरेल ह्यावेळी'' ज्युलियन सांगत होता. ''एक दुबळी वृध्द स्त्री होती. तिचा नवरा वारला. मग ती मुलाकडे राहायला गेली. मुलगा, सून आणि नात होती. हळूहळू त्या वृध्द स्त्रीची नजर धूसर व्हायला लागली व ऐकूपण येईना. कधीकधी तिचे हात इतके कापायचे की तिच्या ताटातून भाजी किंवा वरण सांडायचे. तिने हे असे सांडून ठेवले की सून आणि मुलगा तिच्यावर खूप चिडायचे. एक दिवस त्यांनी ठरवले की आता फार झाले. त्यांनी तिच्यासाठी एक छोटे टेबल एका लहान अडगळीच्या खोलीत ठेवले आणि तिला प्रत्येक वेळेला तिथेच जेवायला वाढले. ते सर्व जेवायला बसले की ती अडगळीच्या खोलीतून त्यांना अश्रू भरल्या नजरेने बघत राहायची. तेव्हा ते कुणीही तिच्याशी बोलायचे नाहीत आणि बोललेच तर ते सांडल्याबद्दल तिला रागवायचे.''

''एके दिवशी संध्याकाळी जेवण्या अगोदर त्या वृध्द स्त्रीची नात जमिनीवर बसून ठोकळ्याचा खेळ खेळत होती. ''तू काय करते आहेस'' तिच्या वडिलांनी तिला विचारले, ''मी एक छोटे टेबल तुमच्यासाठी आणि आईसाठी बनवते आहे.'' ती म्हणाली ''म्हणजे मी मोठी झाले की तुम्ही ह्या कोपऱ्यात बसून जेवण कराल'' आई वडिलांना फार वाईट वाटले. ते एकदम मूक झाले. मग ते दोघेही रडायला लागले. त्याक्षणी त्यांना आपली चूक कळून आली. त्या रात्री त्यांनी आईला आणून मोठ्या सन्मानाने डायनिंग टेबलावर बसवले. जिथे तिची हक्काची जागा होती तिथे बसवले आणि त्या दिवसापासून तिला तिथेच जेवायला वाढले. जरी एखादा घास खाली पडला तरी त्याचे कुणालाही काही वाटेनासे झाले.''

''ह्या गोष्टीत ते आईवडील वाईट नव्हते'' ज्युलियन म्हणाला ''त्यांना फक्त सहानुभूतीची, दयाळूपणाची ठिणगी पेटवायची गरज होती. सहानुभूती आणि दयाळूपणा आपले आयुष्य समृध्द करतात. जेव्हा तू सकाळी मनन, चिंतन करशील तेव्हा दुसऱ्यांसाठी तू काय चांगले करू शकशील ह्यावर विचार कर. ज्यांनी कधी स्तुतीची अपेक्षा केली नाही त्यांची प्रामाणिकपणे स्तुती कर, गरजू मित्रांपाशी कळकळीच्या भावना व्यक्त कर. कुटुंबीयांशी काही कारणाशिवाय प्रेमळपणे वाग. हे सर्व मिळून तुला जगण्याचा एक उत्तम मार्ग दाखवतील. घनिष्ठ मैत्री कर. तीन चांगले मित्र असलेला एखादा माणूस खरोखरीच श्रीमंत म्हणवला जाईल.''

मी संमतीदर्शक मान हालवली.

''मित्र किंवा मैत्रिणी आपल्या जीवनाचे हास्य, सौंदर्य आणि प्रेम वाढवतात. एखाद्या जुन्या मित्राबरोबर पोट धरधरून हसण्यासारख्या फार थोड्या गोष्टी नवचैतन्य आणतात. जेव्हा तुम्हाला फार गर्व होतो तेव्हा ते तुमचा ताठा उतरवतात. जेव्हा तुम्ही फार गंभीर होता तेव्हा ते तुम्हाला हसवतात. आयुष्याच्या धोक्याच्या वळणावर जेव्हा गोष्टी दिसतात त्यापेक्षा जास्त वाईट असतात, त्यावेळेला चांगले मित्र तुमच्या मदतीला येतात. मी जेव्हा खूप व्यस्त वकील होतो तेव्हा मला मित्रांसाठी वेळ नव्हता. मी आता एकटा आहे. तुझ्या व्यतिरिक्त मला कोणीच नाही. आता बरोबर फिरायला जायला माझ्याबरोबर कोणीच नाही. सगळे जण आपल्या सुरक्षित उबदार घरट्यात आपल्याच कोशात गाढ झोपेत असतात. जेव्हा मी एखादे सुंदर

पुस्तक वाचून संपवलेले असते, तेव्हा त्याबद्दल बोलायला कुणीच नसते. शरद ऋतूतल्या सूर्यकिरणांनी दिवस जेव्हा उबदार होतो, आनंदी वाटते तेव्हा माझे मन मोकळे करण्यासाठी मला कुणीच नसते.''

ज्युलियन लगेच म्हणाला की ''माझ्याकडे जे नाही त्यासाठी मला कधीच खेद नव्हता. माझ्या शिवानातल्या गुरूंकडून मी शिकलो की ज्ञानी माणसांसाठी प्रत्येक पहाट ही नवीन दिवसाची सुरुवात असते.''

मी ज्युलियनला नेहमी वकिली युध्दात निष्णात असलेला एक असामान्य योध्दा समजत आलो, जो प्रतिस्पर्ध्याशी एखाद्या मार्शल आर्टस्च्या खेळाडूसारखा वादविवादातले हल्ले प्रतिहल्ले करत होता. मी बघत होतो की मला पुष्कळ वर्षापूर्वी भेटलेल्या ज्युलियनचे एका वेगळ्याच रूपात रूपांतर झाले आहे. जो माझ्या समोर होता तो मृदू, दयाळू आणि शांत होता. तो जो कुणी होता त्याची जीवनाच्या रंगभूमीवर एक निश्चित भूमिका होती. त्याच्या पूर्वायुष्यातल्या वेदना तो एक चांगला धडा ह्या दृष्टीने पाहत होता आणि त्याचवेळी त्याच्या पूर्वायुष्यात ज्या घटना घडल्या होत्या त्याच्यापेक्षा कितीतरी पटीने जास्त आयुष्य आपल्याला आहे असे समजत होता. मला त्याच्यासारखा दुसरा माणूस भेटला नाही.

ज्युलियनचे डोळे पुढे येणाऱ्या गोष्टीमुळे आशेने चमकले. जगातल्या आश्चर्याच्या आणि अचंबित करणाऱ्या गोष्टींमुळे त्याला निखळ आनंद होत होता त्याच्या निरंकुश आनंदाने मलाही वेढले. मला असे वाटले की हा ज्युलियन मॅन्टल वादविवादात प्रतिस्पर्ध्याला जोरदार टोले लगावणारा समोरच्याला कच्चा खाऊन टाकणारा वकील, कुणाचीही पर्वा न करणारा माणूस आता एक आध्यात्मिक गुरू झाला आहे जो सतत दुसऱ्यांची काळजी घेत होता. कदाचित ह्या मार्गावरून मी सुध्दा जाणार होतो.

प्रकरण बारावे

सारांश	-	ज्युलियनचे चातुर्य
प्रतीक	-	
सदाचार	-	निःस्वार्थी सेवा करा.
चातुर्य	-	तुम्ही दुसऱ्यांना किती मदत केली आहे त्यावर तुमच्या जीवनाचा दर्जा ठरतो. दररोज पवित्र कार्याला हातभार लावा. दुसऱ्यांना काहीतरी देण्यासाठी जगा. दुसऱ्यांचे आयुष्य उच्च पातळीवर नेतांना तुमचेही आयुष्य उच्च पातळीवर जाते.
प्रात्यक्षिक	-	दररोज दयाळूपणाचे कार्य करा. ज्यांना मदतीची गरज आहे अशांना मदत करा. चांगले हितसंबंध ठेवा.
महत्त्वाचा उतारा	-	दुसऱ्यांना काहीतरी देण्यातच खरी महानता आहे. जीवनाचे उच्च ध्येय गाठण्यासाठी लक्ष केंद्रित करा.

प्रकरण तेरावे

चिरंतन सुखाचे रहस्य

''जेव्हा मी सूर्यास्ताची किंवा चंद्राच्या सौंदर्याची अनुभूती घेतो तेव्हा त्याच्या निर्मात्याच्या भक्तीने मी व्यापून जातो. ''

- महात्मा गांधी

ज्युलियन माझ्या घरी काल रात्री शिवानामध्ये घेतलेले ज्ञान सांगण्यासाठी आल्याला आता बारा तास उलटून गेले होते. हे बारा तास निःसंशय माझ्या आयुष्यातले सर्वात महत्त्वाचे तास होते. मला आनंददायक, स्फूर्तिदायक आणि अगदी मुक्त झाल्यासारखे वाटत होते. ज्युलियननी माझ्या आयुष्याबद्दलचा दृष्टिकोनच योगी रामनच्या दंतकथेतल्या अजरामर आचारपध्दतीमुळे बदलवला होता. मानवी क्षमतेच्या तळापर्यंत मी अजून पोहोचलोही नव्हतो. जीवनातल्या ज्या अमूल्य देणग्या माझ्या आयुष्यात मला मिळाल्या आहेत त्याही मी उधळून टाकल्या. ज्युलियनच्या ह्या ज्ञानामुळे माझ्या मार्गात आलेले हास्य, ऊर्जा, समाधान ह्या वरची माझी पकड घट्ट करण्याची संधी मला मिळाली. मी फार भावनाप्रधान झालो.

''मला लवकर जावे लागेल. तुलाही तुझी कामे उरकायची आहेत. तुझ्याकडे वेळेचा अभाव आहे. मलाही माझे काम करायचे आहे'' ज्युलियन क्षमा याचनेच्या सुरात म्हणाला.

''माझे काम मी थांबवू शकेन.''

''पण मी माझे काम थांबवू शकत नाही'' तो हसत म्हणाला.

''पण मी जाण्याअगोदर योगी रामनच्या दंतकथेतल्या शेवटच्या घटकाबद्दल तुला सांगतो. तुला आठवत असेल तर तो सुमो पैलवान ज्याच्या कमरेभोवती गुलाबी तार गुंडाळली होती तो त्या दीपगृहातून बाहेर पडला. त्या सुंदर बागेत आला आणि त्या सोन्याच्या चकाकत्या घड्याळाला अडखळून बागेत जमिनीवर पडला. थोड्यावेळाने त्या पिवळ्या गुलाबाच्या सुवासाने तो परत शुध्दीवर आला. तो आनंदाने उठून उभा राहिला आणि लाखो छोट्या छोट्या हिऱ्यांनी भरलेला एक वळणदार मार्ग पाहून

आश्चर्यचकित झाला. मग आपल्या त्या सुमो मित्राने तो मार्ग स्वीकारला आणि त्यानंतर आनंदात चिरंतन सुखात जगला.''

''शक्यता आहे'' मी म्हणालो.

''योगी रामनच्या जवळ ठळक कल्पना शक्ती होती मला मान्य आहे पण ह्या दंतकथेत एक हेतू आहे. त्या आचार पध्दती नुसत्याच दमदार नव्हत्या तर त्या जास्त प्रभावी आणि व्यवहारात आणण्याजोग्या होत्या.''

''खरंच'' मला ते निःसंशय पटले.

''प्रकाशमय जीवन जगण्यासाठी जडजवाहिरांनी भरलेला तो मार्ग तुला नेहमीच शेवटच्या गुणांची आठवण देईल. हे तत्त्व रोजच्या जीवनात आचरणात आणून तुझे जीवन मला शब्दात सांगता येणार नाही इतके समृध्द करता येईल. साध्या गोष्टीत तुला चमत्कार घडलेले दिसायला लागतील. तू अत्यानंदात मग्न होशील. हे ज्ञान मी दुसऱ्यांना शिकवेन आणि त्यांच्या आयुष्यातही सामान्य ते असामान्य असा बदल घडवेन असे तू मला वचन दिले आहेस.''

''मला हे सर्व शिकायला वेळ लागेल का ?''

''ही तत्त्वे समजायला अतिशय सोपी आहेत पण परिणामकारकरीत्या शिकण्यासाठी सततचा काही आठवड्यांचा सराव लागेल.''

''मी ते ऐकायला अगदी तडफडतो आहे.''

''मजेशीर गोष्ट म्हणजे हा सातवा घटक जीवनाबद्दल आहे. शिवानातल्या योग्यांचा असा विश्वास आहे की जर खरोखरचे आनंदी आणि समाधानी आयुष्य जगायचे असेल तर ते ''वर्तमानात जगा'' ह्या पध्दतीने येते. त्यांना हे माहीत आहे की भूतकाळ म्हणजे पुलाखालचे पाणी आणि भविष्यकाळ म्हणजे काल्पनिक क्षितिजावरचा सूर्य, सर्वात महत्त्वाचा क्षण म्हणजे वर्तमान. तो जगायला शीक आणि त्याची लज्जत घे.

''ज्युलियन तू काय म्हणतोस ते मला समजते आहे. मी तर माझे पुष्कळसे दिवस भूतकाळाबद्दल काळजी आणि विचार करण्यात घालवले आहेत. माझा भूतकाळाबद्दल व भविष्यात होणाऱ्या गोष्टींबद्दल काळजी करण्याचा स्वभाव बदलण्याचे माझ्याकडे सामर्थ्य नाही. माझ्या मनात कायम लाखो वेगवेगळे विचार येतात जे मला सर्व दिशेने खेचतात. निराशाजनक आहे हे सर्व.''

"का ?"

"मी खूप थकतो. मला असे वाटते की मला मनःशांती मिळत नसावी. तरीही पुष्कळ वेळा मी हे पाहिलेय की जे माझ्यासमोरचे काम आहे त्याने माझे मन व्यापून जाते. जेव्हा माझ्याकडे एखादी कायद्याची केस एका ठरावीक वेळात संपवायची असते त्यावेळी मला हातातल्या कामाशिवाय दुसरे काहीही सुचत नाही. अशा तऱ्हेची एकाग्रता मी माझ्या मुलांशी फुटबॉल खेळतांना येते, ज्याच्यात मला जिंकायचे असते तेव्हा मी जास्त लक्ष केंद्रित करतो. तासचे तास मिनिटात संपतात असे मला वाटते. त्या क्षणी मी जे करत असतो त्याव्यतिरिक्त मला दुसरे काहीच महत्त्वाचे वाटत नाही. त्यावेळी काळज्या, वकिली काम, बिले वगैरेंचा कसलाही विचार येत नाही आणि त्याच वेळेला मला अतिशय शांत वाटत असते."

"आत्मसमाधानासाठी आव्हानाचा पाठपुरावा करणे हाच एक खात्रीशीर मार्ग आहे. पण तरीही ह्यात महत्त्वाची गोष्ट अशी आहे की 'आनंद हा प्रवासात आहे, मुक्कामाला पोहोचण्यात नाही,' हे लक्षात ठेवले पाहिजे. 'आजच्या साठी जग' ह्यासारखे दुसरे काहीही नाही" ज्युलियन म्हणाला. त्याचे मऊसूत हात जुळले जसे काही तो आता जे काही बोलला ती प्रार्थनाच होती.

"योगी रामनच्या दंतकथेतील तो हिऱ्यांनी भरलेला मार्ग म्हणजे हेच तत्त्व आहे काय?" मी विचारले.

"हो" त्याने थोडक्यात उत्तर दिले "जसा त्या सुमो पैलवानाला आनंदाचा आणि सुखाचा मार्ग सापडला तसे ही अजरामर अमूल्य तत्त्वे समजून घेशील आणि त्या मार्गावर तू चालशील तर तुलाही तू ज्या आयुष्याची कामना करशील ते मिळेल. आयुष्यातला मोठ्या मोठ्या सुखाच्या मागे धावताना छोट्या सुखांकडे दुर्लक्ष करणे सोडून दे. आयुष्याची गती धिमी कर. सभोवताली असलेले सौंदर्य आणि पवित्रतेचा आस्वाद घे. तू ह्या सर्व गोष्टींचा ऋणी हो."

"याचा अर्थ मी भविष्यासाठी मोठमोठी ध्येय माझ्यापुढे ठेवणे बंद करून वर्तमानावर लक्ष केंद्रित करायचे का ?" मी

"नाही !" ज्युलियन ठामपणे म्हणाला, "भविष्याची ध्येय आणि स्वप्न हे यशस्वी जीवनासाठी महत्त्वाचे घटक आहेत. सकाळी उठण्यासाठी

ते तुला प्रेरणा देतात आणि दिव्सभराची स्फूर्ती देतात. ध्येय तुझ्या जीवनाला ऊर्जा देते. माझा सांगण्याचा हेतू एवढाच आहे की काहीतरी साध्य करण्यासाठी सुखाला पुढे ढकलू नकोस. तुझ्या चांगल्यासाठी आणि समाधानासाठी महत्त्वाच्या गोष्टी आहेत, त्या पुढे ढकलून कधीतरी करू म्हणून चाल ढकल करू नकोस. आजचाच दिवस आहे जो पूर्णतः जगण्यासाठी आहे. जेव्हा आपल्याला लॉटरी लागेल किंवा आपण सेवा निवृत्त होऊ तेव्हा चांगल्या तऱ्हेने जगू असा विचार करू नकोस. जगणे पुढे ढकलू नकोस.''

ज्युलियन उठला आणि येरझारा घालू लागला जसे काही एखादा वकील वादविवादातला शेवटचा मुद्दा स्पष्ट करतो आहे. ''आपल्या फर्मनी काही नवशिक्या वकिलांना कामावर घेतले की आपल्यावरचा कामाचा ताण कमी होईल, मग आपण आपल्या कुटुंबांवर जास्त प्रेम करू शकू. त्यांच्यासाठी जास्त काहीतरी करू शकू असा विचार करून मनाचे सांत्वन करू नकोस. तुझ्या बँकेतल्या खात्यात जास्त पैसे आले की आणि तुला जास्त वेळ मिळाला की तू मन, शरीर आणि आत्म्याची काळजी घेशील असा विचार करून स्वतःला मूर्ख बनवू नकोस. तुझ्या प्रयत्नांची फळे चाखण्यासाठी आजचा दिवस आहे. आजचा येईल तो क्षण घट्ट धरून ठेव. उच्च पातळीचे जीवन जग. आपल्या मनात स्वप्नांचे बी पेर, कुटुंबाची ही तुला मिळालेली देणगी कधीही विसरू नकोस.''

''कुटुंबांची देणगी म्हणजे तुला काय म्हणायचे आहे ते मला समजलेले नाही'' मी म्हणालो.

''तू तुझ्या मुलांचे बालपण जग !'' साधे उत्तर आले.

''हं ?'' चटकन लक्षात येणाऱ्या ह्या विरोधाभासाने मी गोंधळून गेलो.

''आपल्या मुलांच्या लहानपणामध्ये काही गोष्टी अतिशय अर्थपूर्ण असतात. आपल्या मुलाचे पहिले पाऊल पडताना जर आपण पाहिले नाही तर आपल्या यशाच्या पायऱ्या चढण्याला काय अर्थ आहे ? जर आपण घराला घरपण दिले नसेल तर मोठा बंगला आपल्या मालकीचा असून ही काय उपयोग आहे. जर आपली मुले त्यांच्या वडिलांना पूर्णपणे ओळखत नसतील तर देशाचा मोठा वकील म्हणवून घेण्यात काय अर्थ आहे?''

ज्युलियनचा आवाज भावनेनी ओथंबलेला होता. ‘‘मी जे काय बोलतो आहे त्याची मला पूर्ण कल्पना आहे.’’

त्याच्या शेवटच्या वाक्याने मी भुईसपाट झालो. मला फक्त ज्युलियन एक मोठा कायदेपंडित होता हेच फक्त माहीत होते, ज्याने अनेक श्रीमंतांना वाचवले होते. त्यांच्या फॅशनेबल सुंदर, मॉडेल्स बरोबर ठरलेल्या सांकेतिक भेटीत तो जेव्हढा नायक म्हणून प्रसिध्द झाला तेव्हढाच कोर्टात तो संभाषणकुशल नायक म्हणून प्रसिध्द होता. ह्या पूर्वाश्रमीच्या खुशालचेंडू लक्षाधीशाला पितृत्व म्हणजे काय हे काय माहीत ? रोजच्या माझ्या असंख्य अडचणींना तोंड देणे, एक वकील म्हणून, एक वडील म्हणून काय असते हे ह्याला काय कळणार ? ज्युलियनला हे माझ्या मनातले विचार ताबडतोब कळले. त्याला हे सहावे इंद्रिय होते.

‘‘मुले ह्या देणगीबद्दल मला थोडी फार माहिती आहे’’ ज्युलियन मृदू स्वरात म्हणाला.

‘‘पण मला तर तू वकिली सोडून देण्यापूर्वी ह्या शहरातला सर्वात योग्य अविवाहित तरुण आहेस असे वाटायचे.’’

‘‘तुला माहिती आहे ह्या भ्रामक धकाधकीच्या जीवनामध्ये गुरफटण्याआधी मी विवाहित होतो.’’

‘‘हो’’

एखादे गुपित एखादा लहान मुलगा जसा त्याच्या जवळच्या मित्राला सांगतांना थांबतो तसा तो थांबला. ‘‘तुला हे माहीत नसेल की मला एक छोटी मुलगी होती आणि माझ्या आयुष्यात मी पाहिलेल्यांपैकी ती सर्वात जास्त गोड लाघवी आणि नाजूक मुलगी होती. त्यावेळी मी अगदी तुझ्या सारखा ध्येयवादी, चिकित्सक आणि आशावादी होतो. एखाद्या माणसाला हवे असलेले सर्व काही माझ्याकडे होते. लोक म्हणत असत की माझे भविष्य उज्वल आहे. अतिशय लावण्यवती आणि देखणी बायको, एक गोड मुलगी. असे असताना सर्व काही एका क्षणार्धात माझ्यापासून हिरावले गेले.’’

ज्युलियनला परत भेटल्यापासून पहिल्यांदाच त्याचा चेहरा औदासिन्याने झाकोळून गेला. एक अश्रू त्याच्या डोळ्यातून त्याच्या गालावर ओघळला आणि त्याच्या तांबड्या झग्यावर पडला. माझ्या मित्राच्या ह्या

भावुक दर्शनाने मी निःशब्द झालो.

"ज्युलियन तू पुढे सांगू नकोस" मी त्याच्या खांद्यावर सहानुभूतीपूर्वक हात ठेवून त्याचे सांत्वन करत म्हणालो.

"मला सांगू दे जॉन ! माझ्या पूर्वायुष्यात मला भेटलेल्या लोकांमध्ये तू जास्त आश्वासक होतास. तुला पाहिले की मला माझे तारुण्य आठवते. आताही तू जास्त कामात गढलेला असतोस जर तू अशा पध्दतीने काम करत राहिलास तर तू अनर्थाकडे जाशील. जगात कितीतरी चमत्कार तुझी वाट पाहत आहेत. कितीतरी क्षण जपून ठेवण्यासारखे आहेत हे तुला सांगायला आणि दाखवायला मी परत आलो आहे."

"ऑक्टोबर महिन्यातल्या त्या दुपारी त्या दारुड्या ड्रायव्हरने फक्त माझ्या मुलीचा अमूल्य जीवच घेतला नाहीतर त्याने दोन जीव घेतले. माझ्या मुलीच्या मृत्यूनंतर माझे आयुष्यच विस्कटून गेले. माझ्या भंगलेल्या हृदयाच्या वेदनेवर उपाय म्हणून मी मूर्खासारखा खूप वेळ ऑफिसमध्ये घालवायला सुरुवात केली. घरी परतल्यावर मला तिच्या कितीतरी गोड आठवणी सतावतील म्हणून मी ऑफीसमध्येच सोफ्यावर झोपायला लागलो. जरी माझा व्यवसाय उत्तम चालत होता तरी माझे आतले जग विस्कटून गेले होते. माझी बायको जी माझी कॉलेज जीवनापासूनची सोबतीण होती ती माझ्या ह्या कामाच्या वेडापायी मला सोडून गेली जसे काही त्या म्हणीप्रमाणे उंटाची पाठ पेंढ्यांनी मोडायचे निमित्त झाले. माझे आरोग्याचे संतुलन बिघडले आणि माझ्या आयुष्याने कुप्रसिध्द नागमोडी वळण घेतले. पैशाने विकत घेण्यासारखे माझ्याकडे सर्व काही होते. पण मी त्यासाठी खरोखरीच स्वतःला पणाला लावले होते" ज्युलियनचा गळा दाटून आला.

"म्हणजे जेव्हा तू मला 'मुलांचे बालपण जग' असे म्हणत होतास, तेव्हा तू मला त्यांची वाढ होताना बघ असे सांगत होता तर."

"जेव्हा आम्ही तिला तिच्या प्रिय मैत्रिणीकडे वाढदिवसाच्या पार्टीसाठी सोडून आलो होतो त्याला आता सत्तावीस वर्षे झाली. तिचे फक्त हास्य ऐकण्यासाठी मी काहीही द्यायला तयार आहे. मला तिला उचलून कडेवर घ्यायला आणि तिचे सोनेरी केस कुरवाळायला आवडायचे. ती गेली तेव्हा माझ्या हृदयाचा एक तुकडाच तिच्या बरोबर घेऊन गेली आहे. आता जरी माझे आयुष्य असे स्फूर्तिदायक अर्थपूर्ण बनले असले आणि

आत्मनियंत्रणाचा प्रकाशमय जीवनाचा मार्ग मी स्वीकारला असला तरी जेव्हा मी एकांतवासात बसलेला असतो तेव्हा एकही दिवस असा जात नाही की माझ्या गोड मुलीचा चेहरा माझ्यापुढे येत नाही. तुझी मुले खूप चलाख आहेत जॉन. मुलांना सगळ्यात चांगली भेट देणे म्हणजे मुलांना तुमचे प्रेम देणे. त्यांची परत ओळख करून घे. तुझ्या व्यवसायातल्या क्षणभंगुर बक्षिसांपेक्षाही मुले तुला जास्त महत्त्वाची आहेत हे त्यांना दर्शवून दे. थोड्याच वर्षांत ते स्वतःचे आयुष्य घडवायला घराबाहेर पडतील आणि त्यांची स्वतःची कुटुंब असतील. त्यावेळी फार उशीर झालेला असेल. वेळ गेलेली असेल.''

ज्युलियनने माझ्या हृदयाची तार अचूक छेडली. मला अंदाज होता की माझ्या कामाच्या रगाड्यात कौटुंबिक बंधने हळूहळू ढिली पडत चालली होती. पण ह्या विझत चाललेल्या अग्नीचे निखारे पूर्ण विझण्याअगोदर आपली सामर्थ्य दाखवतात त्याप्रमाणे हळूहळू सर्व विनाशाकडे चालले होते. मला माहीत आहे की मुलांनी मला तसे सांगितले नसले तरीही त्यांना माझी गरज आहे.

ज्युलियनकडून मला हे सर्व ऐकायचे होते. वेळ हातातून निसटून चालली होती. मुलांची वाढ झपाट्याने होत होती. माझा मुलगा अँडी आणि मी केव्हा मासे पकडण्यासाठी शेवटचे गेलो होतो तेही मला आठवत नाही. त्याच्या आजोबांना खूप आवडायचे मासे पकडणे. आम्ही दर आठवड्याच्या सुटीत जायचो. आता हा वेळकाढू छंद फक्त आठवणीतच राहिला आहे.

ह्या गोष्टीचा जितका मी जास्त विचार करायला लागलो तितका तो माझ्या मनाला तो जास्त लागला. पियानोचे कार्यक्रम, नाताळचे कार्यक्रम, क्रीडामंडळाचे कार्यक्रम ह्या सर्व कार्यक्रमांची माझ्या व्यावसायिक प्रगतीमुळे पीछेहाट झाली.

'मी काय करतोय ?' मी आश्चर्य करत म्हणालो. ज्युलियनने वर्णन केल्याप्रमाणे मी घसरगुंडीच्या उतारावरून खाली सरकतोय. तिथल्या तिथे मी स्वतःला बदलायचे ठरवले.

''सुख मिळवणे हा एक प्रवास आहे'' ज्युलियन भावनेच्या भरात उत्तेजित झाला होता. ''तू जो मार्ग निवडायचा आहे तो निवड. शेवटी तुला त्या हिरे असलेल्या मार्गावरून जायचे आहे की त्या इंद्रधनुष्याच्या

शेवटी सोन्याच्या, चटकन निसटून जाणाऱ्या आणि शेवटी रिकाम्या असणाऱ्या हंड्याच्या मागे जायचे आहे आणि दररोजची धावपळ करायची आहे? दररोजचा प्रत्येक क्षण तू आनंदात घालव. कारण तुझ्याकडे फक्त 'आज' आहे.''

''वर्तमानात कसे जगायचे ते एखाद्याला शिकता येईल?''

''हो तर. आनंदात जगायचे कसे हे तुम्ही स्वतःला शिकवू शकता आणि सध्याची परिस्थिती कशीही असली तरी आपल्या रोजच्या जीवनातले हे रत्न तुम्ही तुमच्या अस्तित्वाने भरू शकता.''

''पण हा जरा अवास्तव आशावाद आहे. समजा एखाद्याला धंद्यामध्ये खूप नुकसान झाले आणि त्याच्याकडे असलेले सर्वस्व गेले तर तो नुसते आर्थिकरित्याच नाही तर मानसिकरित्यासुध्दा तो कोलमडून जातो.''

''तुमच्या बँकेतल्या खात्याचे आकारमान किंवा तुमच्या घराचे आकारमान ह्यावर तुमचा आनंद आणि सुख अवलंबून नसते. हे जग दुःखी लक्षाधीशांनी भरलेले आहे. ज्या शिवानातल्या साधूंना मी भेटलो त्यांच्या खात्यात खूप मोठी रक्कम असेल असे तुला वाटते का? किंवा दक्षिण फ्रान्समध्ये त्यांची घर असतील असे तुला वाटते का?'' ज्युलियन खट्याळपणे म्हणाला.

''मला तुझा मुद्दा पटला !''

''खूप पैसा मिळवणे आणि खूप आयुष्य मिळवणे ह्यात मोठा फरक आहे. तू रोज पाच मिनिटे फक्त कृतज्ञतेची पध्दत अवगत करून घे. मग इतके दिवस तू शोधत होतास ती समृध्दता तुला अनुभवास येईल. ज्या माणसाचे तू आता उदाहरण दिलेस त्याही माणसाकडे कृतज्ञ राहण्यासाठी पुष्कळशा गोष्टी आहेत. ह्या बिकट परिस्थितीत आर्थिक नुकसान झाले असले तरी त्याला विचार त्याच्याकडे अजून त्याचे आरोग्य आहे, त्याचे प्रेमळ कुटुंब आहे. समाजात त्याचा चांगला नावलौकिक आहे. त्याला विचार ह्या बिकट परिस्थितीत त्याच्या डोक्यावर कमीत कमी छप्पर तर आहे, ह्या मोठ्या देशाचे नागरिकत्व तर आहे. कदाचित अफाट कष्ट करण्याची ताकद आणि मोठे स्वप्न बघण्याची क्षमता याशिवाय त्याच्याकडे दुसरे काहीच नसेल पण ह्याच त्याच्या मौल्यवान ठेवी आहेत त्याबद्दल त्याने

कृतज्ञ राहिले पाहिजे. खरंतर आपल्या खिडकीच्या चौकटीत बसून चिवचिव करणारा पक्षी सुध्दा आपल्याला उन्हाळ्याची आठवण करून देतो ही सुध्दा एका रसिक माणसाला देणगी वाटते. लक्षात ठेव जॉन, आपण जे मागितले ते जीवन आपल्याला नेहमीच देत नसते, पण ते नेहमीच आपल्याला ज्याची गरज आहे ते देत असते.''

''म्हणजे माझ्याकडे असलेल्या सर्व गोष्टींसाठी मग त्या ऐहिक असो किंवा आध्यात्मिक असो, मी कृतज्ञ राहिलो तर मी वर्तमानात जगण्याचा सराव करून ती सवय वाढवू शकतो?''

''हो ही चांगल्या तऱ्हेने जगण्याची अतिशय परिणामकारक पध्दत आहे. जेव्हा तुम्ही वर्तमानातला हा क्षण जपून ठेवाल तेव्हा तुमच्या जीवनातली ठिणगी तुम्ही प्रज्वलित कराल. ती तुमचे विधिलिखित बनण्यास मदत करते.''

''विधिलिखित बनण्यास मदत करते म्हणजे ?''

''मी आधी सांगितल्याप्रमाणे आपल्या सर्वांमध्ये काहीतरी कलागुण आहेत. ह्या पृथ्वीवरचा प्रत्येक माणसाला हे अलौकिक कौशल्य असते.''

''मी ज्यांच्याबरोबर काम करतो त्यातले काही वकील तुला माहीत नाहीत.'' मी उपरोधिकपणे म्हणालो.

''प्रत्येकजण माहिती आहे'' ज्युलियन जोरदारपणे म्हणाला ''आपल्या प्रत्येकात आपल्याला जे करायचे आहे ते सर्व कलागुण आहेत. जेव्हा तुम्ही तुमच्या जीवनातला हेतू शोधाल आणि आपली सर्व ऊर्जा तिकडे वळवाल तेव्हा तुमची बुध्दिमत्ता चमकेल व जीवनात आनंद येईल. एकदा का तुमच्या जीवित कार्याला तुम्ही स्वतःला वाहून घेतले की मग ते चांगले शिक्षक बनणे असो किंवा कलाकार बनणे असो तुमच्या सर्व इच्छा अगदी विनासायास पूर्ण होतील. तुम्हाला प्रयत्न करावे लागणार नाहीत. खरं सांगायचे तर जितका जास्त तुम्ही प्रयत्न कराल तितका तुमच्या ध्येयाकडे जायला तुम्हाला वेळ लागेल. फक्त तुमच्या स्वप्नपूर्तीच्या मार्गावर चला, आपल्या नशिबाच्या औदार्यावर आशा ठेवून वाटचाल करा. ही पध्दत तुम्हाला तुमच्या मुक्कामाकडे नेईल ह्यालाच मी विधिलिखित बनवणे म्हणतो.''

''जेव्हा मी लहान मुलगा होतो तेव्हा माझ्या वडिलांनी मला एक

परीकथा वाचून दाखविली होती. 'पीटर आणि जादूची दोरी' पीटर हा एक उत्साही लहान मुलगा होता. त्याचे आईवडील, त्याचे शिक्षक आणि त्याचे मित्र सर्वजण त्याच्यावर खूप प्रेम करायचे. पण त्याच्यात एक कमतरता होती.''

''ती कोणती?''

''पीटर कधीही वर्तमानात जगू शकत नव्हता. जीवनाच्या कार्यपध्दतीचा आनंद उपभोगायला तो शिकला नव्हता. जेव्हा तो शाळेत असायचा तेव्हा तो बाहेर मैदानात खेळायची स्वप्नं बघायचा, जेव्हा तो मैदानात खेळत असायचा तेव्हा तो उन्हाळ्याच्या सुट्यांची स्वप्नं बघायचा. पीटर कायम स्वप्नं बघायचा आणि कधीच वर्तमानातले क्षण जगायचा नाही. एके दिवशी सकाळी पीटर जेव्हा त्याच्या घराजवळच्या जंगलात फिरत होता, तेव्हा फिरता फिरता तो थकला. तिथे झाडाखाली थोडी विश्रांती घ्यायची त्याने ठरवले आणि तिथे तो बसला. शेवटी डुलक्या घ्यायला लागला. काही मिनिटातच तो गाढ झोपला. आपल्याला कुणीतरी बोलावते आहे असे त्याला ऐकू आले. पीटर! पीटर! असा आवाज आला. जेव्हा त्याने डोळे उघडले तेव्हा एक लक्षवेधक स्त्री त्याच्यासमोर उभी राहिलेली पाहून त्याला फारच आश्चर्य वाटले. ती स्त्री वयाची शंभरी पार केलेली होती. तिचे पांढरे केस एखाद्या घोंगडीसारखे तिच्या खांद्यांवर रुळत होते. त्या स्त्रीच्या सुरकुतलेल्या हातात एक जादूचा चेंडू होता ज्याला मध्यभागी एक भोक होते व त्यातून एक सोनेरी दोरी बाहेर लटकत होती.''

''पीटर'' ती म्हणाली ''ही तुझ्या आयुष्याची दोरी आहे. ती थोडीशी ओढलीस तर एक तास काही सेकंदात निघून जातील. जास्त ओढलीस तर काही दिवस सुध्दा काही मिनिटात निघून जातील. आणि तू तुझ्या सर्व शक्तिनिशी ही दोरी ओढलीस तर काही महिने, कदाचित वर्षेसुध्दा काही दिवसात संपतील'' पीटरला ह्या गोष्टीची खूप गंमत वाटली. मला हे पाहिलेच पाहिजे. ''मी हे घेऊ शकतो का?'' त्याने विचारले. त्या स्त्रीने तो चेंडू आणि जादूची सोनेरी दोरी त्याला दिली.

''दुसऱ्या दिवशी जेव्हा पीटर वर्गात बसला होता तेव्हा त्याला अस्वस्थ वाटायला लागले. त्याला लगेच त्या नवीन खेळण्याची आठवण झाली. त्याने ती दोरी थोडीशी ओढली आणि त्यांनी स्वतःला घराजवळच्या

बागेत खेळत असलेले पाहिले. त्याच्या नवीन खेळण्याच्या सोनेरी दोरीच्या जादूत किती शक्ती आहे हे त्याने पाहिले आणि स्वतःच्या शाळकरी मुलगा असण्याला तो लवकरच कंटाळला. त्याला तरुण व्हायची इच्छा झाली आणि तारुण्याची मजा आठवली. त्याने दोरी जोरात ओढली.''

''एकदम तो तरुण मुलगा झाला आणि ऐलीस नावाची त्याची एक मैत्रीणही त्याच्या बाजूला होती. पण तरीही पीटर समाधानी नव्हता. तो कधी त्या क्षणाचा आनंद उपभोगायला शिकलाच नव्हता, किंवा जीवनाच्या प्रत्येक अवस्थेचा आनंद घ्यायला तो शिकलाच नव्हता. मग त्यापेक्षा त्याने प्रौढ व्हायचे स्वप्न बघितले आणि त्याने परत दोरी ओढली आणि काही क्षणातच कित्येक वर्षे निघून गेली. त्याचे एका मध्यमवयीन माणसात रूपांतर झाले. एलीस आता त्याची बायको होती आणि त्याला मुलेही झाली होती. पीटरने हे ही पाहिले की एकेकाळी काळे कुळकुळीत असलेले त्याचे केस थोडेसे पांढरे दिसत होते आणि त्याची एके काळी तरुण असलेली आई म्हातारी आणि अशक्त झाली होती. तरीही पिटरला तो क्षणही जगायचा नव्हता. वर्तमानात जगणे त्याने कधीच शिकलेच नव्हते. त्याने परत ती दोरी ओढली आणि काय बदल घडतात ते पाहत राहिला.''

''पीटर आता नव्वद वर्षाचा म्हातारा माणूस झाला होता. त्याचे दाट काळे केस पूर्ण पांढरे झाले होते. एके काळची त्याची सुंदर बायको एलीस आता म्हातारी होऊन काही वर्षापूर्वीच वारली होती. मुले मोठी होऊन आपापले आयुष्य जगण्यासाठी दूर निघून गेली होती. आयुष्यात पहिल्यांदा त्याला आपण जगण्यातला आनंद उपभोगलाच नाही ह्याची जाणीव झाली. मुलांबरोबर आपण मासे पकडायला गेलो नाही, एलीस बरोबर चांदण्या रात्री फिरलो नाही. घराभोवती फुलबाग लावली नाही किंवा आपल्या आईने सांगितलेली पुस्तकेही वाचली नाही. ह्याउलट सगळे आयुष्य धावपळीत आपल्या मार्गात काहीतरी चांगले आहे ते पाहायलाही न थांबता निघून गेले.''

''पीटरला फार वाईट वाटले. ज्या जंगलात तो लहानपणी जायचा त्या जंगलात त्याने जायचे ठरवले. जंगलात गेल्यावर त्याने पाहिले की जी छोटीशी झाडे होती त्याचे आता डेरेदार वृक्ष झाले आहेत. जंगल आता एकदम निसर्गाचे एक रम्य ठिकाण झाले होते. तिथे गवतावर तो पहुडला

आणि त्याला गाढ झोप लागली. एका मिनिटातच त्याला कोणीतरी बोलावत होते पीटर ! पीटर! त्याने आश्चर्याने वर पाहिले तर दुसरे तिसरे कोणी नसून ती वृध्द स्त्री होती जिने त्याला खूप वर्षापूर्वी चेंडू आणि जादूची दोरी दिली होती.''

''तुला मी दिलेली भेट आवडली? '' तिने विचारले.

''पीटरने तात्काळ उत्तर दिले ''सुरुवातीला मला त्याची फार गंमत वाटली. पण मी आता त्याचा तिरस्कार करतो. माझे संपूर्ण आयुष्य माझ्या डोळ्यादेखत मला उपभोगायची एकही संधी न देता निघून गेले. त्यामध्ये दुःखही असेल आणि आनंदही असेल पण मी ते अनुभवलेच नाही. मला आतून पोकळी जाणवते आहे. जीवन जगण्याची संधी मी सोडली.''

''तू फारच कृतघ्न आहेस'' ती वृध्द स्त्री म्हणाली. ''तरीही मी तुला अजून एक शेवटचा वर देते.''

पीटरने थोडावेळ विचार केला आणि घाईघाईने म्हणाला, ''मला परत शाळकरी मुलगा व्हावेसे वाटते आहे आणि माझे आयुष्य मला परत जगावेसे वाटते आहे'' तो परत गाढ झोपी गेला.

परत त्याला कुणीतरी हाक मारल्याचा आवाज आला. त्याला आश्चर्य वाटले ''ह्या वेळी काय असेल?'' त्याने डोळे उघडले आणि त्याला त्याची आई डोळ्यापुढे दिसली. त्याला खूप आनंद झाला. त्याची आई तरुण, निरोगी आणि उत्साहवर्धक दिसत होती. पीटर समजला की त्या जंगलातल्या वृध्द स्त्रीने खरोखरीच त्याला वर दिला होता आणि त्याचे पूर्वीचे आयुष्य त्याला परत मिळाले होते.''

''पीटर लवकर कर. तू फारच झोपा काढतोस बाबा. तुला शाळेला उशीर होईल. आता जर तू एका मिनिटात उठला नाहीस तर बघ'' आई रागावली. पीटर मग अंथरुणातून बाहेर पडला. त्या सकाळी त्याने जशी आशा केली होती तसे आयुष्य जगायला सुरुवात केली. पीटरने आनंदात जगायला सुरुवात केली आणि त्याने भविष्यासाठी वर्तमानाचा त्याग करणे सोडून दिले. आला तो क्षण अनुभवायला सुरुवात केली तेव्हापासून तो वर्तमानात जगायला लागला.''

''अद्‌भुत गोष्ट आहे'' मी म्हणालो.

''पण जॉन दुर्दैवाने ''पीटर आणि जादूची दोरी'' ही एक कथा

आहे, परीकथा ! आपल्या वास्तविक जीवनात आपल्याला परिपूर्ण आयुष्य आनंदाने जगण्याची दुसऱ्यांदा संधी कधीच मिळत नाही. जास्त उशीर होण्याआधी आज तुला जगण्याची संधी मिळते आहे. वाळूचे कण जसे आपल्या बोटातून निसटून जातात तसा वेळ सुध्दा निसटून जातो. तुझ्या आयुष्याचा आजचा क्षण निर्णयाचा क्षण असू दे. एकदाच निर्णय घे आणि काय महत्त्वाचे आहे त्यावर लक्ष केंद्रित कर. तुझे आयुष्य अर्थपूर्ण होण्यासाठी जे महत्त्वाचे आहे त्यावर निर्णय घे. तुझ्या जीवनातल्या खास क्षणांचा आदर कर आणि त्याच्यातल्या सामर्थ्याचा उपभोग घे. तुला ज्या गोष्टी कराव्याशा वाटत होत्या त्या कर. एखाद्या डोंगरावर ज्याच्यावर तुला नेहमी चढावे असे वाटत होते त्यावर चढ. तुतारी वाजवायला शिकायची असल्यास शीक. पावसात भीज किंवा नवीन उद्योगधंदा सुरू कर. संगीतावर प्रेम करायला शीक. एखादी नवीन भाषा शीक किंवा तुझ्या लहानपणाच्या आनंदाचा परत उपभोग घे. काहीतरी साध्य करण्याच्या नादात सुख मिळवण्यास चालढकल करू नकोस. त्यापेक्षा त्याच्या प्रक्रियेचा आस्वाद घे. तुझ्यात नवचैतन्य निर्माण कर. स्वतःची काळजी घ्यायला सुरुवात कर. निर्वाणाचा हाच मार्ग आहे.''

''निर्वाण?''

''शिवानातल्या योग्यांचे म्हणणे आहे की प्रत्येक ज्ञानी माणसाच्या आत्म्याचा शेवटचा मुक्काम निर्वाण असतो. ही जागा असण्यापेक्षाही ही स्थिती किंवा अवस्था आहे असे साधूंचे म्हणणे आहे. निर्वाण हे सर्व ज्ञात गोष्टींच्या पलीकडे आहे. निर्वाणामध्ये काहीही शक्य होते. तिथे वेदना नाहीत. जीवनाची लय तिथे अतिशय योग्य रीतीने सांभाळली जाते. निर्वाणात गेल्यावर त्यांना पृथ्वीवरच्या स्वर्गात गेल्यासारखे वाटते हेच त्यांच्या आयुष्याचे अंतिम ध्येय आहे.'' ज्युलियनचा चेहरा शांत होता आणि एखाद्या देवदूतासारखा चमकत होता.

''आपण सर्व इथे एका विशिष्ट उद्दिष्टासाठी आहोत'' ज्युलियन भविष्य सांगितल्याप्रमाणे म्हणाला. ''तुझे उद्दिष्ट नक्की काय आहे आणि दुसऱ्यांना ह्यातून तू काय देऊ शकतोस ह्यावर चिंतन कर. सामाजिक बंधनांचा कैदी होऊ नकोस. आज तुझ्या जीवनातली ज्ञानाची ज्योत पेटव. ती खूप जास्त तेजाने उजळू दे. जी आचारपध्दती मी तुला सांगितली ती

आचरणात आणायला सुरुवात कर. जितक्या गोष्टी आचरणात आणता येतील तितक्या आण. अशी एक वेळ येईल की तुला सुध्दा ह्या सर्वांची फळे चाखायला मिळतील व तू पण निर्वाणात जाशील.''

''मला कसे कळेल की ही प्रकाशमय जीवनाची अवस्था आहे ते?''

''निर्वाणाच्या प्रवेशाजवळ आलास की तुला छोट्या छोट्या खुणा दिसतील. तुझ्या अवतीभवती असलेल्या प्रत्येक गोष्टींमध्ये तुला पावित्र्य दिसेल. चंद्रकिरणाची दैवीशक्ती, उन्हाळ्यातले निळेशार आकाश, बहरलेल्या फुलांचा सुगंध किंवा एखाद्या खट्याळ मुलाचे निरागस हास्य या सर्वांमध्ये तुला पावित्र्य दिसेल.''

''ज्युलियन मी तुला वचन देतो की तू माझ्याबरोबर जो वेळ घालवला आहेस तो वाया जाणार नाही. शिवानातल्या योग्यांचे जे ज्ञान आहे किंवा जी तत्त्वे आहेत त्याला मी वाहून घेईन. मी जे काय तुझ्यापाशी शिकलो आहे ते सर्व दुसऱ्यांना शिकवायचे वचन मी तुला देतो. मी हे अगदी मनापासून बोलतो आहे, मी तुला शब्द देतो.'' मी प्रामाणिकपणे आणि भावनेने ओथंबलेल्या आवाजात म्हटले.

''तुझ्या भोवताली असलेल्या सगळ्यांपर्यंत हा शिवानातल्या साधूंचा वारसा पसरव. लवकरच दुसऱ्यांनाही ह्या ज्ञानाचा फायदा होईल आणि त्यांचे आयुष्य सुधारेल जसे तू तुझे आयुष्य सुधरवशील आणि लक्षात ठेव ह्या प्रवासाचा आनंद घ्यायचा हा मार्ग ह्याच्या शेवटासारखा उत्तम आहे.''

मी ज्युलियनला पुढे बोलू दिले ''योगी रामन हे उत्तम कथा सांगायचे पण त्यांच्या सगळ्या कथांपेक्षा एक कथा फारच उत्तम आहे. मी तुला ती सांगू का?''

''अर्थात सांग.''

''प्राचीन काळी भारतातल्या एका महाराजाला त्याच्या बायकोच्या प्रेमाखातर एक सुंदर प्रतीक बांधायचे होते. त्याला असे प्रतीक बांधायचे होते जे जगात कधीही कुणीही पाहिले नव्हते, एक सुंदर प्रतीक जे चंद्रप्रकाशात लुकलुकत राहील, शतकानुशतके लोक त्याची स्तुती करतील. म्हणून दररोज रणरणत्या उन्हात दगडावर दगड ठेवून कारागिरांनी अतोनात

कष्ट केले. प्रत्येक दिवसागणिक ते प्रतीक जास्त स्पष्ट दिसायला लागले. अगदी एखाद्या स्मारकासारखे. निरभ्र आकाशात एखाद्या दीपस्तंभासारखे ते दिसायचे. तो एक संगमरवरी महाल बावीस वर्षांच्या मेहनतीने तयार झाला. मी कशाबद्दल बोलतो आहे लक्षात आले?''

''मला काही कल्पना नाही.''

''ताजमहाल ! जगातले सातवे आश्चर्य'' ज्युलियनने उत्तर दिले. ''माझा सांगायचा मुद्दा अगदी सरळ आहे. या ग्रहावरचा प्रत्येक माणूस हा एक आश्चर्य आहे. प्रत्येकजण कुठल्या ना कुठल्या तरी बाबतीत नायक आहे. प्रत्येकात असामान्यत्व, आनंद आणि चिरंतन सुख साध्य करता येण्याची क्षमता आहे फक्त आपल्या ध्येयाकडे, स्वप्नांकडे जाण्याच्या छोट्या छोट्या पायऱ्या त्या दिशेने ओलांडायच्या. ताजमहालाप्रमाणे आपले पण आयुष्य आश्चर्याने दिवसागणिक ओसंडून वाहत जात असते. दगडावर दगड किंवा विटेवर वीट ठेवून ते बांधायचे असते. छोट्या छोट्या यशातून मोठे यश मिळत जाते. छोटे छोटे बदल आणि सुधारणा ज्या मी सुचविल्या त्यातून सकारात्मक सवयी निर्माण होतील. ह्या सकारात्मक सवयी चांगले परिणाम साधतील. परिणामातून वैयक्तिक बदलासाठी प्रेरणा मिळेल. प्रत्येक दिवस तुझा शेवटचा दिवस असल्यासारखा जग. जास्त शीक. जास्त हास आणि तुला खरोखरीच जे करायला आवडते तेच कर. विधिलिखित अटळ आहे. जे मागे घडले आहे व पुढे घडणार आहे यापेक्षा तुझ्यात जे आहे त्याच्याशी तुलना केली तर ह्या कमी महत्त्वाच्या गोष्टी आहेत.''

काहीही न बोलता ज्युलियन मॅन्टल, पूर्वीचा एक अब्जाधीश वकील आणि आत्ताचा एक ज्ञानी योगिराज उठला. स्वतःच्या भावासारखे जो त्याला कधीच नव्हता त्याने मला अलिंगन दिले आणि बाहेरच्या रणरणत्या उन्हात माझ्या घरातून तो बाहेर पडला. मी एकटाच बसून विचार करीत होतो. ह्या असामान्य साधूच्या इथल्या अस्तित्वाची एकच खूण माझ्या पुढ्यात टेबलावर होती. ती म्हणजे त्याचा चहाचा रिकामा कप.

प्रकरण तेरावे

सारांश	-	ज्युलियनचे चातुर्य
प्रतीक	-	
सदाचार	-	वर्तमानात जगा
चातुर्य	-	वर्तमानात जगा, वर्तमानाच्या देणगीची लज्जत चाखा. काहीतरी साध्य करण्यासाठी सुखाचा त्याग करू नका. जीवन प्रवासाचा आनंद लुटा आणि प्रत्येक दिवस आपला शेवटचा आहे असे समजून जगा.
प्रात्यक्षिक	-	तुमच्या मुलांचे बालपण जगा. ऋणी राहण्याचा सराव. तुमचे विधिलिखित बनवा.
महत्त्वाचा उतारा	-	आपण सर्व काही विशिष्ट कार्यासाठी इथे आहोत. भूतकाळाचा कैदी होऊ नका, तर भविष्याचा शिल्पकार व्हा.

द मॉक हु सोल्ड हीज फेरारीला मिळालेले काही स्तुतीपर शेरे

"द माँक हु सोल्ड हीज फेरारी ही एक संपत्ती आहे. यशस्वी जीवनासाठी आणि आनंदासाठी एक उत्कृष्ट अभिरुची असलेले प्रभावी सूत्र. रॉबीन एस्. शर्मांनी प्राचीन ज्ञानाचे भांडार एकत्रित करून आजकालच्या प्रक्षुब्ध वेळेत उपयोगी पडण्याकरिता ह्यात बंदिस्त केले आहे. मी पुस्तक पूर्ण होईपर्यंत खाली ठेवूच शकलो नाही."

ज्यो टाय, नेव्हर फियर, नेव्हर क्वीट चे लेखक

"एक अतिशय उत्कृष्ट पुस्तक ! रॉबीन एस्. शर्मा हे दुसरे मॅन्डीनो."

डॉटी वॉल्टर्स, स्पीक ॲन्ड ग्रो रिच चे लेखक

"स्वत:च्या उपयोगी पडेल असा नवा मार्ग आणि व्यवहारात आणण्यायोग्य सल्ला."

द लिबरल

"एक उत्तम कथा आणि जीवन समृद्ध करतील असे धडे."

केन वेगोटस्की, द अलटीमेट पावर चे लेखक

"आपली स्वप्नपूर्ती करण्यासाठी अंतरंगाच्या यथार्थ ज्ञानांनी भरलेले एक उत्तम पुस्तक. वाचनीय."

जस्टीन आणि मायकल टॉम्स्, न्यु डायमेन्शन्स् रेडीयोचे सहसंस्थापक
आणि ट्रु वर्क : द सॅक्रेड डायमेन्शन्स् ऑफ अर्निंग ए लिव्हींग चे सहलेखक

"रॉबीन शर्मांनी उत्तम साधने एका मनोरंजक कथेत घालून जीवनाच्या सोप्या तत्त्वज्ञानात रूपांतरित केले आहेत. एक आनंदमयी पुस्तक तुमचे जीवन बदलून टाकेल."

एलायन सेंट जेम्स्, सिम्प्लीफाय युवर लाइफ
ॲन्ड इन्नर सिम्प्लीसीटीचे लेखक

"वैयक्तिक सुधारणा, वैयक्तिक आनंद, परिणामकारकता हे सर्व मौज, आकर्षकता, साहस ह्या रूपात दिले आहेत. प्रत्येकाचे आयुष्य सुधारेल आणि परिपूर्ण होईल असे ज्ञानाचे भांडार ह्या पुस्तकात आहे."

'ब्रायन ट्रेसी, मॅक्झीमम अचीव्हमेंटचे लेखक

"रॉबीन शर्मांनी एक महत्त्वाचा संदेश आपल्या सर्वांना दिला आहे. ज्याने आपले आयुष्य बदलणार आहे. आजकालच्या धकाधकीच्या जीवनात परिपूर्णता आणण्यासाठी त्यांनी हे एकमेवाद्वितीय पुस्तक लिहिले आहे."

स्कॉट डीगार्मो, सक्सेस मॅगझीनचे भूतपूर्व प्रकाशक

"एक मनाची पकड घेणारी कथा जी आपल्याला शिकवते व आनंदही देते."

पॉलो कोयलो, द अल्केमीस्टचे लेखक

प्रकाशमय जीवनाचे सात अमूल्य घटक

१	तुमच्या मनाचे मालक व्हा		अद्‌भुतरम्य बाग
२	ध्येयपूर्ती		दीपगृह
३	कैझनचा सराव		सुमो पैलवान
४	नियमांचे पालन		गुलाबी तार
५	तुमच्या वेळेचा आदर करा		सोन्याचे घड्याळ
६	दुसऱ्यांची निःस्वार्थी सेवा करा		गुलाबांचा सुगंध
७	वर्तमानात जगा		रत्नजडित मार्ग

लेखकासंबंधी

मानवहितवादासंबधी चिंतन करणारे विश्वसाहित्यातील एक आदरणीय नाव : रॉबीन शर्मा! उच्चतम नेतृत्त्वशीलता आणि वैयक्तिक आशावाद यासह तरुणांना, त्यांच्या उज्वल भविष्यासाठी नेमकी दिशा व दृष्टी देणारे रॉबीन शर्मा विशेषत्त्वाने जगप्रसिद्ध आहेत.

विश्वविख्यात अब्जाधीश, व्यावसायिक सुपरस्टार खेळाडू, संगीतकार-कलावंत तसेच *फॉर्च्युन* सह जवळजवळ १०० कंपन्यांना आणि तेथील सीईओ-अधिकारी वर्गाला सखोल मार्गदर्शन करणाऱ्या रॉबीन शर्माचे नेतृत्त्व जगातील अनेकांनी स्वच्छेने व आनंदाने स्वीकारलेले आहे.

ज्या संस्था-कंपन्यांनी रॉबीन शर्माची विचारसरणी, दिशा व दृष्टी अवलंबली, त्या कर्मचारी-कामगारांच्या वैयक्तिक तसेच व्यावसायिक जीवनात कमालीची समृद्धी व स्वतंत्रता आली. आता हेच लोक कुठल्याही पदाशिवाय आपले नेतृत्त्व निभावत असून, ते आपल्या कंपनीला वा संस्थेला अधिकाधिक वैभवशील बनवत आहेत. *नासा, मायक्रोसॉफ्ट, नायके, फेडेक्स, येल युनिव्हर्सिटी, आयबीएम वॅटसन आणि यंग प्रेसिडेंट ऑर्गनायझेशन* या जगप्रसिद्ध कंपन्यातील सीईओ व इतर अधिकारी वर्ग रॉबीन शर्मांच्या मार्गदर्शनाचा नेहमीच लाभ घेतात.

इतकेच नव्हे तर रॉबीन शर्मा हे जगातील एक उत्तम प्रभावशाली वक्ते आहेत. तुमच्या पुढल्या सभेसाठी वा कॉन्फरन्ससाठी तुम्ही रॉबीन शर्मांना आमंत्रित करू शकता! त्यांना आमंत्रित करण्यासाठी आमच्या robinsharma.com/speaking ला भेट द्या!

रॉबीन शर्मांची *द मंक हू सोल्ड हिज फेरारी, द् ग्रेटनेस गाईड* आणि *द् लीडर हू हॅड ना टायटल* अशी एक ना अनेक बेस्टसेलर पुस्तके ९२ भाषांतून आज जगभर वाचली व गौरवली ज़ात आहेत. आज रॉबीन शर्मा हे नाव संपूर्ण जगभरातील व्यवस्थापकीय क्षेत्रात शिखरावर आहे.

अधिक माहितीसाठी robinsharma.com
ला जरूर भेट द्या!

स्वत:ला अधिकाधिक उन्नत करण्यासाठी रॉबन शर्मा यांच्या जगभर पसरलेल्या बेस्टसेलर्स पुस्तकांचे वाचन करा.

जो विचार सर्वात कलात्मक आणि यशस्वी असतो आणि जो आपल्याला एका मोठ्या विचारवैभवांकडे नेतो, तो वस्तूतः बहुतेक प्रत्येकाजवळच सुप्तावस्थेत असतो. यातही आपल्या हातात जे काही पडेल, त्याचे वाचन करण्याची आपली सहज प्रवृत्ती असते.

तुम्ही पर्वताच्या शिखरावर असा वा तुम्ही पर्वत चढायला नुकताच प्रारंभ केला असेल, तुमच्यापैकी प्रत्येकानी भरीव व समृद्ध जीवनाशयवादी पुस्तके वाचण्याची सवय स्वत:ला लावून घेतली पाहिजे. आम्ही रॉबीन शर्मांच्या आंतरराष्ट्रीय स्तरावर गाजलेल्या पुस्तकांची यादी पुढे देत आहोत. ती तुम्हाला तुमच्या जीवनवैभवी प्रवासास निश्चितच सहाय्यभूत ठरतील!

[ ] The 5 AM Club
[ ] The Monk Who Sold His Ferrari
[ ] The Greatness Guide
[ ] The Greatness Guide, Book 2
[ ] The Leader Who Had No Title
[ ] Who Will Cry When You Die?
[ ] Leadership Wisdom from The Monk Who Sold His Ferrari
[ ] Family Wisdom from The Monk Who Sold His Ferrari
[ ] Discover Your Destiny with The Monk Who Sold His Ferrari
[ ] The Secret Letters of The Monk Who Sold His Ferrari
[ ] The Mastery Manual
[ ] The Little Black Book for Stunning Success
[ ] The Saint, the Surfer, and the CEO

१९४६ मध्ये स्थापित जयको पब्लिशिंग हाऊस हे जगपरिवर्तन करण्याची क्षमता असणाऱ्या लेखकांचे जणू माहेरघरच आहे. लेखक जसे - रॉबिन शर्मा, सद्‌गुरू, ओशो, दलाई लामा, दीपक चोप्रा, एकनाथ इस्वरन, परमहंस योगानंद, देवदत्त पटनायक, राधाकृष्णन पिल्लई, मॉर्गन हौसेल, नेपोलियन हिल, जॉन मॅक्सवेल, ब्रायन ट्रेसी आणि स्टीफन हॉकिंग्ज.

आमचे संस्थापक स्व. जमन शहा यांनी जयकोची सुरुवात एक पुस्तक वितरण संस्था म्हणून केली. देशाच्या स्वातंत्र्य प्राप्तीची चाहूल लागताच त्यांनी समर्पकपणे त्यांच्या या संस्थेचे 'जयको' (हिंदीमध्ये अर्थ होतो 'जय' म्हणजे विजय) असे नामकरण केले. विकसनशील देशांमध्ये किफायतशीर दरांची पुस्तके उपलब्ध व्हावीत म्हणून श्री. शहा यांनी जयकोचे स्वतःचे पुस्तक प्रकाशन सुरु केले. जयको हे भारतातील इंग्रजी भाषेतील पेपरबॅक पुस्तकांचे पहिले प्रकाशक आहे.

आमच्या वास्तवदर्शी पुस्तकांच्या श्रेणीतील स्व-मदत, धर्म आणि तत्त्वज्ञान, मन, शरीर व चेतना, व्यापार ह्या काही मुलभूत पुस्तकांप्रमाणेच आम्ही चालू घडामोडी, इतिहास, आत्मवृत्त, कला आणि स्थापत्य, पर्यटन आणि विज्ञानविषयक प्रसिद्ध आणि रोमांचक पुस्तकांचेही प्रकाशन करतो. लोकप्रिय कथासाहित्यावर आम्ही दिलेला विशेष भर भारतातील व परदेशातील अनेक नवोदित प्रतिभावंत लेखकांच्या नवीन पुस्तक प्रकाशनातून स्पष्टपणे दिसतो.

जयको भाषांतर विभागाने काही निवडक लोकप्रिय पुस्तकांचे दहा पेक्षा जास्त प्रादेशिक भाषांमध्ये भाषांतरे करण्यास सुरुवात केली आहे. जसे - गुजराती, हिंदी, कन्नड, मल्ल्याळम, मराठी, तमीळ आणि तेलगू. यामध्ये काही प्रसिद्ध राष्ट्रीय आणि आंतरराष्ट्रीय दर्जाच्या लेखकांचा समावेश आहे. जसे - सुधा मूर्ती, गौर गोपाल दास, स्वामी मुकुंदानंद, जय शेट्टी, सिमोन सिनेक, अंकूर वारिको आणि जेफ केलर.

Visit our Website

जयको प्रकाशन हे 'भारतातील सर्वात मोठे पुस्तक वितरण जाळे' आहे, असे आम्ही अभिमानाने अधोरेखित करतो. जयकोचे मुख्यालय मुंबईत आहे आणि त्याच्या शाखा अहमदाबाद, बँगलोर, चेन्नई, दिल्ली, हैदराबाद आणि कोलकाता येथे आहेत. या जाळ्यावरून स्पष्ट होते की, आमची पुस्तके देशातील शहरी व ग्रामीण भागातून देशाच्या कानाकोपऱ्यातील वाचकापर्यंत पोहोचत आहेत.